മുതലാളിത്തവും ജാതിവ്യവസ്ഥയും

muthalalithavum jathivyavasthayum

•

venugopalan k a

•

first edition
january 2018

•

typesetting & published
chintha publishers, thiruvananthapuram

•

cover
vinod

വിതരണം

ദേശാഭിമാനി ബുക്ക് ഹൗസ്

H O തിരുവനന്തപുരം-695 035
phone: 0471-2303026, 6063026
www.chinthapublishers.com
chinthapublishers@gmail.com

ബ്രാഞ്ചുകൾ

ഹെഡ്ഡാഫീസ് ബ്രാഞ്ച് കുന്നുകുഴി • സ്റ്റാച്യു തിരുവനന്തപുരം • കെ എസ് ആർ ടി സി ബസ് സ്റ്റേഷൻ ആലപ്പുഴ • കെ എസ് ആർ ടി സി ബസ് സ്റ്റേഷൻ എറണാകുളം • മച്ചിങ്ങൽ ലെയ്ൻ തൃശൂർ • ഐ ജി റോഡ് കോഴിക്കോട് • മാവൂർ റോഡ് കോഴിക്കോട് • എൻ ജി ഒ യൂണിയൻ ബിൽഡിങ് കണ്ണൂർ • സെൻട്രൽ ബസ് ടെർമിനൽ കോംപ്ലക്സ് താവക്കര കണ്ണൂർ

CO - 2807 / 4527
ISBN - 978-93-86637-77-2

മുതലാളിത്തവും ജാതിവ്യവസ്ഥയും

വേണുഗോപാലൻ കെ എ

ചിന്ത പബ്ലിഷേഴ്സ്
തിരുവനന്തപുരം-695 035

വേണുഗോപാലൻ കെ എ

ആയിരത്തിതൊള്ളായിരത്തി അൻപത്തി ഏഴിൽ ജനനം. അച്ഛൻ: അശോകൻ, അമ്മ: തങ്കം.

നാട്ടിക ശ്രീനാരായണ കോളേജിൽനിന്ന് ബിരുദവും ഗവൺമെന്റ് ലോകോളേജിൽനിന്ന് നിയമബിരുദവും നേടി.

ഡി വൈ എഫ് ഐ സംസ്ഥാനകമ്മിറ്റി അംഗമായും സി പി ഐ (എം) നാട്ടിക ഏരിയാകമ്മിറ്റി അംഗമായും പ്രവർത്തിച്ചു. ഇപ്പോൾ *ചിന്ത* വാരികയിൽ.

കൃതികൾ: *പാർലമെന്ററി പ്രവർത്തനവും കമ്യൂണിസ്റ്റുകാരും, നക്സലിസത്തിന്റെ മുഖംമൂടി മാറ്റിയാൽ, ഇടതു വലതു വ്യതിയാനങ്ങൾക്കെതിരെ, ജാതിവ്യവസ്ഥയും ജാതിരാഷ്ട്രീയവും, ജനാധിപത്യം ഫാസിസം, സോഷ്യലിസം ഇന്ത്യൻ പരിതസ്ഥിതിയിൽ.*

ഭാര്യ : ഓമന
മകൾ : നിലിയ

ഉള്ളടക്കം

പ്രസാധകകുറിപ്പ്

ഇന്ത്യയിലെ ജാതിവ്യവസ്ഥ ചരിത്രത്തിന്റെ സവിശേഷ സാഹചര്യത്തിൽ രൂപപ്പെട്ട ഒന്നായിട്ടാണ് മാർക്സ് കാണുന്നത്. സമൂഹത്തിന്റെ ഉല്പാദനബന്ധങ്ങളുടെ അടിസ്ഥാനമായി അത് ഉയർന്നുവന്നു. പിന്നീട് അത് ഒരു സാമൂഹ്യനിയമമായി മാറി. തുടർന്ന് ജാതിവ്യവസ്ഥ ഇന്ത്യൻ സമൂഹത്തിന്റെ വളർച്ചയ്ക്കു തടസ്സമായിത്തീർന്നു. ജാതിവ്യത്യാസങ്ങളും അടിമത്തവും കൊച്ചുകൊച്ചു സമുദായങ്ങളുടെ തീരാശാപമായി തീർന്നു. പശുകൾക്കു മനുഷ്യനേക്കാൾ പ്രാധാന്യം കൊടുക്കുന്ന മനുസ്മൃതിക്കാലത്തെ ഇന്ത്യൻ നീതിവ്യവസ്ഥയെ മാർക്സ് മൂലധനത്തിൽ തുറന്നുകാട്ടി.

ഇന്ത്യയിലെ ജാതിവ്യവസ്ഥയുടെ രൂപീകരണവും അതിന്റെ പില്ക്കാല പരിണാമവും *മുതലാളിത്തവും ജാതിവ്യവസ്ഥ*യും എന്ന ഈ പുസ്തകത്തിൽ വിലയിരുത്തുകയാണ് ഗ്രന്ഥകാരനായ വേണുഗോപാലൻ. ജാതീയമായ അവശതകളുടെ പ്രശ്നങ്ങൾ കമ്യൂണിസ്റ്റുപാർട്ടി ആദ്യകാലഘട്ടത്തിൽ ഏറ്റെടുത്തില്ല എന്ന വിമർശനത്തെ ഖണ്ഡിച്ചുകൊണ്ട് സ്വത്വരാഷ്ട്രീയം വർഗ്ഗരാഷ്ട്രീയത്തെ എങ്ങനെ ദുർബ്ബലപ്പെടുത്തുന്നു എന്ന കാര്യം ഈ ഗ്രന്ഥത്തിൽ പരിശോധിക്കപ്പെടുന്നു.

ഇന്ത്യയിലെ ജാതിപ്രശ്നത്തെ സംബന്ധിച്ച കാഴ്ചപ്പാടുകൾ ഈ പുസ്തകത്തിൽ അവതരിപ്പിക്കുന്നു. അവ നമ്മുടെ പൊതുബോധത്തിന്റെ ഭാഗമായി ഇനിയും മാറേണ്ടതുണ്ട്. അതിന് ഈ സദ്ഗ്രന്ഥം സഹായകമാകുമെന്ന് ഞങ്ങൾ കരുതുന്നു.

ചിന്ത പബ്ലിഷേഴ്സ്

അവതാരിക

ഇന്ത്യൻ സമൂഹത്തിന്റെ സവിശേഷ പ്രശ്നങ്ങളിലൊന്നാണ് ജാതി വ്യവസ്ഥ. ജാതിബോധം ശക്തിപ്പെടുത്തി ജാതിരാഷ്ട്രീയം വികസിപ്പിക്കുന്നതിനുള്ള തീവ്രമായ ശ്രമങ്ങൾ വർത്തമാനകാലത്ത് നടന്നുകൊണ്ടിരിക്കയാണ്. ആഗോളവല്ക്കരണ നയങ്ങൾക്കെതിരായി ജനങ്ങളിൽ ഉയർന്നുവരുന്ന പ്രതിഷേധങ്ങളെ തല്ലിക്കെടുത്തുന്നതിന് ജാതിമത വികാരങ്ങളെ ശക്തിപ്പെടുത്തുന്നതിനുള്ള ശ്രമങ്ങളും ഇന്ന് ശക്തമാണ്. ഈ സാഹചര്യത്തിലാണ് വേണുഗോപാലൻ കെ എ യുടെ *മുതലാളിത്തവും ജാതിവ്യവസ്ഥയും* എന്ന ഈ പുസ്തകം പ്രസിദ്ധീകരിക്കുന്നത്.

ഇന്ത്യൻ സമൂഹത്തിൽ നിലനില്ക്കുന്ന ജാതിപ്രശ്നത്തെ സംബന്ധിച്ച് പല തരത്തിലുള്ള പഠനങ്ങൾ ഇന്ത്യക്ക് അകത്തും പുറത്തും നടന്നിട്ടുണ്ട്. ലോകത്തിലെ വിവിധ സമൂഹങ്ങളുടെ സവിശേഷതകളെക്കുറിച്ച് വിലയിരുത്തിയ മാർക്സും എംഗൽസും ഇന്ത്യൻ സാഹചര്യങ്ങളെ പഠിക്കുന്ന ഘട്ടത്തിൽ ജാതി വ്യവസ്ഥയെ സംബന്ധിച്ചും വിലയിരുത്തുന്നുണ്ട്. ഗ്രാമീണ സമ്പദ്വ്യവസ്ഥയും ജാതി വ്യവസ്ഥയും കൂടിക്കലർന്നു നില്ക്കുന്ന ഇന്ത്യൻ സമൂഹത്തിന് *ഏഷ്യാറ്റിക് സൊസൈറ്റി* എന്ന പ്രത്യേക പേര് തന്നെ മാർക്സ് നല്കുകയുണ്ടായി.

ബ്രിട്ടീഷുകാർ ഇന്ത്യയിൽ നടത്തിയ ചൂഷണത്തിന്റെ വിവിധ മുഖങ്ങൾ മാർക്സ് *മൂലധന*ത്തിൽ വിവരിക്കുന്നുണ്ട്. ഇന്ത്യൻ സമൂഹത്തിന്റെ സവിശേഷതകളെ വിലയിരുത്തുമ്പോൾ ഇന്ത്യൻ ജാതി വ്യവസ്ഥയും പഠനവിഷയമായി. *മൂലധന*ത്തിൽ മാർക്സ് ഇങ്ങനെ എഴുതുന്നുണ്ട്.

> ജന്തുക്കളെയും സസ്യജാലങ്ങളെയും വംശങ്ങളെയും നാനാജാതികളായി വേർതിരിക്കുന്ന അതേ പ്രകൃതി നിയമത്തിന്റെ പ്രവർ

> ത്തനഫലമായി തന്നെയാണ് ഗ്രിൽഡുകളും ജാതികളും ആവിർഭവിക്കുന്നത്. ഒരു വ്യത്യാസമേയുള്ളൂ, വളർച്ച കുറേ മുന്നോട്ടുപോയി കഴിയുമ്പോൾ ജാതികളുടെ പാരമ്പര്യ സ്വഭാവവും ഒറ്റപ്പെട്ട നിലനില്പും സമൂഹ നിയമമായി വാഴ്ത്തപ്പെടുന്നു.

ഇന്ത്യയിലെ ജാതിവ്യവസ്ഥ ചരിത്രത്തിന്റെ സവിശേഷ സാഹചര്യത്തിൽ രൂപപ്പെട്ട ഒന്നായാണ് മാർക്സ് കാണുന്നത്. ഗിൽഡുകൾ എന്ന കൈത്തൊഴിൽ യൂണിറ്റുകളെ യൂറോപ്പിലെ ഉല്പാദനത്തിന്റെ അടിസ്ഥാനമായാണ് പൊതുവെ വിലയിരുത്തുന്നത്. അതുമായി താരതമ്യപ്പെടുത്തുന്നതിലൂടെ ഇന്ത്യൻ സമൂഹത്തിന്റെ ഉല്പാദനത്തിന്റെ അടിസ്ഥാനമായി ജാതി വ്യവസ്ഥയെ കാണുകയാണ് മാർക്സ് ചെയ്യുന്നത്. ഇത്തരത്തിൽ ഉയർന്നുവന്ന ഒരു വ്യവസ്ഥ പിന്നീട് സാമൂഹ്യനിയമമായി മാറ്റുകയായിരുന്നു എന്ന് മാർക്സ് *മൂലധന*ത്തിൽ വിശദീകരിക്കുന്നു.

ജാതി വ്യവസ്ഥ ഇന്ത്യൻ സമൂഹത്തിന്റെ വളർച്ചയ്ക്ക് തടസ്സമായി തീർന്നതായി തുടർന്ന് മൂലധനത്തിൽ വിശദീകരിക്കുന്നുണ്ട്. ജാതി വ്യത്യാസങ്ങളും അടിമത്തവും കൊച്ചുകൊച്ചു സമുദായങ്ങളുടെ തീരാശാപമായിരുന്നു എന്ന് മാർക്സ് പറയുന്നതിലൂടെ ഇതാണ് വ്യക്തമാകുന്നത്. മനുസ്മൃതിയെ സംബന്ധിച്ച് സൂചിപ്പിച്ചുകൊണ്ട് പശുക്കൾക്ക് മനുഷ്യനേക്കാൾ പ്രാധാന്യം കൊടുക്കുന്ന അക്കാലത്തെ ഇന്ത്യൻ നീതിവ്യവസ്ഥയെ മാർക്സ് മൂലധനത്തിൽ തുറന്നുകാട്ടുന്നു.

ലഭിച്ച അറിവുകളുടെ അടിസ്ഥാനത്തിൽ ഇന്ത്യൻ സമൂഹത്തിലെ ജാതിവ്യവസ്ഥയെക്കുറിച്ച് ഉൾപ്പെടെ മാർക്സ് തന്നെ വിലയിരുത്തിയിട്ടുണ്ട് എന്ന് ഇതിൽനിന്നുതന്നെ വ്യക്തമാണല്ലോ. ഡി ഡി കൊസാംബി ഉൾപ്പെടെയുള്ള ഇടതുപക്ഷ ചിന്തകന്മാരും കൂടുതൽ ആഴത്തിൽ ജാതിപ്രശ്നത്തെ പഠിച്ച് വിലയിരുത്തിയിട്ടുണ്ട്. ഇത്തരം അറിവുകളെ കൂടി പകർന്നുതരാൻ ശ്രമിക്കുന്നതാണ് ഈ പുസ്തകം. റാം മനോഹർ ലോഹ്യയും അംബേദ്ക്കറും അവരുടേതായ കാഴ്ചപ്പാടുകൾക്കനുസരിച്ച് ജാതി പ്രശ്നത്തെ വിലയിരുത്തിയിട്ടുണ്ട് എന്ന കാര്യവും വിസ്മരിക്കേണ്ടതില്ല.

ഇന്ത്യയിലെ ജാതി വ്യവസ്ഥയുടെ രൂപീകരണവും പില്ക്കാല പരിണാമങ്ങളുമാണ് ഈ പുസ്തകത്തിൽ പ്രധാനമായും വിലയിരുത്തുന്നത്. ഫ്യൂഡൽ കാലഘട്ടത്തിൽ വർഗ്ഗസമരം എന്നത് ജാതി അടിസ്ഥാനത്തിലാണ് പ്രകടമായിരുന്നത്. എന്നാൽ മുതലാളിത്തം വിവിധ ജാതി വിഭാഗങ്ങൾക്കിടയിൽ മുതലാളിയെയും തൊഴിലാളിയെയും സൃഷ്ടിച്ചു. തൊഴിൽ വിഭജനവും വർഗ്ഗപരമായ ചൂഷണവും ആത്മീയതയുമായി സമന്വയിപ്പിച്ചതിലൂടെയാണ് ഇന്ത്യയിൽ വർണ്ണവ്യവസ്ഥ രൂപപ്പെട്ടത്. ഗോത്രങ്ങളെ യുദ്ധം ചെയ്തും പ്രീണിപ്പിച്ചും കീഴ്പ്പെടുത്തിയപ്പോൾ നടന്ന സ്വാംശീകരണ-തിരസ്കരണ പ്രക്രിയയിലൂടെയാണ് ജാതിവ്യവസ്ഥ രൂപപ്പെട്ടത് എന്ന ആശയം ഇതിൽ മുന്നോട്ടുവയ്ക്കുന്നു.

കാർഷികസമ്പദ്‌വ്യവസ്ഥയ്ക്ക് അത്യന്താപേക്ഷികമായിരുന്നു

കന്നുകാലികൾ. എന്നാൽ ഇവയെ കൊന്നൊടുക്കുന്നതായിരുന്നു അക്കാലത്തെ യജ്ഞ സംസ്കാരം. കാർഷിക വ്യവസ്ഥയ്ക്ക് തന്നെ ഈ സംസ്കാരം പ്രതിസന്ധി സൃഷ്ടിക്കുന്ന സ്ഥിതിയുണ്ടായപ്പോഴാണ് അഹിംസാ സിദ്ധാന്തവുമായി ബുദ്ധമതം രംഗത്ത് വന്നത്. ഇത് സാമൂഹ്യ ആവശ്യമായി തീർന്ന പശ്ചാത്തലത്തിൽ ബ്രാഹ്മണമേധാവിത്വത്തിനും കാർഷിക സമ്പദ് വ്യവസ്ഥയെ നിലനിർത്തുന്നതിനുമായി ഇത്തരം സമീപനങ്ങൾ സ്വീകരിക്കേണ്ടി വന്നു. അഹിംസാസിദ്ധാന്തമുൾപ്പെടെ ഇത്തരക്കാർ മുന്നോട്ടുവയ്ക്കുന്നത് സമൂഹത്തിന്റെ ഇത്തരം ആവശ്യങ്ങളുടെ ഫലമായിരുന്നുവെന്നും ഗ്രന്ഥകർത്താവ് ഓർമ്മിപ്പിക്കുന്നു.

മൗര്യരാജാക്കന്മാരുടെ ഭരണകാലത്ത് കൈത്തൊഴിലുകാർ, വ്യാപാരികൾ, തുടങ്ങിയ ഇടത്തരം വിഭാഗക്കാർക്കുണ്ടായ പുരോഗതിയാണ് ബൗദ്ധ - ജൈന മതങ്ങളും ലോകായതം പോലുള്ള ഭൗതിക സിദ്ധാന്തങ്ങളും വളർന്നുവരുന്നതിന് ഇടയാക്കിയത്. ഇത്തരം മതങ്ങൾ ബ്രാഹ്മണാധിപത്യങ്ങളെ ചോദ്യം ചെയ്യുന്നതിന് പിന്നിൽ ഇത്തരമൊരു സാമൂഹ്യ പ്രശ്നവും ഇടയായിട്ടുണ്ട്. ഉത്തരേന്ത്യയിൽ രൂപപ്പെട്ടുവന്ന വർണ്ണവ്യവസ്ഥ പിന്നീട് ദക്ഷിണേന്ത്യയിലേക്കും വ്യാപിക്കുകയായിരുന്നു. കൗടില്യന്റെ *അർത്ഥശാസ്ത്ര*ത്തിന്റെ പിന്നിലുള്ള സാമ്പത്തിക താല്പര്യങ്ങളും ബുദ്ധമതം മുന്നോട്ടുവച്ച ആശയങ്ങളുടെ ശക്തി ദൗർബല്യവും ഇതിൽ വിശദീകരിക്കുന്നുണ്ട്.

ഇന്ത്യയിൽ ഉയർന്നുവന്ന ഭക്തിപ്രസ്ഥാനത്തെയും നവോത്ഥാന പ്രസ്ഥാനങ്ങളെയും ഇതിൽ പരിചയപ്പെടുത്തുന്നുണ്ട്. മഹാരാഷ്ട്ര, തമിഴ്നാട്, ആന്ധ്രാപ്രദേശ്, കർണ്ണാടകം തുടങ്ങി ഇന്ത്യയിലെ വിവിധ ഭാഗങ്ങളിൽ ഉയർന്നുവന്ന നവോത്ഥാന പ്രസ്ഥാനങ്ങളുടെ സവിശേഷതകളും പ്രതിപാദ്യ വിഷയമാകുന്നുണ്ട്. കേരളത്തിലെ നവോത്ഥാന പ്രസ്ഥാനങ്ങളുടെ സവിശേഷതയും ഇതിലുണ്ട്.

ഫ്യൂഡലിസവുമായി സന്ധി ചെയ്ത ബ്രിട്ടീഷുകാർ ജാതിവ്യവസ്ഥയെ തകർക്കുക അല്ല ചെയ്തത്. അതിനെ ഉപയോഗപ്പെടുത്തി തങ്ങളുടെ താല്പര്യങ്ങൾ നടപ്പിലാക്കലാണ്. ആധുനിക കാലത്ത് മുതലാളിത്തം ജാതിവ്യവസ്ഥയിൽ എങ്ങനെ ഇടപെടുന്നു എന്ന കാര്യവും ഇതിലുണ്ട്. അംബേദ്ക്കറുടെ കാഴ്ചപ്പാടുകളുടെ ശക്തി ദൗർബല്യങ്ങളെ വിലയിരുത്തുന്നതിനും ശ്രമിക്കുന്നുണ്ട്. മുതലാളിത്തവല്ക്കരണം ജാതിവ്യവസ്ഥയ്ക്കകത്ത് എങ്ങനെ ഇടപെടുന്നു എന്നതും മുതലാളിത്തത്തിന്റെ താല്പര്യങ്ങളെ സംരക്ഷിക്കുന്നവിധം ജാതിഘടന എങ്ങനെ പ്രവർത്തിക്കുന്നുവെന്ന കാര്യവും ആണ് ഇതിലെ മുഖ്യപ്രതിപാദ്യവിഷയം

കമ്യൂണിസ്റ്റ് പാർട്ടി ആദ്യ കാലഘട്ടത്തിൽ ജാതീയമായ അവശതയുടെ പ്രശ്നങ്ങൾ ഏറ്റെടുത്തില്ല എന്ന വിമർശനത്തെ കമ്യൂണിസ്റ്റ് പാർട്ടി രേഖകളെ ഉദ്ധരിച്ചുകൊണ്ട് ഇതിൽ ഖണ്ഡിക്കുന്നു. സ്വത്വരാഷ്ട്രീയം എങ്ങനെയാണ് വർഗ്ഗരാഷ്ട്രീയത്തെ ദുർബ്ബലപ്പെടുത്തു

ന്നതെന്ന കാര്യവും ഇതിൽ പരിശോധിക്കുന്നുണ്ട്. ആഗോളവല്ക്കരണത്തെ തുടർന്ന് ഇന്ത്യൻ സമൂഹത്തിലുണ്ടായ മാറ്റങ്ങളെ സംബന്ധിച്ച് സി പി ഐ (എം) നടത്തിയ പഠനറിപ്പോർട്ടിന്റെ ചില ഭാഗങ്ങളും പരിചയപ്പെടുത്തുന്നുണ്ട്.

ഇന്ത്യയിലെ ജാതി പ്രശ്നത്തെ സംബന്ധിച്ചുള്ള കാഴ്ചപ്പാടുകളെ അവതരിപ്പിക്കുകയാണ് ഈ പുസ്തകത്തിൽ. ഇത്തരം ആശയങ്ങൾ നമ്മുടെ പൊതുബോധത്തിന്റെ ഭാഗമായി ഇനിയും മാറിയിട്ടില്ല. ജാതിവ്യവസ്ഥയെയും വർത്തമാനകാലത്തെ അതിന്റെ ഇടപെടലുകളെയും വിലയിരുത്തുന്ന ഈ പുസ്തകം, ഇത്തരം പ്രശ്നങ്ങളെ പഠിക്കാൻ ശ്രമിക്കുന്നവർക്ക് ഏറെ സഹായകരമാകും.

പിണറായി വിജയൻ

തിരുവനന്തപുരം

വർഗ്ഗസമരം

'**നാ**ളിതുവരെ നിലനിന്നിട്ടുള്ള എല്ലാ സമൂഹങ്ങളുടേയും ചരിത്രം വർഗ്ഗസമരങ്ങളുടെ ചരിത്രമാണ്.

സ്വതന്ത്രനും അടിമയും, കുലീനനും മ്ലേഛനും, ജന്മിയും അടിയാനും, ഗിൽഡ് മാസ്റ്ററും വേലക്കാരനും- ചുരുക്കി പറഞ്ഞാൽ മർദ്ദകനും മർദ്ദിതനും-പരസ്പരം വൈരികളായി നിലകൊള്ളുകയും, ചിലപ്പോൾ ഒളിഞ്ഞും, ചിലപ്പോൾ തെളിഞ്ഞും ഇടതടവില്ലാതെ പോരാട്ടം നടത്തുകയും ചെയ്തു. സമൂഹത്തിന്റെ ആകെയുള്ള വിപ്ലവകരമായ പുനഃസംഘടനയിലോ, മത്സരിക്കുന്ന വർഗ്ഗങ്ങളുടെ പൊതു നാശത്തിലോ ആണ് ഈ പോരാട്ടം ഓരോ അവസരത്തിലും അവസാനിച്ചിട്ടുള്ളത്' മാർക്സും ഏംഗൽസും ചേർന്നെഴുതിയ കമ്യൂണിസ്റ്റ് മാനിഫെസ്റ്റോയുടെ ഒന്നാം അദ്ധ്യായം തുടങ്ങുന്നത് ഇങ്ങനെയാണ്. 'ചരിത്രം' എന്ന് പരാമർശിക്കുന്നത് അന്നുവരെയുള്ള ലിഖിത ചരിത്രത്തെക്കുറിച്ചാണ്. ലിഖിത ചരിത്രത്തിന് മുമ്പ് വർഗ്ഗ രഹിതമായ ഒരു സമൂഹമുണ്ടായിരുന്നു എന്ന് മാർക്സിസം അംഗീകരിക്കുന്നുണ്ട്. എന്നാൽ ഉല്പാദനം മിച്ചം വരികയും സ്വകാര്യ സ്വത്തുടമസ്ഥത ആരംഭിക്കുകയും ചെയ്തതോടെ വർഗ്ഗവ്യത്യാസങ്ങളും രൂപപ്പെടാൻ തുടങ്ങി. എന്നാൽ വർഗ്ഗവൈരുദ്ധ്യം കൂടുതൽ ലളിതമാക്കിയത്; സമൂഹത്തെയാകെതന്നെ രണ്ടു ഗംഭീര ശത്രുപാളയങ്ങളാക്കിയത്, മുതലാളിത്ത വ്യവസ്ഥയാണ്. അതായത്, മുതലാളിത്തത്തിനുമുമ്പും വർഗ്ഗവൈരുദ്ധ്യങ്ങളുണ്ടായിരുന്നെങ്കിലും അത് രണ്ടു ചേരികളായി സമൂഹത്തെയാകെ വേർതിരിച്ചിരുന്നില്ല എന്ന് കമ്യൂണിസ്റ്റ് മാനിഫെസ്റ്റോയിൽനിന്നു തന്നെ വ്യക്തമാണ്.

വർഗ്ഗങ്ങളുടെ രൂപീകരണവും അവ തമ്മിലുള്ള ഏറ്റുമുട്ടലും ചരിത്രപരമായി രൂപപ്പെട്ട് വന്ന ഒന്നാണ്. അതിന് ലോകത്തിന്റെ വിവിധ ഭാഗങ്ങ

ളിൽ അതത് ഇടത്തെ ചരിത്രപരമായ സാഹചര്യങ്ങൾക്കൊത്ത മൂർത്തമായ രൂപങ്ങളുണ്ടാവുക എന്നത് സ്വാഭാവികമാണ്. വർഗ്ഗങ്ങളും വർഗ്ഗ സമരങ്ങളും സമൂഹത്തിൽ മാറ്റങ്ങൾ ഉണ്ടാക്കുന്നത് പോലെത്തന്നെ അവയുടെ രൂപത്തിലും ഭാവത്തിലുമൊക്കെ മാറ്റങ്ങൾ ഉണ്ടായിക്കൊണ്ടിരിക്കും. വൈരുദ്ധ്യാത്മക ഭൗതികവാദത്തിന്റെ, അല്ലെങ്കിൽ മാർക്സിയൻ രീതി ശാസ്ത്രത്തിന്റെ, അടിസ്ഥാനത്തിൽ ആണ് ഇത് മനസ്സിലാക്കേണ്ടത്. പ്രാങ് മുതലാളിത്തകാലത്ത് ഇന്ത്യയിൽ വർഗ്ഗസമരം മേൽജാതി-കീഴ് ജാതി സമരത്തിന്റെ അടിസ്ഥാനത്തിലാണ് പ്രകടമായിരുന്നതെങ്കിൽ മുതലാളിത്തം വിവിധ ജാതി വിഭാഗങ്ങൾക്കിടയിൽ മുതലാളികളെയും തൊഴിലാളികളെയും സൃഷ്ടിച്ചു. എന്നാൽ വികസിത മുതലാളിത്ത രാജ്യങ്ങളിൽ നടന്നത് പോലെയല്ല ഇന്ത്യയിൽ മുതലാളിത്തം വികസിച്ചത്.

സി പി ഐ എം 1964-ൽ അംഗീകരിച്ച പാർട്ടി പരിപാടിയിൽ അന്നത്തെ ഇന്ത്യൻ സമൂഹത്തിന്റെ സ്ഥിതി എന്തായിരുന്നു എന്ന് വ്യക്തമാക്കിയിട്ടുണ്ട്. അത് താഴെക്കൊടുക്കുന്നു.

> ഇന്ത്യയിലെ മുതലാളിത്ത വികസനം പടിഞ്ഞാറൻ യൂറോപ്പിലും മറ്റു വികസിത മുതലാളിത്ത രാജ്യങ്ങളിലും ഉണ്ടായ തരത്തിലുള്ള ഒന്നല്ല. ഇന്ത്യൻ സമൂഹം മുതലാളിത്ത പാതയിലൂടെയാണ് വളരുന്നതെങ്കിലും അതിൽ പ്രാങ് മുതലാളിത്ത സാമൂഹ്യവ്യവസ്ഥയിലെ പ്രബലമായ അംശങ്ങൾ അടങ്ങിയിട്ടുണ്ട്. വികസിത മുതലാളിത്ത രാജ്യങ്ങളിൽ ഉയർന്നുവന്ന ബൂർഷ്വാസി നശിപ്പിച്ച പ്രാങ് മുതലാളിത്ത സാമൂഹ്യവ്യവസ്ഥയുടെ ചിതാഭസ്മത്തിന്മേലാണ് മുതലാളിത്തം വളർന്നു വികസിച്ചത്. എന്നാൽ ഇന്ത്യയിലാവട്ടെ പ്രാങ് മുതലാളിത്ത സാമൂഹ്യ വ്യവസ്ഥയുടെമേൽ മാരകമായ പ്രഹരമേല്പിക്കുന്നത് മുതലാളിത്ത സമൂഹത്തിന്റെ സ്വതന്ത്രമായ വളർച്ചയ്ക്കും തുടർന്ന് അതിന്റെ സ്ഥാനത്ത് സോഷ്യലിസ്റ്റ് സമൂഹത്തിന്റെ ആവിർഭാവത്തിനും ആവശ്യമാണ്. എന്നാൽ ഒരുനൂറ്റാണ്ടിലേറെക്കാലം ഭരണം നടത്തിയ ബ്രിട്ടീഷ് കോളനി ഉടമകളോ, 1947-ൽ അധികാരമേറ്റ ഇന്ത്യൻ ബൂർഷ്വാസിയോ പ്രാങ് മുതലാളിത്ത സമൂഹ്യ വ്യവസ്ഥയുടെ മേൽ ഇങ്ങനെയൊരു പ്രഹരം ഏല്പിക്കുകയുണ്ടായില്ല. അതുകൊണ്ട് ഇന്നത്തെ ഇന്ത്യൻ സമൂഹം ജാതി-വർഗീയ-ഗോത്രസ്ഥാപനങ്ങളും കുത്തകമുതലാളിത്താധിപത്യവും ഒന്നുചേർന്നിട്ടുള്ള ഒരു പ്രത്യേകതരം സംയോജനമാണ്.

സ്വാതന്ത്ര്യാനന്തര ഇന്ത്യൻ സമ്പദ് വ്യവസ്ഥയെ ഇത്രത്തോളം മൂർത്തമായി വിശകലനം ചെയ്യുന്നതിന് സി പി ഐ എം ഒഴികെ മറ്റൊരു കമ്യൂണിസ്റ്റ് പ്രസ്ഥാനത്തിനും കഴിഞ്ഞിട്ടില്ല.

ഈ വിശകലനത്തിന്റെ അടിസ്ഥാനത്തിൽ ഇന്ത്യയിൽ നടത്താനിരിക്കുന്ന ജനകീയ ജനാധിപത്യ വിപ്ലവത്തിന്റെ പരിപാടിയിൽ ഭൂപ്രഭുത്വമവസാനിപ്പിക്കലും കാർഷിക പരിഷ്കരണവും മാത്രമല്ല ജാതിമേധാവിത്വം

അവസാനിപ്പിക്കലും സംവരണം അടക്കമുള്ള പ്രത്യേകാനുകൂല്യങ്ങൾ നല്കലും ഉൾപ്പെടുത്താൻ സി പി ഐ (എം) തയ്യാറായിരുന്നു. 1964 ലെ പാർടി പരിപാടിയുടെ എൺപത്തെട്ടാം ഖണ്ഡികയിൽ പതിനഞ്ചാം ഉപ ഖണ്ഡിക താഴെ പറയും പ്രകാരമാണ് ഈ വിഷയം കൈകാര്യം ചെയ്തിരിക്കുന്നത്.

> 88(15)ഒരു ജാതി മറ്റൊരുജാതിയെ സാമൂഹികമായി മർദ്ദിക്കുന്നതും അയിത്താചരണവും ശിക്ഷാർഹമാക്കുന്ന നിയമമുണ്ടാക്കും.
>
> ഉദ്യോഗത്തിലും വിദ്യാഭ്യാസ സൗകര്യം തുടങ്ങിയ പ്രത്യേക സൗകര്യങ്ങളിലും പട്ടിക ജാതിക്കാർ, പട്ടിക വർഗ്ഗക്കാർ, മറ്റു പിന്നോക്ക സമുദായക്കാർ എന്നിവർക്ക് പ്രത്യേകാനുകൂല്യങ്ങൾ നല്കപ്പെടുന്നതായിരിക്കും.

എന്നുമാത്രമല്ല

> ജാതി-സമുദായ വൈരാഗ്യങ്ങൾ, തെറ്റായ മുൻധാരണകൾ, അടിമത്തബോധം, അന്ധവിശ്വാസം മുതലായവയിൽനിന്ന് വിമോചിതരാകാൻ ജനങ്ങളെ സഹായിക്കുന്ന എല്ലാത്തരം കലയുടെയും സാഹിത്യത്തിന്റെയും വളർച്ച ത്വരിതപ്പെടുത്താൻവേണ്ട നടപടികൾ ജനകീയ ജനാധിപത്യ ഗവൺമെന്റ് എടുക്കുന്നതാണ്

എന്നും വ്യക്തമാക്കിയിരുന്നു.

2000 ത്തിൽ കാലോചിതമാക്കിയ പരിപാടിയിൽ ഈ നിലപാട് സി പി ഐ (എം) കൂടുതൽ വികസിപ്പിക്കുന്നുണ്ട്. കാലോചിതമാക്കിയ പരിപാടിയുടെ 5.10, 5.11 ഖണ്ഡികകളിൽ ദളിത് മുന്നേറ്റത്തെയും അതിന്റെ രാഷ്ട്രീയത്തെയും വൈരുദ്ധ്യാത്മകമായി വിലയിരുത്താൻ പരിപാടി തയ്യാറാവുന്നുണ്ട്.

> ജാതീയ മർദ്ദനം അവസാനിപ്പിക്കുന്നതിലും ബൂർഷ്വ-ഭൂപ്രഭു വ്യവസ്ഥ പരാജയപ്പെട്ടിരിക്കുകയാണ്. പട്ടിക ജാതിക്കാരാണ് ഏറ്റവുമധികം കെടുതികൾ അനുഭവിക്കുന്നത്. അയിത്താചരണവും വിവേചനത്തിന്റെ മറ്റുരൂപങ്ങളും നിയമവിരുദ്ധമായി പ്രഖ്യാപിക്കപ്പെട്ടിട്ടും ദളിതർ അവയ്ക്ക് വിധേയരാകുകയാണ്. വിമോചനത്തിനായുള്ള ദളിതരുടെ വളർന്നുവരുന്ന ബോധത്തെ മൃഗീയ മർദ്ദനങ്ങളും അതിക്രമങ്ങളുംകൊണ്ട് നേരിടാനാണ് തുനിയുന്നത്. സമൂഹത്തിലെ ഏറ്റവും അടിച്ചമർത്തപ്പെട്ട വിഭാഗങ്ങളുടെ അഭിലാഷങ്ങൾ പ്രതിഫലിപ്പിക്കുന്നു എന്നനിലയിൽ ദളിതരുടെ മുന്നേറ്റത്തിന് ജനാധിപത്യപരമായ ഉള്ളടക്കമുണ്ട്. ജാതിയടിസ്ഥാനത്തിൽ വിഭജിതമായ സമൂഹത്തിൽ പിന്നോക്കജാതിക്കാരും അവരുടെ അവകാശങ്ങൾ ഉയർത്തിപ്പിടിക്കുന്നു.

5.11 വോട്ടുബാങ്കുകൾ ശക്തിപ്പെടുത്തുകയെന്ന സങ്കുചിത ലക്ഷ്യത്തോടെ ജാതീയ വിഭജനങ്ങൾ സ്ഥായിയായി നിലനിർത്തുന്നതിനും ഈ അധഃസ്ഥിത വിഭാഗങ്ങളെ പൊതു ജനാധിപത്യ പ്രസ്ഥാനത്തിൽനിന്ന് അകറ്റിനിർത്തുന്നതിനും ജാതിവികാരം മാത്രം ഇളക്കിവിടുന്ന ഒരു നീക്കവും ഇതോടൊപ്പമുണ്ട്. സങ്കുചിതമായ തിരഞ്ഞെടുപ്പ് നേട്ടങ്ങൾക്കുവേണ്ടി ജാതി അടിസ്ഥാനത്തിലുള്ള ധ്രുവീകരണം ഉപയോഗപ്പെടുത്താൻ നിരവധി ജാതിനേതാക്കളും ബൂർഷ്വാരാഷ്ട്രീയ കക്ഷികളുടെ ചിലനേതാക്കളും തുനിയുകയും എല്ലാ ജാതികളിലുംപെട്ട മർദ്ദിത വിഭാഗങ്ങളുടെ പൊതുവായ പ്രസ്ഥാനം കെട്ടിപ്പടുക്കുന്നതിനോട് അവർ ശത്രുതാമനോഭാവം പ്രകടമാക്കുകയും ചെയ്യുന്നു. ഭൂമി, കൂലി എന്നീ അടിസ്ഥാനപരമായ വർഗ്ഗപ്രശ്നങ്ങളെയും പഴയ സാമൂഹ്യക്രമം തൂത്തെറിയുന്നതിനുള്ള അടിത്തറയായ ഭൂപ്രഭുത്വത്തിനെതിരായ പോരാട്ടത്തെയും അവർ അവഗണിക്കുന്നു.

തുടർന്ന് ഖണ്ഡിക 5.12 ൽ ദളിത് പീഢനത്തിനും ജാതിവ്യവസ്ഥയ്ക്കും എതിരായ പോരാട്ടം തൊഴിലാളിവർഗ്ഗ ഐക്യത്തിന്റെ മുന്നുപാധിയാണെന്ന് വ്യക്തമാക്കുകയും ജാതിവ്യവസ്ഥക്ക് അറുതി വരുത്തുന്നതിനുള്ള പോരാട്ടം ജനാധിപത്യ വിപ്ലവത്തിന്റെ സുപ്രധാന ഭാഗമാണെന്ന് വ്യക്തമാക്കുകയും ചെയ്തിരിക്കുന്നു.

ജാതിവ്യവസ്ഥയെ സംബന്ധിച്ചും അതിന്റെ സാമ്പത്തികവും സാമൂഹികവുമായ മേധാവിത്വം അവസാനിപ്പിക്കുന്നതിനെക്കുറിച്ചും ശാസ്ത്രീയമായ നിലപാടെടുത്ത സി പി ഐ (എം)ന് വർഗ്ഗസമരത്തെക്കുറിച്ച് യാന്ത്രികമായ കാഴ്ചപ്പാടാണ് ഉണ്ടായിരുന്നത് എന്ന് വ്യഖ്യാനിക്കാനും കുറ്റപ്പെടുത്താനുമാണ് ഒരുകൂട്ടം ബുദ്ധിജീവികളും നക്സലൈറ്റ് വിഭാഗങ്ങളും ശ്രമിച്ചുവരുന്നത്. ജാതിവ്യവസ്ഥയ്ക്കെതിരായ പോരാട്ടം വിജയിപ്പിക്കണമെങ്കിൽ അത് രൂപപ്പെട്ടതെങ്ങനെയെന്നത് സംബന്ധിച്ച് ശരിയായി മനസ്സിലാക്കേണ്ടതുണ്ട്. അതിനാണ് അടുത്ത ചില അദ്ധ്യായങ്ങളിൽ ശ്രമിക്കുന്നത്.

ജാതിവ്യവസ്ഥ രൂപപ്പെട്ടത് എങ്ങനെ?

എങ്ങനെയാണ് ഇന്ത്യയിൽ ജാതി വ്യവസ്ഥ രൂപപ്പെട്ടത്? ഇത് സംബന്ധിച്ച് ഒട്ടേറെ സിദ്ധാന്തങ്ങൾ നിലവിലുണ്ട്. അതിൽ ഏറ്റവും പ്രബലമായത് വർണ്ണ സങ്കരങ്ങളിലൂടെയാണ് ജാതിവ്യവസ്ഥയുണ്ടായത് എന്നാണ്. വർണ്ണങ്ങൾ നാലാണ്. ബ്രാഹ്മണൻ, ക്ഷത്രിയൻ, വൈശ്യൻ, ശൂദ്രൻ എന്നിവയാണ് നാലു വർണ്ണങ്ങൾ. ഋഗ്വേദത്തിൽ 'വർണ്ണം' എന്ന പദം പലവുരു ഉപയോഗിക്കപ്പെട്ടിട്ടുണ്ട്. അതിൽ ഭൂരിഭാഗവും തൊലിയുടെ നിറത്തെ സൂചിപ്പിക്കുന്നതാണ്. എന്നാൽ ഈ പൊതുരീതിക്ക് മാറ്റം വരുന്നത് പുരുഷ സൂക്തത്തിലാണ്. പുരുഷ സൂക്തത്തിലാണ് വിരാട് പുരുഷ സങ്കല്പം അവതരിപ്പിക്കപ്പെട്ടത്. വിരാട് പുരുഷന്റെ മുഖത്തുനിന്ന് ആവിർഭവിച്ചവർ ബ്രാഹ്മണരും ഭൂജങ്ങളിൽനിന്ന് ആവിർഭവിച്ചവർ ക്ഷത്രിയരും ഊരുക്കളിൽനിന്ന് ആവിർഭവിച്ചവർ വൈശ്യരും പാദങ്ങളിൽനിന്ന് ആവിർഭവിച്ചവർ ശുദ്രരും ആയി എന്നാണ് പുരുഷസൂക്തത്തിൽ വർണ്ണോല്പത്തിയെ കുറിച്ച് പറഞ്ഞിരിക്കുന്നത്. ഈ അവയവങ്ങളുടെ പ്രാധാന്യത്തിനും മേൽകീഴ്ബന്ധത്തിനും അടിസ്ഥാനപ്പെടുത്തിയാണ് പിന്നീട് ഓരോ വർണ്ണത്തിൽ ജനിച്ചവർക്കും സമൂഹത്തിൽ സ്ഥാനം നിർണ്ണയിക്കപ്പെട്ടുകിട്ടുന്നത്. മനുഷ്യാവയവങ്ങൾക്ക് ഓരോന്നിനും നിർണ്ണീതവും സ്വാഭാവികവുമായ കടമകൾ മനുഷ്യശരീരത്തിൽ നിർവ്വഹിക്കാനുണ്ടെന്നതുപോലെ സ്വാഭാവികവും നിർണ്ണീതവുമായ കടമകളാണ് സാമൂഹിക ശരീരത്തിൽ വർണ്ണങ്ങൾക്കോരോന്നിനും നിർവ്വഹിക്കാനുള്ളത് എന്ന ആശയപരിസരം സൃഷ്ടിച്ചെടുക്കുവാനും ഇതുവഴി ഭരണവർഗ്ഗത്തിന് കഴിഞ്ഞു.

ഈ നാലു വർണ്ണങ്ങൾ തമ്മിൽ വർണ്ണസങ്കരം നടക്കുകയും അതിലൂടെയാണ് ജാതി വ്യവസ്ഥ രൂപപ്പെടുകയും ചെയ്തത് എന്നാണ് ജാതി

വ്യവസ്ഥയുടെ രൂപീകരണം സംബന്ധിച്ച പ്രമുഖമായ സിദ്ധാന്തങ്ങളിൽ ഒന്ന്. 2500–ലേറെ ജാതികളും മുപ്പതിനായിരം വരുന്ന ഉപജാതികളും ഇന്ന് ഇന്ത്യയിൽ നിലവിലുള്ളതായാണ് പൊതുവിൽ കണക്കാക്കപ്പെടുന്നത്. നാലുവർണ്ണങ്ങളുടെ വ്യത്യസ്തങ്ങളായ ചേരുവകളിൽനിന്ന് പരമാവധി പ്രതീക്ഷിക്കാവുന്നത് 64 ജാതികളാണ്. അതിന്റെ പത്തിരട്ടിയിലേറെ ജാതികൾ ഇന്ന് ഇന്ത്യയിൽ നിലവിലുണ്ട്. അവ തമ്മിൽ മേൽ കീഴ്ബന്ധങ്ങളുമുണ്ട് എന്ന വസ്തുതയിൽ നിന്നുതന്നെ വർണ്ണ സങ്കരമാണ് ജാതിവ്യവസ്ഥയിലേക്ക് നയിച്ചത് എന്ന വാദത്തെ തള്ളിക്കളയാവുന്നതാണ്.

മാത്രവുമല്ല വർണ്ണസങ്കരങ്ങളിൽനിന്ന് രൂപപ്പെട്ടതെന്ന് പറയപ്പെടുന്ന ജാതികളിൽ പലതിനും ഇട്ടിട്ടുള്ള പേര് ചില ഭൂപ്രദേശങ്ങളുടെയോ, ആളുകളുടെയോ, തൊഴിലുകളുടെയോ ഒക്കെയാണ്. മഗധ, നിഷാദ, വൈദേഹ, അംബഷ്ട, മല്ല, ലിച്ഛാവി, സൂത, വേന, നട, കൈവർണ്ണ എന്നിവ ഉദാഹരണങ്ങളാണ്. ഒരു വിഭാഗത്തിന് ഒരു ജാതിയായി നിലനില്ക്കണമെങ്കിൽ ഒരു നിശ്ചിത എണ്ണം ആളുകൾ വേണം. വർണ്ണസങ്കരം മുഖേനെ ഒരേ സമയം ഇത്രയധികം പേർ ജനിക്കാനിടയില്ല. മാത്രമല്ല അങ്ങനെ ജനിച്ചവർക്ക് മാതാവിന്റെയോ പിതാവിന്റെയോ വർണ്ണത്തിൽനിന്ന് വിവാഹം കഴിക്കാനാവുകയുമില്ല. സ്വാഭാവികമായും വർണ്ണസങ്കരം ഒരു ജാതിയായി വികസിക്കാനുള്ള സാദ്ധ്യത തുലോം വിരളമാണ്. അങ്ങനെ സംഭവിക്കണമെങ്കിൽ വർണ്ണ സങ്കരം നിരന്തരമായി നടന്നുകൊണ്ടിരിക്കണം. അതാവട്ടെ വർണ്ണവ്യവസ്ഥയ്ക്ക്, വർണ്ണാശ്രമധർമ്മത്തിന് ഒക്കെ വിരുദ്ധവുമാണ്. വർണ്ണാശ്രമധർമ്മം ലംഘിക്കുന്ന സ്ത്രീപുരുഷന്മാരെ കർശനശിക്ഷയ്ക്ക് വിധേയരാക്കുക എന്നത് രാജാവിന്റെ കർത്തവ്യമായിരിക്കെ വർണ്ണസങ്കരത്തിലൂടെയാണ് ഈ ജാതികൾ മുഴുവൻ രൂപപ്പെട്ടത് എന്ന വാദം തന്നെ തെറ്റായിത്തീരുന്നു.

കേരളത്തിൽ ബ്രാഹ്മണരായ നമ്പൂതിരിമാർ നായർ(ശുദ്ര)സ്ത്രീകളുമായി സംബന്ധം എന്ന വിവാഹബന്ധം നിലവിലുണ്ടായിരുന്ന കാര്യം ഏവർക്കും അറിവുള്ളതാണ്. ഇത് വർണ്ണസങ്കരത്തിന്റെ ഉത്തമ ഉദാഹരണവുമാണ്. എന്നാൽ നമ്പൂതിരിക്ക് നായർ സ്ത്രീയിലുണ്ടാവുന്ന കുട്ടി പുതിയൊരു ജാതിയിൽ പെട്ടയാളായല്ല മറിച്ച് അമ്മയുടെ ജാതിയിൽപെട്ടവരായാണ് മാറിയിരുന്നത്. ഇത് കാണിക്കുന്നത് എല്ലാവർണ്ണസങ്കരവും പുതിയ ജാതിയുടെ ഉത്ഭവത്തിന് കാരണമാവുന്നില്ല എന്നുതന്നെയാണ്.

വർണ്ണ ജാതിവ്യവസ്ഥകൾ സംബന്ധിച്ച മറ്റൊരു സിദ്ധാന്തം ദ്വൈവാസ്തവികം എന്ന് വിശേഷിപ്പിക്കപ്പെടുന്നതാണ്. വർണ്ണം പ്രതിനിധീകരിക്കുന്നത് സാർവ്വത്രികമായ ഒരു ചട്ടക്കൂടിനെയും ജാതി സൂചിപ്പിക്കുന്നത് അനുഭവ സിദ്ധമായ ഒരു പ്രതിഭാസത്തെയുമാണെന്നാണ് ഈ വാദക്കാർ പറയുന്നത്. ഇന്ത്യൻ സമൂഹമാകെ പൊതുവിൽ നാലുവർണ്ണങ്ങളായി വിഭജിക്കപ്പെട്ടിരിക്കുന്നുവെന്നും ഇന്ന് നാം നിത്യജീവിതത്തിൽ കണ്ടുകൊണ്ടിരിക്കുന്ന ജാതികളെയെല്ലാം ഈ നാല് അറകളിലായി തിരിക്കാനാവുമെന്നും ആണ് ഈ വാദക്കാർ പറയുന്നത്. ജാതിവ്യവസ്ഥയെക്കുറിച്ച്

ഏറെ എഴുതിയിട്ടുള്ള എം എൻ ശ്രീനിവാസ് ഈ വാദത്തോട് യോജിക്കുന്നയാളാണ്. എന്നാൽ അദ്ദേഹംതന്നെ "ഒരു ചെറിയ പ്രദേശത്തെ ജാതി വ്യവസ്ഥതന്നെ അത്യപൂർവ്വമായ വിധം സങ്കീർണ്ണമാണെന്നും ഒന്നോ രണ്ടോ കാര്യങ്ങളിലൊഴികെ അവയൊന്നും വർണ്ണവ്യവസ്ഥയിൽ ഒതുങ്ങുന്നതല്ല"എന്നും വ്യക്തമാക്കിയിട്ടുണ്ട്.

വർണ്ണത്തിനുള്ളിൽ നിരവധിയായ ജാതികളെ ഒതുക്കി നിർത്തുക പ്രയോഗികമാണോ? ജാതിയും വർണ്ണവും പൊതുവിൽ സ്വജാതിവിവാഹത്തിൽ അധിഷ്ഠിതമായി നിലകൊള്ളുന്നതാണ്. നിരവധി ജാതികളെ ഉൾക്കൊള്ളാവുന്നതാണ് ഒരു വർണ്ണമെങ്കിൽ ഈ ജാതികൾക്കൊക്കെ അന്യോന്യം വിവാഹിതരായിക്കൂടെ? ഒരു സ്വജാതി വിവാഹക്കാരന് മറ്റൊരു സ്വജാതി വിവാഹക്കാരനെ ഉൾകൊള്ളാൻ പറ്റാതിരിക്കെ ഒരു കൂട്ടം ജാതികളെ എങ്ങനെയാണ് ഒരു വർണ്ണമാക്കി തിരിക്കാനാവുക.

മാത്രമല്ല ഈ ചാതുർവർണ്ണ്യ വ്യവസ്ഥ ഇന്ത്യയാകെ ബാധകമായ ഒരു സാർവ്വത്രിക ചട്ടക്കൂടാണെന്ന വാദവും വസ്തുകൾക്ക് നിരക്കുന്നതല്ല. ദക്ഷിണേന്ത്യൻ സംസ്ഥാനങ്ങളിലും മഹാരാഷ്ട്രയിലും കിഴക്കേ ഇന്ത്യയിലും ക്ഷത്രിയ, വൈശ്യ, വിഭാഗങ്ങൾ നാമമാത്രമാണ്. അതുകൊണ്ടുതന്നെ ഈ വാദത്തെ ഇന്ത്യൻ സമൂഹത്തിനാകെ ബാധകമായ ഒന്നായി കാണാനാവില്ല.

ജാതിവ്യവസ്ഥയെ കുറിച്ചുള്ള പഠനങ്ങളൊക്കെ വർണ്ണവ്യവസ്ഥയുമായി ബന്ധപ്പെടുത്തിയാണ് നടത്തുന്നത് എന്നതിനാൽ ഇതുരണ്ടും ഒന്നാണെന്നും ഇവ തമ്മിൽ വേർതിരിച്ചുകാണേണ്ടതില്ലെന്നും കരുതുന്നവരുണ്ട്. എന്നാൽ ഈ സിദ്ധാന്തങ്ങളൊന്നുംതന്നെ ജാതിവ്യവസ്ഥ രൂപപ്പെട്ടതെങ്ങനെ എന്നതു സംബന്ധിച്ച് ശരിയായ ഉത്തരം നല്കുന്നില്ല എന്നതിനാൽ ജാതിവ്യവസ്ഥ ചരിത്രപരമായി രൂപപ്പെട്ടുവന്നതെങ്ങനെ എന്നത് സൂക്ഷ്മമായ പഠനത്തിന് വിധേയമാക്കേണ്ടതുണ്ട്. ഒപ്പം വർഗ്ഗം എന്നാൽ എന്താണെന്നും വർഗ്ഗവ്യത്യാസം ഇന്ത്യൻ സമൂഹത്തിനകത്ത് രൂപം കൊള്ളാൻ തുടങ്ങിയത് വർണ്ണ-ജാതി വ്യവസ്ഥകളുടെ രൂപീകരണത്തിലേക്ക് നയിച്ചുവോ എന്നതും പരിശോധിക്കേണ്ടതുണ്ട്.

സിന്ധുനദീതട സംസ്കാരവുമായി ബന്ധപ്പെട്ട ഖനനങ്ങളിൽ ചെറുതും വലുതും ആയ വീടുകളുടെ അവശിഷ്ടങ്ങൾ കണ്ടെത്തിയിട്ടുണ്ടെങ്കിലും അന്ന് പ്രകടമായ വർഗ്ഗവ്യത്യാസങ്ങൾ ഉടലെടുത്തിരുന്നു എന്ന് പറയാനാവില്ല. ജനങ്ങൾ അന്നും ഗോത്രങ്ങളായിതന്നെയാണ് താമസിച്ചു വന്നിരുന്നത്. പൂജാരികളും ഗോത്രത്തലവന്മാരുമൊക്കെ അന്നും ഉണ്ടായിരുന്നിരിക്കും. എന്നാൽ ഉല്പാദനോപാധികൾ കൈവശം വെക്കുന്നവരും അല്ലാത്തവരും എന്നതരത്തിൽ വർഗ്ഗപരമായ വേർതിരിവുകൾ രൂപപ്പെട്ടിരുന്നു എന്നതിന് തെളിവില്ല. പ്രാകൃത ഗോത്രങ്ങൾക്ക് അമാനുഷിക കഴിവുകളിൽ വിശ്വാസമുണ്ടായിരുന്നുവെന്നും ശുദ്ധ-അശുദ്ധ ചിന്താഗതികൾ അവർക്കിടയിൽ ഉണ്ടായിരുന്നു എന്നതും ശരിയാവും. എന്നാൽ അത് ഇന്ന് കാണുന്നതുപോലുള്ള ഏതെങ്കിലും തരത്തിലുള്ള ജാതിയോ, ജാതിവ്യ

വസ്ഥയോ ആയി രൂപപ്പെട്ടിരുന്നു എന്ന് പറയാൻ മാത്രം തെളിവുകളൊന്നും ഇതുവരെ ലഭ്യമായിട്ടില്ല. എന്നാൽ ഗോത്രങ്ങൾ തമ്മിൽ സാമ്പത്തിക-സാമൂഹിക-സാംസ്കാരിക വേർതിരിവുകളൊ ഏറ്റിറക്കങ്ങളൊ മേൽകീഴ് ബന്ധങ്ങൾ പോലുമൊ അന്ന് രൂപപ്പെടാൻ തുടങ്ങിയിരിക്കും. ചിലരൊക്കെ കൃഷി നടത്തിയിരിക്കും. കച്ചവടക്കാരും ഉണ്ടായിരുന്നിരിക്കാം. അവരുടെ താല്പര്യങ്ങൾ ഏറ്റുമുട്ടുകയും ചെയ്തിരിക്കും. ചിലർ കൃഷി വിട്ട് വേട്ടയാടലിലേക്ക് തിരിഞ്ഞിരിക്കും. മറ്റുചിലർ മത്സ്യബന്ധനം നടത്തിയിരിക്കും. ഇടയവൃത്തി സ്വീകരിച്ച് ജീവിക്കുന്നവരും അന്നുണ്ടാവുക സ്വാഭാവികം. പ്രാകൃതമായ കുടുംബ ബന്ധങ്ങളും അന്ന് രൂപപ്പെടാൻ തുടങ്ങിയിരിക്കും.

എന്നാൽ വർഗ്ഗസമൂഹം കൃത്യമായി രൂപപ്പെടുന്നത് ഇടയജീവിതം നയിച്ചുവന്നിരുന്ന ആര്യൻ ഗോത്രങ്ങളും തദ്ദേശീയ ഗോത്രങ്ങളും തമ്മിൽ ഏറ്റുമുട്ടുകയും കൃഷി വികസിക്കുകയും വ്യാപകമായ തോതിൽ ഇരുമ്പ് ഉപയോഗിക്കാൻ ആരംഭിക്കുകയും ചെയ്തതിന് ശേഷമായിരിക്കും. ഇതാണ് ചാതുർവർണ്ണ്യ വ്യവസ്ഥയിലേക്ക് നയിച്ചിട്ടുണ്ടായിരിക്കുക. ഋഗ്വേദത്തിന്റെ തുടക്കത്തിൽ ഒരിടത്തും വർണ്ണ വ്യത്യാസത്തെ കുറിച്ച് പറഞ്ഞിട്ടില്ല എന്നുമാത്രമല്ല എല്ലാവരും പങ്കിട്ടെടുത്ത് അനുഭവിക്കുന്നതിന്റെ മഹത്ത്വത്തെ കുറിച്ച് പറഞ്ഞിട്ടുമുണ്ട് എന്നതിൽ നിന്ന് ഇത് വ്യക്തമാണ്.

ബി സി. 1500-ാം ആണ്ടോടെയാണ് ഇന്നത്തെ പഞ്ചാബിലൂടെ ഇന്ത്യയിലേക്ക് കടന്നുവന്ന വേദകാല ഘട്ടത്തിലെ ആര്യന്മാർ ഗംഗാനദിതടത്തിലേക്ക് നീങ്ങാൻ ആരംഭിക്കുന്നത്. അന്ന് അവരിൽ മൂന്ന് വർണ്ണങ്ങളെ ഉണ്ടായിരുന്നുള്ളു. 'രജന്യർ' എന്ന് വിളിക്കപ്പെട്ട കുലീനരും പുരോഹിതരായ ബ്രാഹ്മണരും വിസ് എന്നറിയപ്പെട്ട സാധാരണക്കാരും.-ഗംഗാനദീതടത്തിലേക്ക് ആര്യ ജനതയുടെ നീക്കം സമാധാനപരമായ ഒന്നായിരുന്നില്ല.

തദ്ദേശീയ ഗോത്രജനതയെ ആക്രമിച്ചും കീഴ്പ്പെടുത്തിയും അവരുടെ കന്നുകാലികളെ തട്ടിയെടുത്തും, ജലസ്രോതസ്സുകൾ കൈവശപ്പെടുത്തിയും കൃഷി ഭൂമി പിടിച്ചെടുത്തും അടിമപ്പെടുത്തിയും ഒക്കെയായിരുന്നു ഈ കടന്നുകയറ്റം. ദാസന്മാരും ദസ്യുക്കളുമൊക്കെ രൂപപ്പെടുന്നത് ഈ കീഴടക്കലിൽ നിന്നാണ്. യുദ്ധങ്ങൾ സ്വാഭാവികമായും പോരാളികളുടെയും സേനാധിപന്മാരുടെയും പ്രാധാന്യം വർദ്ധിപ്പിച്ചു. സ്വന്തം അന്തസ്സ് വർദ്ധിപ്പിക്കുന്നതിനും സമൂഹത്തിൽ സ്ഥാനമുറപ്പിക്കുന്നതിനുമായി അവർ ചടങ്ങുകൾ സംഘടിപ്പിക്കുകയും മിച്ചോല്പന്നങ്ങൾ മുഴുവൻ അർച്ചനകളായി അർപ്പിക്കുവാൻ അവർ സാധാരണ ജനങ്ങളെ തുടക്കത്തിൽ പ്രോത്സാഹിപ്പിക്കുകയും തുടർന്ന് ബലപ്രയോഗത്തിലൂടെ പിടിച്ചെടുക്കാനാരംഭിക്കുകയും ചെയ്തു. കന്നുകാലികളും അടിമകളുമൊക്കെ ഇങ്ങനെ ബലികളും അർച്ചനാദ്രവ്യങ്ങളുമായി മാറി. സൈനികരും പൂജാരികളും തമ്മിലുള്ള ശക്തമായ ബന്ധം വളർന്നുവരുന്നതിന് ഇത് സഹായകമായി. ബ്രാഹ്മണ-ക്ഷത്രിയ ഐക്യത്തിന്റെ വേര് കിടക്കുന്നത് ഇവിടെയാ

ണ്. ഇതാണ് വർണ്ണ-വർഗ്ഗ ബന്ധമായി വികസിക്കുന്നത്. ഗോത്രബന്ധം പടിപടിയായി വർണ്ണ-വർഗ്ഗ ബന്ധമായി വികസിച്ചു. ആര്യന്മാർ ഇടയന്മാരായാണ് കടന്നുവന്നതെങ്കിൽ പടിപടിയായി അവർ കാർഷിക വൃത്തിയിലേർപ്പെടാൻ തുടങ്ങി. കാർഷികവൃത്തി കാടുവെട്ടിത്തെളിക്കലിലേക്കും കാർഷികേതരവൃത്തിയിലേർപ്പെട്ടിരുന്ന ഗോത്രങ്ങളുടെ ആവാസ വ്യവസ്ഥകൾ തകർക്കുന്നതിലേക്കും തൊഴിൽ രാഹിത്യത്തിലേക്കും നയിച്ചു. അവരിലെ പോരാളികളും പൂജാരികളുമൊക്കെ സ്വാഭാവികമായും ബ്രാഹ്മണരായും ക്ഷത്രിയരായുമൊക്കെ മാറ്റപ്പെട്ടു. ഇതിനൊക്കെ ആത്മീയമായ പരിവേഷവും ഒപ്പം ചടങ്ങുകളുമുണ്ടായിരുന്നു. ഋഗ്വേദത്തിൽ പരാമർശിക്കപ്പെട്ടതും തിരുവിതാംകൂർ രാജകുടുംബത്തിൽ തുടർന്നുവന്നിരുന്നതുമായ ഹിരണ്യ ഗർഭചടങ്ങുകൾ ഈ പഴയ ആചാരത്തിന്റെ അവശിഷ്ടമാണ്.

സ്വർണ്ണ നിർമ്മിതമായ പശുവിന്റെ വായിലൂടെ മന്ത്രോച്ചാരണത്തോടെയും പൂജാവിധികളിലൂടെയും ഒരു നായർ ശിശുവിനെ കടത്തിവിട്ട് ആ കുഞ്ഞു സ്വർണ്ണ പശുവിന്റെ യോനിനാളത്തിലൂടെ പുറത്തുവരുമ്പോൾ ക്ഷത്രിയനായി മാറുന്നതാണ് ഹിരണ്യഗർഭം എന്ന ചടങ്ങ്. ചാതുർവർണ്ണ്യ വ്യവസ്ഥ വ്യാപകമായിക്കൊണ്ടിരിക്കെ ഗോത്രജനവിഭാഗങ്ങളിലെ കുലീനരെ സ്വന്തം വർണ്ണത്തിലേക്ക് ചേർക്കുന്ന പഴയ ആചാരത്തിന്റെ പുതിയ രൂപമാണിത്. നായർ സ്ത്രീയായ സിനിമാനടി ശ്രീലത അന്തർജ്ജനമായതും ഇത്തരമൊരു ചടങ്ങിലൂടെയാണ്. ഈ സ്വാംശീകരണ പ്രക്രിയ ഇന്ത്യയിലാകെ നടന്നിട്ടുണ്ട്. എന്നാൽ വ്യത്യസ്ത ഗോത്രങ്ങളിലെ മേലാളന്മാരെ ഇങ്ങനെ ഉൾക്കൊണ്ട ചാതുർവർണ്ണ്യവ്യവസ്ഥ ഈ ഗോത്രങ്ങളെ ആകെ അത്തരത്തിൽ വർണ്ണവ്യവസ്ഥയിൽ ഉൾപ്പെടുത്തുകയുണ്ടായില്ല. ഭാഷാപരമായും തൊഴിൽപരമായും ഭൂപ്രദേശത്തിന്റെ പ്രത്യേകതകൾക്കനുസരിച്ചും ഒറ്റപ്പെട്ടതും അല്ലാത്തതുമായ ഗോത്രങ്ങളിലെ സാധാരണ ജനവിഭാഗങ്ങളൊക്കെ ജീവിതരീതിയിലൊ തൊഴിലിലൊ കാര്യമായ മാറ്റങ്ങളില്ലാതെ സ്വന്തം ഗോത്രത്തിന്റെ പേരിൽ ജാതികളായി പിന്നീട് അറിയപ്പെടാൻ തുടങ്ങി.

സംഘകാലത്ത് ദക്ഷിണേന്ത്യയിൽ ഉണ്ടായിരുന്ന ഒരു ഗോത്രത്തിന്റെ പേരാണ് വേട്ടുവർ. സാധാരണ കായിക വൃത്തിയിലേർപ്പെട്ടിരുന്നവർ. അവർ ഇന്ന് കേരളത്തിൽ ഒരു ജാതിയായി നിലനില്ക്കുന്നുണ്ട്. ഏതാനും ജില്ലകളിൽ മാത്രമെ ഇവരുള്ളു. ഇവർ ചെയ്യുന്ന ജോലിതന്നെ ചെയ്യുന്ന ജനവിഭാഗം കേരളത്തിലെ എല്ലാ ജില്ലകളിലുമുണ്ട്. എന്നാൽ അവരുടെയൊക്കെ ജാതിപ്പേര് വ്യത്യസ്തമാണ്. ഗോത്രം ജാതിയായി മാറി എന്നാണിത് കാണിക്കുന്നത്.

അങ്ങനെ നോക്കിയാൽ തൊഴിൽ വിഭജനവും വർഗ്ഗപരമായ ചൂഷണവും ആത്മീയതയുമായി സമന്വയിപ്പിച്ചതിലൂടെയാണ് വർണ്ണ വ്യവസ്ഥ രൂപപ്പെട്ടതെങ്കിൽ ഗോത്രങ്ങളെ യുദ്ധം ചെയ്തും പ്രീണിപ്പിച്ചും കീഴ്പ്പെടുത്തിയപ്പോൾ നടന്ന സ്വാംശീകരണ- തിരസ്കരണ പ്രക്രിയയിലൂടെയാണ് ജാതിവ്യവസ്ഥ രൂപപ്പെട്ടത് എന്ന് കാണാനാവും.

വർണ്ണത്തിൽനിന്ന് ജാതിയിലേക്ക്

ഇരുമ്പിന്റെ ഉപയോഗം വ്യാപകമാവുകയും കൃഷി മുഖ്യതൊഴിലായി മാറുകയും ചെയ്തതോടെ ചൂഷണത്തിന്റെ അളവു വർദ്ധിച്ചു. സ്വാഭാവികമായും വർഗ്ഗപരമായ വൈരുദ്ധ്യങ്ങൾ മൂർഛിക്കാനാരംഭിച്ചു. വർണ്ണപരമായ വിഭജനം കൂടുതൽ ശക്തിപ്പെട്ടു. സജാതീയ വിവാഹവും സാമൂഹികമായ അകല്ചയും വ്യാപകമായി. സൈന്ധവകാലത്തേതിൽനിന്ന് കൂടുതൽ ശക്തമായ ഭരണകൂടം രൂപം പ്രാപിക്കുന്നതിന് ഇത് ഇടയാക്കി. ബി സി ആറാം നൂറ്റാണ്ടിൽ കോസല-മഗധ സാമ്രാജ്യങ്ങൾ രൂപപ്പെടുന്നത് ഈ പശ്ചാത്തലത്തിലാണ്. ഭരിക്കുന്ന ഗോത്രത്തലവൻമാരും മറ്റിതര ഭരണകൂട രൂപങ്ങളുമൊക്കെ തങ്ങളുടെ അധികാരത്തിന്റെ സാധൂകരണത്തിനായി യജ്ഞങ്ങളും ആചാരങ്ങളുമൊക്കെയാണ് ഉപയോഗപ്പെടുത്തി വന്നിരുന്നത്. സ്വാഭാവികമായും ക്ഷത്രിയന്മാരും ബ്രാഹ്മണരും തമ്മിലുള്ള ഐക്യം കൂടുതൽ സുദൃഢമാവുന്നതിലേക്ക് ഇത് വഴിവെച്ചു. വർണ്ണവ്യവസ്ഥ ഉയർത്തിപ്പിടിക്കുന്നതിനും സ്വകാര്യസ്വത്തുടമസ്ഥത സംരക്ഷിക്കുന്നതിനും ഭരിക്കുന്നവർ തയ്യാറായി. ദാനം നികുതിക്ക് വഴിമാറാൻ തുടങ്ങി. ബ്രാഹ്മണരും ക്ഷത്രിയരും നികുതി നല്കുന്നതിൽനിന്ന് ഒഴിവാക്കപ്പെട്ടു. സാവധാനത്തിലാണെങ്കിലും ഒരു സ്ഥിരം സൈന്യം രൂപപ്പെടാൻ തുടങ്ങി.

ഉല്പാദന രംഗത്ത് സ്വന്തം അദ്ധ്വാനം ചെലവഴിക്കുന്നവർ വൈശ്യരും ശൂദ്രരുമായിരുന്നു. കൈത്തൊഴിലുകാരും കാർഷികരംഗത്തെ തൊഴിലാളികളും വ്യാപാരികളുമൊക്കെ ഈ വിഭാഗത്തിലാണ് ഉൾപ്പെട്ടിരുന്നത്. അവരാകട്ടെ നികുതിയൊടുക്കാൻ വിധിക്കപ്പെട്ടവരുമായിരുന്നു. വർണ്ണവ്യവസ്ഥയ്ക്കെതിരായും യജ്ഞസംസ്കാരത്തിനെതിരായും ആത്മീയ രംഗത്ത്തന്നെ എതിർപ്പുയർത്തുന്നുവരാൻ തുടങ്ങി. ബുദ്ധ-ജൈന

മതങ്ങളും ലോകായതവുമൊക്കെ ഈ എതിർപ്പിന്റെ പ്രകടരൂപങ്ങളായിരുന്നു. വ്യാപാരികൾ, കൈത്തൊഴിലുകാർ, ഇടത്തരം നാടുവാഴികൾ എന്നീ ജനവിഭാഗങ്ങളൊക്കെ ഇവരെ പിന്തുണയ്ക്കുന്ന സ്ഥിതി സംജാതമായി.

ബി സി 4-3 നൂറ്റാണ്ടുകളിൽ മൗര്യഭരണം വന്നതോടെ യജ്ഞങ്ങൾക്ക് കിട്ടിയിരുന്ന പ്രാമാണികതയിൽ കുറവു സംഭവിച്ചു. മറുഭാഗത്താവട്ടെ കാർഷിക സമ്പദ്‌വ്യവസ്ഥ ശക്തി പ്രാപിക്കുകയും ചെയ്തു. ഇതിനൊത്തു മാറുവാൻ ബ്രാഹ്മണാധിപത്യം തയ്യാറായി. ബുദ്ധമത സിദ്ധാന്തങ്ങളിൽ ചിലത് സ്വായത്തമാക്കുകയാണവർ ചെയ്തത്. കാർഷിക സമ്പദ്‌വ്യവസ്ഥ ശക്തിപ്പെട്ടത് കന്നുകാലികളെ കശാപ്പു ചെയ്യുന്ന യജ്ഞസംസ്കാരത്തിന് ദോഷകരമായതിനാൽ ബുദ്ധമതത്തിൽനിന്ന് അഹിംസ സ്വായത്തമാക്കുവാൻ അവർ നിർബ്ബന്ധിതരായി. മൃഗബലിക്ക് പകരം സാങ്കല്പിക സംവിധാനമൊരുക്കി. എന്നിട്ടും സാമൂഹികമായ മേധാവിത്വം നിലനിർത്തുന്നതിനായി അവർക്ക് ഭഗീരഥശ്രമം തന്നെ നടത്തേണ്ടതായി വന്നു.

മൗര്യരാജ വംശത്തിന്റെ ഉപദേശകനും ബ്രാഹ്മണനുമായ കൗടില്യന്റെ *അർത്ഥശാസ്ത്രം* അന്നത്തെ ഭരണ-സാമ്പത്തിക രംഗങ്ങളെ കുറിച്ച് വ്യക്തമായ ധാരണ നല്കുന്ന ഒരു ഗ്രന്ഥമാണ്. ചാതുർവർണ്ണ്യാധിഷ്ഠിതമായി ഒരു വർഗ്ഗോപകരണമെന്ന നിലയിലാണ് കൗടില്യൻ 'അർത്ഥ ശാസ്ത്ര'ത്തിൽ ഭരണകൂടത്തെ നിർവ്വചിച്ചിരിക്കുന്നത്. കൃഷിയും വ്യാപാരവും വിപുലീകരിക്കാൻ പ്രതിബദ്ധതയോടെ പ്രവർത്തിക്കുന്ന ഒന്നാണ് കൗടില്യന്റെ ഭരണകൂടം. (അർത്ഥശാസ്ത്രത്തെ കുറിച്ച് വിശദമായി ഒരദ്ധ്യായത്തിൽ വിശദീകരിക്കുന്നുണ്ട്.) പുതിയ കൃഷിയിടങ്ങൾ ഒരുക്കുന്നതിന് വേണ്ടി കാടുവെട്ടി തെളിക്കുന്നതിനും ചതുപ്പു നിലങ്ങളെ കൃഷിയിടങ്ങളാക്കി മാറ്റുന്നതിനുംവേണ്ടി ശൂദ്രരെ നിയോഗിക്കുന്നത് ഭരണകൂടം നേരിട്ടാണ്. തരിശുനിലങ്ങളിൽ ശൂദ്രരുടെ അദ്ധ്വാനം ഉപയോഗിച്ച് നേരിട്ട് ഭരണകൂടം കൃഷിയിറക്കുന്നു. അതിനാവശ്യമായ സാഹചര്യവും സഹായങ്ങളുമൊക്കെ ഭരണകൂടം നേരിട്ടുതന്നെ ഒരുക്കി കൊടുക്കുന്നു. എന്നാൽ മുൻപേ കൃഷിയിടമാക്കി മാറ്റിയ ഇടങ്ങളിൽ കൃഷി ചെയ്യുന്നത് വൈശ്യരാണ്. അവർ അതിനായി ശൂദ്രരുടെ അദ്ധ്വാനശക്തി ഉപയോഗപ്പെടുത്തുന്നു. ഭരണകൂടം ഇതിന് വൈശ്യരിൽ നിന്ന് നികുതി പിരിക്കുന്നു. ശൂദ്രരിൽനിന്ന് സൗജന്യമായി അദ്ധ്വാനം സ്വീകരിക്കുകയാണ് ചെയ്യുന്നത്. നികുതിയായി സംഭരിക്കുന്ന ധാന്യവും മറ്റും സംസ്കരിക്കുന്നത് ഈ അദ്ധ്വാനം ഉപയോഗപ്പെടുത്തിയാണ്. ലവണങ്ങൾ, ധാതുക്കൾ എന്നിവയുടെ ഖനനം ഭരണകൂടത്തിന്റെ കുത്തകാവകാശത്തിൻ കീഴിലാണ് നടന്നിരുന്നത്. ഈ കാലമായപ്പോഴേക്ക് കർഷകരെ ആശ്രയിച്ചു കഴിയുന്ന ഒരു വിഭാഗം കാർഷിക തൊഴിലാളികൾ രൂപപ്പെടാൻ തുടങ്ങിയിരുന്നു. എന്നാൽ ഇവരെ കൂട്ടത്തിൽ കൂട്ടാൻ നഗരങ്ങളിൽ വ്യാപാരവും മറ്റുമായി കഴിഞ്ഞിരുന്ന വൈശ്യർ സന്നദ്ധ

രായില്ല. സ്വാഭാവികമായും ഇവർ ശൂദ്രരായി തരംതാഴ്ത്തപ്പെട്ടു. തുടർന്ന് ശൂദ്രരുടെ മുഖ്യതൊഴിൽ കാർഷിക വൃത്തിയായി മാറി. വൈശ്യർ മുഖ്യമായും വ്യാപാരി-വ്യവസായി സമൂഹമായി മാറി. ഇതേ സമയംതന്നെ ക്ഷേത്രസ്വാമിമാരെന്ന് അറിയപ്പെട്ടിരുന്ന (ക്ഷേത്രം എന്നതിന് വയൽ എന്നും അർത്ഥമുണ്ട്) ബ്രാഹ്മണർ ക്ഷേത്രസ്വത്ത് കൈവശം വെക്കുകയും അതിൽ ശൂദ്രരെ പങ്കുപാട്ടക്കാരും ആശ്രിത തൊഴിലാളികളും ആയി ഉപയോഗപ്പെടുത്തുകയും ചെയ്തു.

മൗര്യകാലഘട്ടത്തിൽ വ്യാപാരം ഒരു മുഖ്യതൊഴിലായി വളർന്നുവന്നു. ഉത്തരപഥ, ദക്ഷിണാപഥ വ്യാപാര സമൂഹങ്ങൾ വളർന്നുവന്നത് അങ്ങനെയാണ്. പിന്നീടുള്ള നൂറ്റാണ്ടുകളിൽ റോമാസാമ്രാജ്യവുമായും വ്യാപാരബന്ധങ്ങൾ ഉണ്ടായിരുന്നു. ദക്ഷിണ പൂർവ്വേഷ്യൻ രാജ്യങ്ങളുമായി ദക്ഷിണേന്ത്യക്ക് വ്യാപാരബന്ധങ്ങൾ ഉണ്ടായിരുന്നു. അങ്ങനെയാണ് സാമൂഹിക-സാമ്പത്തിക മേഖലകളിൽ കൈത്തൊഴിലുകാരും വ്യാപാരികളും മുഖ്യശക്തികളായി വളർന്നുവന്നത്. ഇക്കാലത്ത് കൈത്തൊഴിലുകൾ പരമ്പരാഗതമായല്ല ചെയ്തു വന്നിരുന്നത്.

ബ്രാഹ്മണ മേധാവിത്വം വൈവാഹികബന്ധത്തിൽ നിയന്ത്രണം കൊണ്ടുവരുന്നത് ഇക്കാലത്താണ്. ഗോത്രവർഗ്ഗക്കാർക്കിടയിൽ സജാതീയ വിവാഹമാണ് നിലനിന്നിരുന്നത്. എന്നാൽ ആര്യന്മാർക്കിടയിൽ ഇത് കർക്കശമായി നടപ്പിലായിരുന്നില്ല. അതിന് മാറ്റം വരുത്തുകയാണ് ബ്രാഹ്മണമേധാവിത്വം ചെയ്തത്. വേദകാലഘട്ടത്തിന്റെ തുടക്കത്തിൽ സ്വാംശീകരണ പ്രക്രിയ വ്യാപാകമായിരുന്നു. എന്നാൽ കൃഷി മുഖ്യതൊഴിലായി മാറുകയും കൂടുതൽ കായികാദ്ധ്വാനം ചെയ്യുന്നവർ ആവശ്യമായി വരികയും ചെയ്തതോടെ വർണ്ണവ്യവസ്ഥയിലെ മേലാളരായ ബ്രാഹ്മണരും ക്ഷത്രിയരും അവരുടെ വിവാഹ ചടങ്ങുകൾ ചിട്ടപ്പെടുത്തി. എന്നാൽ വർണ്ണ മേധാവികൾക്ക് തുടർന്നും താഴ്ന്നവർണ്ണക്കാരെ വിവാഹം ചെയ്യുന്നതിന് ഇളവ് നല്കുകയും ചെയ്തു. ക്ഷത്രിയരായ രാജകുടുംബാംഗങ്ങൾക്കൊ രാജാവിനുതന്നെയൊ ക്ഷത്രിയേതരരായ ഗോത്രത്തലവന്മാരുടെ മക്കളുമായി വിവാഹബന്ധമുണ്ടാക്കി രാജ്യം വിപുലീകരിക്കുന്നതിന് സഹായകമായിരുന്നു ഈ ഇളവ്. വൈശ്യ,ശൂദ്രവിവാഹങ്ങൾക്ക് ഈ നിയന്ത്രണമൊന്നും ബാധകമായിരുന്നില്ല. അദ്ധ്വാനശേഷിയായിരുന്നു അന്നത്തെ മുഖ്യസമ്പത്ത് എന്നതിനാൽ അവർ യഥേഷ്ഠം ജനിച്ചുകൊള്ളട്ടെ എന്നതായിരുന്നു അന്നത്തെ സമ്പദ്വ്യവസ്ഥയുടെ താല്പര്യം. വിവാഹബന്ധം നിശ്ചയിക്കുന്നതിൽപോലും ഉല്പാദനരീതിക്ക് പങ്കുണ്ടെന്ന് തന്നെയാണിത് വ്യക്തമാക്കുന്നത്.

മൗര്യഭരണകാലത്ത് കൈത്തൊഴിലുകാർ, വ്യാപാരികൾ തുടങ്ങിയ ഇടത്തരം ജനവിഭാഗങ്ങൾക്കുണ്ടായ മുന്നേറ്റമാണ് ബ്രാഹ്മണ മേധാവിത്വത്തിനെതിരായി ബുദ്ധ-ജൈനമതങ്ങളും ലോകായതവുമൊക്കെ വളർന്നുവരുന്നതിനിടയാക്കിയത്. കാർഷികരംഗത്തെ പുരോഗതി കൃഷിയുടെ ഉല്പാദനോപകരണങ്ങളിലൊന്നായ കന്നുകാലികളെ കൂട്ടകശാപ്പു

നടത്തുന്ന യജ്ഞസംസ്കാരത്തിനും മൃഗബലിക്കും എതിരായ വികാരം വളർന്നുവരുന്നതിന് ഇടയാക്കി. നികുതി കൊടുക്കുകയും അദ്ധ്വാനിച്ച് സമ്പദ്വ്യവസ്ഥയെ നിലനിർത്തുകയും ചെയ്തുവരുന്ന വൈശ്യന്മാരും ശൂദ്രന്മാരും സാമൂഹികാന്തസ്സിന്റെ കാര്യത്തിൽ അധഃസ്ഥിതരായിപ്പോകുന്നത് അവർക്കിടയിൽ ഭരണവർഗ്ഗത്തിനെതിരായ വൈരുദ്ധ്യം മൂർഛിക്കുന്നതിനിടയാക്കി. ബുദ്ധ-ജൈനമതങ്ങൾ മൃഗബലിക്കും യജ്ഞങ്ങൾക്കുമെതിരായ നിലപാടെടുക്കുന്നത് ഈ പശ്ചാത്തലത്തിലാണ്. ഏറെ താഴെ തട്ടുകാരായി കണക്കാക്കപ്പെട്ടിരുന്ന ചണ്ഡാളർക്കടക്കം കടന്നു ചെല്ലാവുന്നവയായിരുന്നു ബുദ്ധമതകേന്ദ്രങ്ങൾ. എന്നാൽ ബുദ്ധ-ജൈനമതങ്ങൾ നിലനില്ക്കുന്ന ഉല്പാദനബന്ധങ്ങളെ എതിർക്കാൻ തയ്യാറായിരുന്നില്ല എന്നുമാത്രമല്ല അടിമകൾക്ക് സംഘത്തിൽ ചേരണമെങ്കിൽ ഉടമയുടെ അനുമതി വേണം എന്ന നിബന്ധന അംഗീകരിക്കാനും തയ്യാറായിരുന്നു.

ഈ രണ്ടു മതങ്ങൾക്കും കാര്യമായ പിന്തുണ നല്കിയത് വ്യാപാരി സമൂഹവും കൈത്തൊഴിലുകാരുമായിരുന്നു. നിലനില്ക്കുന്ന സമ്പദ്വ്യവസ്ഥയുടെ സ്വാധീനംമൂലം ബുദ്ധമതസംഹിതകളിലും ഭൗതികഘടനയിലുമൊക്കെ മാറ്റങ്ങൾ നിരവധിവന്നെങ്കിലും ഏതാണ്ട് ഒരു സഹസ്രാബ്ദത്തോളം കാലം ബ്രാഹ്മണമേധാവിത്വത്തിന് വെല്ലുവിളി ഉയർത്തിക്കൊണ്ട് നിലകൊള്ളുവാൻ ബുദ്ധ-ജൈനമതങ്ങൾക്ക് കഴിഞ്ഞു. ഇത് ബ്രാഹ്മണമതത്തിൽ വലിയ പ്രത്യാഘാതമുളവാക്കി. അശോകചക്രവർത്തിയുടെ കാലത്ത് അവർ കൃഷിക്കുപയുക്തമായ ഭൂമിയന്വേഷിച്ച് കുടിയേറ്റം നടത്താൻ തുടങ്ങി. വനപ്രദേശങ്ങളിൽ ആശ്രമംകെട്ടി താപസന്മാർ താമസിച്ചു വന്നിരുന്നതായി പുരാണങ്ങളിൽ പറയുന്നതിൽ നിന്നു തന്നെ ഇത് വ്യക്തമാണ്. ഗോത്രവർഗ്ഗജനതയുമായി നല്ലബന്ധം സ്ഥാപിക്കാനും അവരെ കൃഷിക്കാരാക്കി മാറ്റുന്നതിനും ഒപ്പം വേദമേധാവിത്വത്തിന് കീഴിൽ കൊണ്ടുവരുന്നതിനും ഉള്ള ആസൂത്രിതനീക്കമായിരുന്നു അത്. പ്രാദേശിക ഗോത്രജന വിഭാഗങ്ങളെ ഒന്നടങ്കംതന്നെ ജാതികൾ എന്ന പേരിൽ ശൂദ്രരാക്കിമാറ്റി. ഒപ്പം അവരുടെ ഗോത്രാചാരങ്ങൾ തുടരുന്നതിന് അനുവദിക്കുകയും ചെയ്തു. ഈ ഗോത്രജനതയിലെ പൂജാരികളെയും മറ്റും ബ്രാഹ്മണരായും പോരാളികളെ ക്ഷത്രിയരായും ഉൾക്കൊണ്ടു. മൃഗബലി പ്രതീകാത്മകമായി മാറി. അഹിംസാ സിദ്ധാന്തത്തെ ബുദ്ധമതത്തിൽനിന്ന് കടംകൊള്ളുകയും സസ്യാഹാരികളായി മാറുകയും ചെയ്തു.

വേദകാലദൈവങ്ങൾ അപ്രസക്തരോ ഉപദൈവങ്ങളൊ ആയി മാറിയതും കൃഷ്ണനും ശിവനും വിഷ്ണുവുമൊക്കെ മുഖ്യദൈവങ്ങളായി മാറിയതും ഇക്കാലത്താണ്. അമ്മ ദൈവങ്ങൾ ഗോത്രവർഗ്ഗാചാരങ്ങളോടൊപ്പം ബ്രാഹ്മണമതത്തിലേക്ക് കുടിയേറി. പല ഗോത്രദൈവങ്ങളും വിഷ്ണുവിന്റെ അവതാരങ്ങളായി അറിയപ്പെടാൻ തുടങ്ങി.

കാർഷിക സമ്പദ്വ്യവസ്ഥയെ ഉപയോഗപ്പെടുത്തികൊണ്ട് ഗോത്ര

ങ്ങളെയും അർദ്ധ-ഗോത്രങ്ങളെയും സ്വാംശീകരണ നിരാകരണ പ്രക്രിയകളിലൂടെ ചാതുർവർണ്ണ്യം ഉൾക്കൊണ്ടതും വർണ്ണവ്യവസ്ഥ ജാതിവ്യവസ്ഥയായി വികസിച്ചതും ഇങ്ങനെയാണ്. കാർഷിക വൃത്തിയുമായി ബന്ധപ്പെട്ട ആചാരങ്ങളും അനുഷ്ഠാനങ്ങളും വിപുലീകരിക്കപ്പെടുകയും വിത്തിറക്കൽ, വിളവെടുക്കൽ, ആഘോഷങ്ങൾ ശക്തിപ്പെടുകയും ചെയ്തു. കാർഷിക ശാസ്ത്ര വിദഗ്ദ്ധർ കൂടിയായ ബ്രാഹ്മണർ ഈ രംഗത്ത് ആചാര്യപദവിയിൽ നിന്നുകൊണ്ട് നഷ്ടപ്പെട്ട സ്ഥാനം തിരിച്ചുപിടിച്ചു.

ദക്ഷിണേന്ത്യയിലേക്ക്

വടക്കേ ഇന്ത്യയിൽ കാലുറപ്പിക്കാനും ബുദ്ധമത മേധാവിത്വത്തെ മറികടക്കാനും കഴിഞ്ഞതോടൊപ്പംതന്നെ തെക്കെ ഇന്ത്യയിലേക്കും ബ്രാഹ്മണമേധാവിത്വം വ്യാപിക്കാനാരംഭിച്ചു. ക്രിസ്തുവിന് മുമ്പ് ആറാം നൂറ്റാണ്ടിൽ വ്യാപാരികൾ ഡെക്കാനിലൂടെ സാധാരണയായി ഉപയോഗിച്ചുവരുന്ന പാതകളിലൂടെയാണവർ ദക്ഷിണേന്ത്യയിലേക്ക് കടക്കുന്നത്. അന്ന് ദക്ഷിണേന്ത്യയിൽ തൊഴിൽ വിഭജനവും വർഗ്ഗവിഭജനവുമൊക്കെ രൂപപ്പെട്ടു കഴിഞ്ഞിരുന്നു. അർദ്ധഗോത്രവ്യവസ്ഥയിൽനിന്ന് തീർത്തും വർഗ്ഗവിഭജിതമായ ഒരു വ്യവസ്ഥയിലേക്കുള്ള മാറ്റത്തിലായിരുന്നു അന്നത്തെ ദക്ഷിണേന്ത്യ. അതുകൊണ്ടുതന്നെ വർഗ്ഗപരവും അല്ലാത്തതുമായ ഏറ്റുമുട്ടലുകൾ അവിടെ നടന്നിരുന്നു. കാർഷികേതര ഗോത്രങ്ങൾ പലപ്പോഴും കൃഷിയിടങ്ങൾ കൊള്ളയടിച്ചാണ് ജീവിതാവശ്യത്തിനുള്ള വിഭവങ്ങൾ നേടിയിരുന്നത്. കടൽ കടന്നുള്ള വ്യാപാരവും വികസിച്ചു വന്നിരുന്നു. ഇരുമ്പിനെ കുറിച്ചുള്ള ശാസ്ത്രീയ വിജ്ഞാനവും കാർഷിക രംഗത്തെ വിജ്ഞാനവും ബ്രാഹ്മണരെ ഈ സമ്പദ്‌വ്യവസ്ഥയ്ക്ക് അനുയോജ്യരാക്കി മാറ്റി. കർഷകരും കാർഷിക തൊഴിലാളി ഗോത്രങ്ങളും തമ്മിലുള്ള ഏറ്റുമുട്ടൽ ഒഴിവാക്കാൻ അനുയോജ്യമായ ഒന്നായിരുന്നു വർണ്ണ വ്യവസ്ഥ. വടക്കേ ഇന്ത്യയിൽ നടന്നതുപോലെ ഇവിടെയും കാർഷിക വൃത്തിയിലേർപ്പെട്ടിരുന്നവർ ശൂദ്രവർണ്ണത്തിലേക്ക് സ്വാംശീകരിക്കപ്പെട്ടു. ഗ്രാമീണ ഭരണാധികാരികളും പോരാളികളുമൊക്കെ പ്രത്യേക വർണ്ണമായി മാറാതെ ശൂദ്രരായിത്തന്നെ അറിയപ്പെട്ടു. പ്രാദേശിക പുരോഹിത വിഭാഗങ്ങൾ ബ്രാഹ്മണരിലേക്ക് സ്വാശീകരിക്കപ്പെട്ടു. ബ്രാഹ്മണരുടെ വരവിന് മുമ്പുതന്നെ ഇവിടെ ബുദ്ധ-ജൈനമതങ്ങൾ വേരുറപ്പിച്ചു കഴിഞ്ഞിരുന്നു. വ്യാപാരികളും കൈത്തൊഴിലുക്കാരും മറ്റും ബുദ്ധമതത്തിലേക്കാണ് ആകർഷിക്കപ്പെട്ടത്. റോമാസാമ്രാജ്യവുമായി നടന്നുവന്നിരുന്ന വ്യാപാരത്തിൽനിന്ന് കിട്ടുന്ന ലാഭത്തിൽ ഒരു പങ്ക് ബുദ്ധ-ജൈനമത കേന്ദ്രങ്ങൾക്ക് ലഭിക്കുന്നതിന് ഇതിടയാക്കി. രാഷ്ട്രീയ സ്വാധീനത്തിനായി ഈ മൂന്നു മതങ്ങളും അന്യോന്യം മത്സരിച്ചെങ്കിലും ആർക്കും അധികാരകുത്തക നേടിയെടുക്കാനായില്ല.

ബ്രാഹ്മണ മതം ഇക്കാലത്ത് ശൈവ-വൈഷ്ണവ വിഭാഗങ്ങളായി വേർപിരിഞ്ഞു. ഈ ഭിന്നിപ്പ് ജനസ്വാധീനം വർദ്ധിപ്പിക്കുന്നതിനാണ് ഇടയാക്കിയത്.

ഡെക്കാൻ പീഠഭൂമിയിൽ ആദ്യത്തെ ഭരണകൂടമായി അറിയപ്പെടുന്നത് എ ഡി രണ്ടാം നൂറ്റാണ്ടിൽ രൂപംകൊണ്ട ശതവാഹനരാജവംശമാണ്. ഇവർ ചാതുർവർണ്യത്തെയും ബ്രാഹ്മണാധിപത്യത്തെയും പിന്തുണക്കുന്നവരായിരുന്നു. എന്നാൽ കാഞ്ചിയിലെ ബുദ്ധമതകേന്ദ്രവുമായും ഇവർക്ക് അടുപ്പമുണ്ടായിരുന്നു. ദക്ഷിണേന്ത്യയിലെ ഏറ്റവും തെക്കുവശത്തുണ്ടായ ആദ്യത്തെ ഭരണകൂടം പല്ലവരാജവംശമാണ്. ഇവരും ബ്രാഹ്മണരെ പിന്തുണയ്ക്കുന്നവരായിരുന്നു. സംസ്കൃതവും ഇവരാൽ പ്രോത്സാഹിപ്പിക്കപ്പെട്ടു. ഭൂവുടമകളായ കർഷക ജനവിഭാഗത്തിന്റെ പ്രതിനിധികളായിരുന്നു ഈ ഭരണാധികാരികൾ. കൃഷിവ്യാപിക്കുന്നതിന് ആവശ്യമായ നടപടികൾ ഇവർ സ്വീകരിച്ചു. ആദ്യത്തെ പല്ലവ രാജാവ് കാളകൾക്ക് വലിക്കാവുന്ന മൂന്നുലക്ഷം കലപ്പകൾ വിതരണം ചെയ്തതായാണ് രേഖപ്പെടുത്തിയിരിക്കുന്നത്. ഈ കാലഘട്ടത്തിലാണ് ആധിപത്യത്തിന് വേണ്ടിയുള്ള പോരാട്ടം മൂന്നു മതങ്ങൾ തമ്മിൽ നടക്കുന്നത്. ജൈനനായിരുന്ന മഹേനുരവർമ്മൻ എന്ന പല്ലവ രാജാവ് ശൈവ മതത്തിലേക്ക് മതം മാറി. 8000 ജൈനന്മാരെയാണ് ഇദ്ദേഹം കൊന്നൊടുക്കിയത്.

ഉയർന്നു വരുന്ന രാജഭരണത്തിന് നിയമപരമായ പ്രാബല്യം നല്കുന്നതിന് അധികാരപ്പെട്ടവർ ബ്രാഹ്മണരായിരുന്നു. അവരാണ് അധികാരാരോഹണ ചടങ്ങുകൾക്ക് നേതൃത്വം വഹിച്ചിരുന്നത്. ഗോത്ര ജീവിതത്തിലെ സാഹോദര്യ ബന്ധത്തിൽനിന്ന് വർഗ്ഗപരമായ യോജിപ്പിലേക്കുള്ള വളർച്ചയാണ് വർണ്ണാശ്രമ വ്യവസ്ഥ സ്വീകരിക്കുന്നതിലൂടെ സംഭവിക്കുന്നത്.

കൗടില്യന്റെ അർത്ഥശാസ്ത്രം

മനുസ്മൃതി കൈകാര്യം ചെയ്ത വിഷയങ്ങളിൽ ചിലതിന്റെ കൂടുതൽ ഉയർന്നതും വിശദവുമായ ആവിഷ്കാരമാണ് കൗടില്യന്റെ *അർത്ഥശാസ്ത്ര*ത്തിൽ നടത്തിയിരിക്കുന്നത്. കൗടില്യന്റെ പേരിനെ സംബന്ധിച്ചുപോലും പണ്ഡിതന്മാർക്കിടയിൽ അഭിപ്രായവ്യത്യാസമുണ്ട്. കുടലൻ എന്ന ഒരു ഗോത്രർഷിയുണ്ടായിരുന്നു എന്നും അദ്ദേഹത്തിന്റെ വംശത്തിൽ ജനിച്ചതിനാൽ കൗടില്യൻ എന്ന പേര് വിഷ്ണു ഗുപ്തനു ലഭിച്ചു എന്നുമാണ് ഒരു വാദം. കൗടില്യൻ, ചാണക്യൻ എന്നീ പദങ്ങൾ കാമസൂത്രകാരനായ വാത്സ്യായനന്റ പേരുകളാണെന്ന് പറയുന്നവരുമുണ്ട്. കൗടില്യന് വിഷ്ണുഗുപ്തൻ, ചാണക്യൻ, ദ്രാമിളൻ, അംഗുലൻ എന്നിങ്ങനെയും പേരുകളുള്ളതായി വ്യാഖ്യാനിക്കാവുന്ന ശ്ലോകങ്ങളുമുണ്ട്. അതെന്തായാലും ഹിന്ദു വർണ്ണാശ്രമധർമ്മമനുസരിച്ച് ഭരിക്കുമ്പോൾ ഒരു രാജാവ് ശ്രദ്ധിക്കേണ്ട കാര്യങ്ങൾ ആധികാരികമായിത്തന്നെ രേഖപ്പെടുത്തിവെച്ചിട്ടുള്ള ഒരു മികച്ച ഗ്രന്ഥമാണ് *അർത്ഥശാസ്ത്രം. പഞ്ചതന്ത്ര*ത്തിൽ 'തതോ ധർമ്മ ശാസ്ത്രാണി മന്വാദീതി, അർത്ഥശാസ്ത്രാണി ചാണക്യാദീതി, കാമശാസ്ത്രാണി വത്സ്യായനദീതി' എന്നാണ് പരാമർശിച്ചിട്ടുള്ളത്. ഇത് *അർത്ഥശാസ്ത്ര*ത്തിന് മനുസ്മൃതിക്കൊപ്പമുള്ള സ്ഥാനമാണ് വ്യക്തമാക്കിയിരിക്കുന്നത്.

*അർത്ഥശാസ്ത്ര*ത്തിൽ നാലു വർണ്ണങ്ങളുടെയും ധർമ്മങ്ങൾ മൂന്നാം അദ്ധ്യായത്തിൽ തന്നെ വ്യക്തമാക്കിയിട്ടുണ്ട്. അത് ഇപ്രകാരമാണ്. ബ്രാഹ്മണന്റെ സ്വധർമ്മം അദ്ധ്യയനം, അദ്ധ്യാപനം, യജനം, യാജനം, ദാനം, പ്രതിഗ്രഹം എന്നിവ; ക്ഷത്രിയന്റേത് അദ്ധ്യയനം, യജനം, ദാനം, ശാസ്താജീവം, പ്രാണിപാലനം എന്നിവ; വൈശ്യന്റേത് അദ്ധ്യയനം, യജനം, ദാനം, കൃഷി, പശുപാല്യം, വാണിജ്യം എന്നിവ;

ശൂദ്രന്റേത് ദ്വിജാതികളുടെ ശുശ്രൂഷ, വാർത്ത, ശില്പികർമ്മം, കുശീലവകർമ്മം എന്നിവ. ഇതിൽ വാർത്ത എന്തെന്ന് നാലാം അദ്ധ്യായത്തിൽ വിശദീകരിക്കപ്പെട്ടിട്ടുണ്ട്. 'വാർത്ത എന്നാൽ കൃഷിയും പശു പാല്യവും, വാണിജ്യവും ആകുന്നു.' എന്നുവെച്ചാൽ ശുദ്രരിലെ ഉയർന്ന ഒരു വിഭാഗം ദാസ്യത്തിൽനിന്ന് ഉയർന്ന ജോലികൾ ചെയ്യാൻ തുടങ്ങിയിരിക്കുന്നു എന്ന് അംഗീകരിക്കുകയാണ് അർത്ഥശാസ്ത്രം ചെയ്യുന്നത്. വർണ്ണസങ്കരവും സ്വാംശീകരണവുമൊക്കെ നടക്കുകയും പുതിയ ജാതികൾ രൂപപ്പെടുകയും ചെയ്തതിന്റെ അടിസ്ഥാനത്തിലാണ് ഈ ഉൾക്കൊള്ളൽ നടത്തിയിരിക്കുന്നത്.എന്നിരിക്കിലും'ചാതുർവർണ്ണ്യശ്രമം ലോകം, നൃപൻ ദണ്ഡേന കാക്കുകിൽ, സ്വധർമ്മ കർമ്മരതനായ് നിജസ്ഥാനത്തിരുന്നിടും' എന്ന് ആവർത്തിക്കാൻ അർത്ഥശാസ്ത്രകാരനും തയ്യാറായിട്ടുണ്ട്.

*അർത്ഥശാസ്ത്ര*ത്തിൽ രാജാവിനേക്കാൾ (ക്ഷത്രിയൻ) പ്രാമുഖ്യം പുരോഹിതനു (ബ്രാഹ്മണൻ) നല്കുന്നതിന് തയ്യാറായിട്ടുള്ളതായി കാണാനാവും. ആരെയാണ് പുരോഹിതനാക്കേണ്ടതെന്നും പിന്നീട് പുരോഹിതനെ രാജാവ് എങ്ങനെ കാണണം എന്നുമാണ് *അർത്ഥശാസ്ത്രം* ഒമ്പതാം അദ്ധ്യായത്തിൽ വിശദീകരിച്ചിരിക്കുന്നത്.

> ഉദിതോദിതങ്ങളായ കുലശീലങ്ങളോടുകൂടിയവനും, ഷഢംഗമായ വേദവും ദൈവീകമായ നിമിത്തശാസ്ത്രവും ദണ്ഡനീതിയും നല്ലവണ്ണം പഠിച്ചറിഞ്ഞവനും, ദൈവകൃതങ്ങളും മനുഷ്യകൃതങ്ങളുമായുണ്ടാകുന്ന ആപത്തുകളെ അഥർവ്വമന്ത്രങ്ങളെക്കൊണ്ടും ഉപായങ്ങളെക്കൊണ്ടും ഒഴിവാക്കുന്നവനുമായിട്ടുള്ളവരെ പുരോഹിതരാക്കണം. അദ്ദേഹത്തെ ആചാര്യനെ ശിഷ്യനെന്ന പോലെയും പിതാവിനെ പുത്രനെന്നപോലെയും യജമാനനെ ഭൃത്യനെന്നപോലെയും രാജാവ് അനുവർത്തിക്കുകയും വേണം.

ഉദിതോദിതം എന്നതിന് നാലുപുരുഷാന്തരം പിഴയാതെ കുലശീലങ്ങളുള്ളവൻ എന്നാണ് പറഞ്ഞിരിക്കുന്നത്. യജമാന-ഭൃത്യബന്ധമാണ് പുരോഹിതരും രാജാവും തമ്മിലുള്ളത്. ബ്രാഹ്മണ മേധാവിത്വപരമായ സമീപനമാണ് അർത്ഥശാസ്ത്രത്തിനുള്ളത് എന്ന് ഇതിൽനിന്നുതന്നെ വ്യക്തമാണ്. ബ്രാഹ്മണൻ കുറ്റം ചെയ്താൽ അതിന് ശിക്ഷവിധിക്കുന്നതിലും ചാതുർവർണ്ണ്യത്തിന്റെ മേൽകീഴ് ബന്ധങ്ങൾ വളരെയേറെ പ്രകടമാണ്.

"ബ്രാഹ്മണൻ, ക്ഷത്രിയൻ, വൈശ്യൻ, ശൂദ്രൻ,അന്താവസായി (ചണ്ഡാളൻ) എന്നിവരിൽ വെച്ച് പിൻപു പിൻപു പറഞ്ഞവർ മുൻപു മുൻപു പറഞ്ഞവരെപ്പറ്റി പ്രകൃത്യുപവാദം (സ്ത്രീത്വവും സ്ത്വാദികളെ സംബന്ധിച്ച നിന്ദ) ചെയ്താൽ മുന്നുപണം മുതൽ മുമ്മൂന്നു പണം അധികമായിട്ടുള്ള ദണ്ഡങ്ങൾ വിധിക്കണം; മുൻപുമുൻപു പറഞ്ഞവർ പിൻപു പിൻപു പറഞ്ഞവരെയാണ് പ്രകൃത്യുപവാദം ചെയ്തതെങ്കിൽ ഈ രണ്ടു പണം കുറവായിട്ടുള്ള ദണ്ഡങ്ങൾ വിധിക്കണം. കുബ്രാഹ്മ

ണൻ (നിന്ദ്യനായ ബ്രാഹ്മണൻ) എന്നു തുടങ്ങിയ വാക്കുകളെ കൊണ്ടു കുത്സനം ചെയ്താലും ദണ്ഡം ഇതുതന്നെ" ഉദ്ധരണി സ്വയം വിശദീകരണ ക്ഷമമാണെന്നതുകൊണ്ട് വിശദീകരിക്കുന്നില്ല. അപവാദപ്രചാരണമെന്ന വളരെ ചെറിയ കുറ്റം മുതൽ കൊലപാതകത്തിനുള്ള ശിക്ഷയിൽവരെ ഈ മേൽകീഴ് ബന്ധങ്ങൾ പ്രകടമാണ് എന്നതിൽനിന്ന് ഹിന്ദു രാജാക്കന്മാരുടെ ഭരണം ചാതുർവർണ്ണ്യാധിഷ്ഠിതമായിരുന്നു എന്ന് പറയാൻ കഴിയും.

ശിക്ഷയുടെ സ്ഥിതി ഇതായിരുന്നുവെങ്കിൽ സ്വത്തുടമസ്ഥതയുടെ കാര്യത്തിലും സ്ഥിതി ഇതുതന്നെയായിരുന്നു എന്ന് കാണാനാവും.

> ഋത്വിക്കുകൾ, ആചാര്യന്മാർ, പുരോഹിതന്മാർ, ശ്രോത്രിയന്മാർ എന്നിവർക്ക് അഭിരൂപന്മാർക്ക് ദായം ലഭിക്കുമാറ് വസ്തുക്കൾ ദണ്ഡകരണങ്ങളൊഴിവാക്കി ബ്രാഹ്മദേയമായിട്ടു കൊടുക്കണം. അദ്ധ്യക്ഷന്മാർ, സംഖ്യായകന്മാർ (കണക്കെഴുത്തുകാർ)തുടങ്ങിയവർക്കും, ഗോപൻ, സ്ഥാനികൻ, അതികസ്ഥൻ, ചികിത്സകൻ, അശ്വദമകൻ, ജംഘാകരികൻ(ഒട്ടൻ) എന്നിവർക്കും വിക്രയത്തിനും ആധാനത്തിനും (പണയപ്പെടുത്തൽ)അധികാരമില്ലാത്ത നിലയിൽ വസ്തുകൾ കൊടുക്കണം.(ജനപദനിവേശം,ഒന്നാം അദ്ധ്യായം,അർത്ഥശാസ്ത്രം)

ഇതിൽ ആദ്യം പറഞ്ഞ ഋത്വിക്കുകളും ആചാര്യന്മാരും, പുരോഹിതന്മാരും ശ്രോതിയന്മാരുമൊക്കെ ബ്രാഹ്മണർ തന്നെയാണ്. അവർക്കാണ് ബ്രാഹ്മദേയം (ബ്രാഹ്മണന് ദാനം കൊടുക്കുന്നത്) എന്ന പേരിൽ കരം ഒഴിവാക്കി ഭൂമി സ്വന്തമായി ക്രയവിക്രയാവകാശത്തോടെ നല്കാമെന്ന് അർത്ഥശാസ്ത്രം പറയുന്നത്. ഗ്രാമ മുഖ്യന്മാരും കണക്കെഴുത്തുകാരും സ്ഥാനികന്മാരും, ആനയേയും കുതിരയേയും ചട്ടം പറിപ്പിക്കുന്നവരും ഒക്കെ ക്രയവിക്രയത്തിനൊ പണയപ്പെടുത്തലിനൊ അധികാരമില്ലാതെ ഭൂമികൈവശം വെക്കാൻ മാത്രം അധികാരപ്പെട്ടവരാണ്. പഞ്ചമരെന്നും ചണ്ഡാളരെന്നും വിളിക്കപ്പെടുന്നവർക്ക് യാതൊരു അവകാശവും ഭൂമിയിലില്ല എന്നുതന്നെയാണിത് വ്യക്തമാക്കുന്നത്.

സ്വത്തുടമസ്ഥതയിലും ശിക്ഷാക്രമത്തിലും പ്രകടമാവുന്നത് ഹിന്ദു ഭരണ വ്യവസ്ഥയിലെ വർഗ്ഗസ്വഭാവം തന്നെയാണ്. സ്വത്തുടമസ്ഥരും സ്വത്തില്ലാത്തവരും എന്ന വിഭജനം അർത്ഥശാസ്ത്രകാലത്ത് കൂടുതൽ പ്രകടമായിത്തീരുകയും അതിനെ നിയമവ്യവസ്ഥയുടെ ഭാഗമാക്കി ചിട്ടപ്പെടുത്തുകയും ചെയ്തിരിക്കുന്നു എന്നാണ് ഇതിൽനിന്ന് വ്യക്തമാവുന്നത്.

ബുദ്ധമതം

"മതം പീഡിത വർഗ്ഗത്തിന്റെ ആശ്വാസമാണ്, ഹൃദയശൂന്യമായ ഒരു ലോകത്തിന്റെ ഹൃദയമാണ്, ആത്മശൂന്യമായ ഒരു വ്യവസ്ഥിതിയുടെ ആത്മാവാണ്; അത് ജനങ്ങളെ മയക്കുന്ന കറുപ്പാണ്, കറുപ്പ് ഒന്നിനും പരിഹാരമല്ല. എങ്കിലും വേദനയിൽനിന്ന് മോചനം നേടാൻ അത് സഹായിച്ചേക്കും" എന്ന് മാർക്സ് പറഞ്ഞിട്ടുണ്ട്. മതത്തെപ്പറ്റിയുള്ള ഈ വിലയിരുത്തൽ ഹിന്ദുമതത്തിനും ക്രിസ്തുമതത്തിനും മുതൽ ബുദ്ധമതത്തിന്വരെ അനുയോജ്യമാണ്. ഹിന്ദുമതത്തിന് നേർവിപരീതമായി വളർന്നുവന്ന ബുദ്ധമതത്തിനും ഹിന്ദുമതത്തിനും പൊതുവിൽ യോജിക്കുന്ന നിർവ്വചനമോ, അതെങ്ങനെ എന്ന് ചോദ്യമുയരാവുന്നതാണ്. ക്രിസ്തു മതചരിത്രത്തെപ്പറ്റി എന്ന ലേഖനത്തിൽ ഏംഗൽസ് ആദ്യകാലക്രിസ്തുമത ചരിത്രത്തിന് തൊഴിലാളിവർഗ്ഗ പ്രസ്ഥാനവുമായുള്ള സാദൃശ്യത്തെക്കുറിച്ച് പറഞ്ഞിട്ടുണ്ട്. ബന്ധനത്തിൽനിന്നും കഷ്ടപ്പാടുകളിൽ നിന്നുമുള്ള മോക്ഷമാണ് ക്രിസ്തുമതവും തൊഴിലാളിവർഗ്ഗ സോഷ്യലിസവും വാഗ്ദാനം ചെയ്യുന്നത്. ക്രിസ്തുമതം മരണാനന്തര മോക്ഷമാണ് വാഗ്ദാനം ചെയ്യുന്നതെങ്കിൽ ഇഹലോകത്തിൽതന്നെ സോഷ്യലിസം വാഗ്ദാനം ചെയ്യുകയും അതിനായി പ്രവർത്തിക്കുകയുമാണ് തൊഴിലാളിവർഗ്ഗം ചെയ്യുന്നത്, മർദ്ദിതജന വിഭാഗത്തിന് മാനസികമായെങ്കിലും ആശ്വാസം നല്കുന്ന ഒന്നായാണ് മതം രൂപം കൊള്ളുന്നത്. എന്നാൽ മതം സംഘടിതരൂപം കൊള്ളുകയും തുടർന്ന് വ്യവസ്ഥാപിതമാവുകയും ചെയ്യുമ്പോഴാണ് അത് ചൂഷണോപകരണമായി മാറുന്നത്.

ഹിന്ദുമതം ഏതെങ്കിലുമൊരു പ്രവാചകനാൽ സ്ഥാപിക്കപ്പെട്ടതോ പൊതുവായ ഒരു സംസ്കാരത്തിന്റെ ഭാഗമായി രൂപം കൊണ്ടതോ അല്ല.

വേദകാലഘട്ടത്തോളം പഴക്കമുള്ളതാണ് ഹിന്ദുമതത്തിന്റെ ചരിത്രം എന്ന് ഹിന്ദുത്വവാദികൾ അവകാശപ്പെടുന്നുണ്ട്. പക്ഷേ, അന്നത് അധിനിവേശക്കാരായ ആര്യന്മാരുടെ മതമായിരുന്നു. ഇന്ത്യയിലെ ആദിമനിവാസികളെ കീഴ്പ്പെടുത്തിയാണ് ആര്യന്മാർ ഇവിടെ മേധാവിത്വം സ്ഥാപിക്കുന്നത്. മലമ്പ്രദേശങ്ങളിലേക്കും തീരഭൂമികളിലേക്കും വെളിമ്പ്രദേശങ്ങളിലേക്കുമൊക്കെ പിന്മാറിയവർ ആര്യസംസ്കാരവുമായോ അതിന് കീഴ്പ്പെട്ട് അവരുടെ അടിമകളായി മാറിയവരുടേയോ സംസ്കാരങ്ങളോ ആചാരങ്ങളോ പങ്കുവെച്ചിരുന്നില്ല. അതുകൊണ്ടുതന്നെ തുടക്കത്തിൽ ചാതുർവർണ്ണ്യ വ്യവസ്ഥയുടെ ഭാഗമായിരുന്നില്ല അവർ. പിന്നീടുണ്ടായ ജാതിവ്യവസ്ഥയുടെ ഭാഗമായി ചിലതൊക്കെ കൂട്ടിച്ചേർക്കപ്പെട്ടുവെങ്കിലും പലരും തനത് ആചാരമര്യാദകളും വിശ്വാസങ്ങളുമൊക്കെയാണ് വെച്ചുപുലർത്തിയിരുന്നത്. ആദിവാസികൾ എന്ന് ഇന്ന് വിളിക്കുന്നവർക്ക് ജാതിവ്യവസ്ഥയുമായി പുലബന്ധം പോലുമുണ്ടായിരുന്നില്ല. ബ്രിട്ടീഷ് ഭരണവും ദേശീയപ്രസ്ഥാനവും തുടർന്നുവന്ന ഹിന്ദുത്വവാദികളുമൊക്കെയാണ് ക്രിസ്ത്യാനിയും മുസ്ലീമുമൊഴികെ മറ്റുള്ളവരെയെല്ലാം ഹിന്ദുവായി കാണുന്ന വിധത്തിൽ പ്രചാരവേല സംഘടിപ്പിക്കുകയും അവസാനം ഇന്ത്യൻ ഭരണഘടന അതിന് നിയമസാധുത്വം നല്കുകയും ചെയ്തത്.

ചാതുർവർണ്ണ്യ വ്യവസ്ഥ വൈരുദ്ധ്യങ്ങളില്ലാത്ത ഒന്നായിരുന്നില്ല. അക്കാലത്തെ കുറിച്ച് കെ ദാമോദരൻ എഴുതിയത് ഇങ്ങനെയാണ്. “ഒരു ഭാഗത്ത് ബ്രാഹ്മണരും ക്ഷത്രിയരും തമ്മിലുള്ള മത്സരങ്ങൾ, മറ്റൊരു ഭാഗത്ത് കച്ചവടക്കാരും ബ്രാഹ്മണരും തമ്മിലുള്ള സമരങ്ങൾ, വേറൊരു ഭാഗത്ത് അടിമകളും ഉടമകളും തമ്മിലുള്ള സമരങ്ങൾ - ഇങ്ങനെ സമുദായത്തിലെ എല്ലാത്തരം വൈരുദ്ധ്യങ്ങളും മൂർച്ഛിച്ചുകൊണ്ടിരുന്ന കാലമായിരുന്നു അത്. അടിമകൾ, കൈവേലക്കാർ, ചെറുകിടക്കാരായ സ്വത്തുടമസ്ഥർ, വൻകിടക്കാരായ കച്ചവടക്കാർ, രാജാക്കന്മാർ എന്നിങ്ങനെ വ്യത്യസ്തങ്ങളായ പല ജനവിഭാഗങ്ങളും ബ്രാഹ്മണമേധാവിത്വത്തിനെതിരായി അതൃപ്തിയും വെറുപ്പും പ്രകടമാക്കാൻ തുടങ്ങിയിരുന്നു. ബ്രാഹ്മണ മേധാവിത്വം അത്രമേൽ ദുഷിച്ചുകഴിഞ്ഞിരുന്നു.”

നിലനില്ക്കുന്ന എല്ലാറ്റിനേയും ചോദ്യം ചെയ്യുകയും പുതിയതൊന്നിനുവേണ്ടിയുള്ള അന്വേഷണം നടക്കുകയും ചെയ്യുക ഇക്കാലഘട്ടത്തിലാണ്. ഭൗതികവാദിയായ അജിതകേശകംബളൻ, അക്രിയവാദിയും നിയതിവാദിയുമായ പൂർണ്ണ കശപൻ, ആജീവക ദർശനത്തിന്റെ വക്താവായിരുന്ന മഖലി ഗോഗാലൻ, നിത്യപദാർത്ഥവാദിയായ ഹ്രക്രുധ കാര്യായനൻ, അനേകാന്തവാദിയായ സഞ്ജയവേലഠിപുത്തൻ, സർവ്വജ്ഞതാവാദിയായ വർദ്ധമാന മഹാവീരൻ, അനിത്യതാവാദിയായ ഗൗതമബുദ്ധൻ തുടങ്ങി നിരവധി ദാർശനികർ ഈ കാലഘട്ടത്തിലുണ്ടായി എങ്കിലും ജനങ്ങളെ ആകർഷിക്കുവാൻ കഴിഞ്ഞത് ബുദ്ധനാണ്. ഈശ്വരവിശ്വാസത്തിന്റെ അന്തർദ്ധാരയില്ലാതെതന്നെ ഒരു മതവും അതിന് ഒട്ടേറെ

രാജ്യങ്ങളിൽ അനുയായികളെയുമുണ്ടാക്കാൻ ശ്രീബുദ്ധനു കഴിഞ്ഞു.

ബുദ്ധന്റെ അന്വേഷണ വിഷയം മനുഷ്യനുണ്ടാകുന്ന ദു:ഖങ്ങളും അതിന്റെ നിവാരണവുമായിരുന്നു. ദു:ഖത്തിന്റെ കാരണം അദ്ദേഹം കണ്ടെത്തി. "അല്ലയോ ഭിഷുക്കളെ, ദു:ഖത്തിന്റെ മൂലത്തെപ്പറ്റിയുള്ള വിരുദ്ധ സത്യം ഇതാണ്. ജന്മത്തിൽനിന്ന് ജന്മത്തിലേക്ക് നയിക്കുന്ന ജീവിതതൃഷ്ണയും അവിടെയും ഇവിടെയും സങ്കല്പിക്കപ്പെടുന്ന ആശാതൃഷ്ണകളുമത്രെ അത്. സുഖാസക്തി, ജീവിത തൃഷ്ണ, അധികാര തൃഷ്ണ". തൃഷ്ണയ്ക്ക് യാതൊരു സ്ഥാനവും നല്കാതെ അതിൽ നിന്ന് വേർപെട്ട് അതിനെ ബഹിഷ്കരിച്ച്, അതിന് മോചനം നല്കി, തികഞ്ഞ ആശാശമനംകൊണ്ട് അതിനെ ഇല്ലാതാക്കുകയാണ് ദു:ഖം ഇല്ലാതാക്കുന്നതിനുള്ള മാർഗ്ഗമെന്ന് ബുദ്ധൻ പ്രസ്താവിച്ചു. സമത്വസുന്ദരമായ ഒരു ലോകമാണ് ബുദ്ധമതം വാഗ്ദാനം ചെയ്തത്. എല്ലാമതസ്ഥരും തുല്യരാണെന്നും സമ്പത്തിന്റെ സ്വകാര്യ ഉടമാവകാശം ഒരു വർഗത്തിന് അധികാരവും മറ്റൊരു വർഗ്ഗത്തിന് ദുഃഖവും നല്കുന്നുവെന്നും ബുദ്ധൻ പറഞ്ഞു.

എന്നാൽ ഈ സമത്വാധിഷ്ഠിത മതത്തിന്വേണ്ടി സ്ഥാപിച്ച സംഘങ്ങൾ നിലനിന്നത് രാജാക്കന്മാരിൽനിന്നും കച്ചവട പ്രമാണിമാരിൽനിന്നും ലഭിച്ച സംഭാവനകൾകൊണ്ടായിരുന്നു. അശോക ചക്രവർത്തിയിലൂടെ രാഷ്ട്രീയാധികാരത്തിന്റെ പിന്തുണയും ബുദ്ധമതത്തിന് ലഭിച്ചു. ഇരുമ്പിന്റെ ഉപയോഗം വ്യാപകമായതോടെ കാർഷിക വ്യവസ്ഥ അഭൂതപൂർവ്വമായ വളർച്ചനേടി. തല്ഫലമായി നഗരവല്ക്കരണവും രാജാധിപത്യവും ശക്തിപ്പെട്ടു. ഇതിന്റെയൊക്കെ വക്താവും പ്രയോക്താവും ധർമ്മമീമാംസകനുമായാണ് ബുദ്ധൻ വന്നത്. പലിശയെയും വ്യൂഹത്തെയും തങ്ങളുടെ വിധിനിഷേധങ്ങളിലൂടെ നിരാകരിക്കുകയാണ് ബ്രാഹ്മണർ ചെയ്തതെങ്കിൽ അതിന് അംഗീകാരം കൊടുക്കുകയാണ് ബുദ്ധൻ ചെയ്തത്. രാജഭടന്മാർ ബുദ്ധസംഘങ്ങളിൽ ചേരുന്നത് രാജവാഴ്ചയ്ക്ക് പ്രതിസന്ധിയുണ്ടാക്കുമെന്നതിനാൽ ഭടന്മാർ സംഘങ്ങളിൽ ചേരുന്നത് ബുദ്ധൻ നിരോധിച്ചു. അടിമകൾ സംഘങ്ങളിൽ ചേരുന്നതും കടക്കാർ സംഘങ്ങളിൽ അഭയം പ്രാപിക്കുന്നതും തടഞ്ഞത് ബുദ്ധൻ തന്നെയായിരുന്നു.

ഗോത്രവർഗ്ഗ രാജാവായിരുന്ന ബുദ്ധന് ഗോത്രങ്ങളിൽ ഗതകാലത്ത് നിലനിന്നിരുന്ന സമത്വചിന്തയെ പൊടിതട്ടിയെടുത്ത് മിനുക്കി അവതരിപ്പിക്കുവാൻ കഴിഞ്ഞു. അത് സാധാരണക്കാരായ ജനലക്ഷങ്ങളെ ആകർഷിച്ചു എന്നതും ശരിയാണ്. പക്ഷേ, ആ സ്വർഗ്ഗസമാനമായ സമത്വ സുന്ദര ലോകം നേടിയെടുക്കുന്നതിന് ആഗ്രഹങ്ങൾ ഒഴിവാക്കുക എന്ന അപ്രായോഗിക ഒറ്റമൂലിയല്ലാതെ പ്രായോഗികമാർഗ്ഗങ്ങളൊന്നും തന്നെ ബുദ്ധൻ മുന്നോട്ടുവെച്ചിരുന്നില്ല. സ്വാഭാവികമായും അദ്ദേഹത്തിന്റെ കാലശേഷം ലൗകികസുഖങ്ങളിൽ ആണ്ടുമുങ്ങിയവരും ഭോഗാസക്തരുമൊക്കെയായി സ്വന്തം അനുയായികൾ മാറുന്ന സ്ഥിതിയുണ്ടായി.

ബുദ്ധൻതന്നെ ദൈവമായി ആരാധിക്കപ്പെടുന്ന സ്ഥിതിയുണ്ടായി. ഹിന്ദുമതത്തിലെ ബ്രാഹ്മണ മേധാവിത്വമാകട്ടെ വിഷ്ണുവിന്റെ അവതാരങ്ങളിൽ ഒന്നായി ബുദ്ധനെ മാറ്റുകയും ഹിന്ദുമതത്തിന്റെ കൈവഴികളിൽ ഒന്നാക്കി ബുദ്ധമതത്തെ അധ:പതിപ്പിക്കുകയും ചെയ്തു.

ബ്രാഹ്മണ മേധാവിത്വത്തിനെതിരെ അബ്രാഹ്മണരായ ജനതയുടെ ആദ്യത്തെ പോരാട്ടമായിരുന്നു ബുദ്ധമതം. നിശ്ചിതമായ ഒരു കാലയളവിൽ വൻചലനങ്ങൾ സൃഷ്ടിക്കാനായെങ്കിലും അവസാനം അത് ചായക്കോപ്പയിലെ കൊടുങ്കാറ്റായി മാറുന്ന കാഴ്ചയാണ് നാം കണ്ടത്.

'*കമ്യൂണിസ്റ്റ് മാനിഫെസ്റ്റോ*'യിൽ മാർക്സും എംഗൽസും ക്രിസ്ത്യൻ സോഷ്യലിസത്തെക്കുറിച്ച് പറയുന്നുണ്ട്. "ക്രിസ്ത്യൻ സന്ന്യാസത്തിന് ഒരു സോഷ്യലിസ്റ്റ് നിറം കൊടുക്കുന്നതിലും എളുപ്പമായി മറ്റൊന്നില്ല. ക്രിസ്തുമതം സ്വകാര്യസ്വത്തിനെയും വിവാഹത്തെയും ഭരണകൂടത്തെയും അധിക്ഷേപിച്ചിട്ടില്ലേ? ഇവയ്ക്കുപകരം ദാനധർമ്മാദികളും ദരിദ്രജീവിതവും ബ്രഹ്മചര്യവും ഇന്ദ്രിയനിഗ്രഹവും ആശ്രമവൃത്തിയും തിരുസഭാമാതാവും വേണമെന്ന് അത് പ്രസംഗിച്ചില്ലേ? പ്രഭുവിന്റെ ഹൃദയവേദനകളെ ശുദ്ധീകരിക്കാൻ പുരോഹിതൻ തളിക്കുന്ന തീർത്ഥജലം മാത്രമാണ് ക്രിസ്ത്യൻ സോഷ്യലിസം". ക്രിസ്തുമതത്തിലെ ഈ സോഷ്യലിസ്റ്റ് സങ്കല്പനം എത്രമാത്രം സാങ്കല്പികമാണോ അത്രമാത്രം സാങ്കല്പികമാണ് ബുദ്ധമതത്തിലെ സമത്വാധിഷ്ഠിത സങ്കല്പനവും. ബുദ്ധമതത്തിന്റെ കാലത്ത് നിലനിന്നിരുന്ന ചാതുർവർണ്ണ്യവ്യവസ്ഥയെ പ്രബോധനംകൊണ്ട് നന്നാക്കിയെടുക്കാൻ സാദ്ധ്യമല്ല എന്ന് കാലം തെളിയിച്ചതാണ്.

ഭക്തിപ്രസ്ഥാനം

മുസ്ലീങ്ങളായ രാജാക്കന്മാരുടേയും അതുവഴിയുണ്ടായ ഇസ്ലാമിക വ്യാപനത്തിന്റെയും ഫലമായി ഇന്ത്യയിലെ ജാതിവ്യവസ്ഥയ്ക്ക് ഒരു ബദൽ പ്രസ്ഥാനമുയർന്നു വരുന്നതിനുള്ള സാദ്ധ്യതയുണ്ടായി. ഇസ്ലാമിലെ ജാതിരഹിതവ്യവസ്ഥ, വിഗ്രഹാരാധനയില്ലായ്മ, ഏകദൈവവിശ്വാസം ഇതൊക്കെ ജാതിവ്യവസ്ഥകൊണ്ട് ബുദ്ധിമുട്ടനുഭവിച്ചുവരുന്ന ജനതയ്ക്ക് ഒരു ബദൽ സാദ്ധ്യതയാണ് കാണിച്ചുകൊടുത്തത്. ജാതി മേധാവിത്വം വഹിച്ചിരുന്ന ബ്രാഹ്മണർക്കാകട്ടെ ഹിന്ദു രാജവാഴ്ചയുടെ തകർച്ച ദുർബ്ബലാവസ്ഥയുണ്ടാക്കുകയും ചെയ്തു. ഈ പശ്ചാത്തലമാണ് ഫലത്തിൽ ബ്രാഹ്മണമേധാവിത്വത്തിനെതിരായ ഭക്തിപ്രസ്ഥാനത്തെ വളർത്തിക്കൊണ്ടുവന്നത്.

വടക്കൻ കർണ്ണാടകത്തിലെ ബസവണ്ണ സ്ഥാപിച്ച ലിംഗായത്ത് പ്രസ്ഥാനമാണിതിന് തുടക്കം കുറിച്ചത്. അദ്ദേഹം ജന്മംകൊണ്ട് ബ്രാഹ്മണൻ തന്നെയായിരുന്നു. കല്യാണരാജാവിന്റെ മന്ത്രിയുമായിരുന്നു. എന്നിട്ടും അദ്ദേഹം പൗരോഹിത്യ ആചാരങ്ങളെ വെല്ലുവിളിച്ചു. ഒരു ബ്രാഹ്മണപുത്രിയെ ദളിതന്റെ മകന് വിവാഹം കഴിച്ചുകൊടുക്കാൻ വരെ തയ്യാറായി. പക്ഷേ, അതൊരു ജനകീയ ലഹളയ്ക്ക് കാരണമാവുകയും ലിംഗായത്തുകളെ ഒറ്റപ്പെടുത്തുകയും ചെയ്തു. എല്ലാ മനുഷ്യർക്കും പൂജാദികർമ്മങ്ങൾ ചെയ്യുവാനുള്ള അർഹതയുണ്ട്. ക്ഷേത്രങ്ങൾ ആവശ്യമില്ല; വിഗ്രഹാരാധന തെറ്റാണ്; ദൈവം ഒന്നേയുള്ളൂ തുടങ്ങിയ ആശയങ്ങളാണ് ലിംഗായത്തുകൾ പ്രചരിപ്പിച്ചത്. ജാതിവ്യവസ്ഥയെ തള്ളിക്കളയാനും ലിംഗായത്തുകൾ തയ്യാറായി.

കർണ്ണാടകത്തിലാരംഭിച്ച ഭക്തിപ്രസ്ഥാനം തുടർന്ന് ഇന്ത്യയാകെ വ്യാപിച്ചു. ജാതി-ജന്മി-നാടുവാഴിത്തപരമായ സ്വത്തുടമബന്ധങ്ങൾക്കും

ജാതിവ്യവസ്ഥയ്ക്കും ആത്മീയമായ ന്യായീകരണം നല്കുകയായിരുന്നു ശങ്കരാചാര്യർ ചെയ്തതെങ്കിൽ അതിനെതിരായി ഭക്തിപ്രസ്ഥാനകാലത്തുയർന്നു വന്ന രാമാനുജാചാര്യർ പ്രപഞ്ചത്തിന്റെ മിഥ്യാത്വത്തെ നിഷേധിക്കുകയും ഭക്തിയുടെ സഹായത്തോടെ ജീവാത്മാവിന് പരമാത്മാവിനെ പ്രാപിക്കാനാവുമെന്ന് വാദിക്കുകയും ചെയ്തു. അദ്ദേഹത്തിന്റെ ശിഷ്യനായ രാമാനന്ദമാവട്ടെ ബ്രാഹ്മണമേധാവിത്വത്തിന്റെ യുക്തിരാഹിത്യത്തെയും ജാതിവ്യവസ്ഥയുടെ നിരർത്ഥകതയെയും കുറിച്ച് വിശദീകരിച്ചുകൊണ്ട് ഇന്ത്യയൊട്ടുക്ക് പ്രസംഗപര്യടനം നടത്തി. ദൈവത്തെ പൂജിക്കുന്നവരെല്ലാം ദൈവങ്ങളാണ് എന്നതായിരുന്നു അദ്ദേഹത്തിന്റെ മുദ്രാവാക്യം. ചെരുപ്പുകുത്തിയായ രവിദാസ്, കുറകനായിരുന്ന സേനൻ, നെയ്ത്തുകാരനായ കബീർ, ഇറച്ചിക്കച്ചവടക്കാരനായ സദനൻ, തുന്നൽക്കാരനായ നാമദേവൻ എന്നിവരൊക്കെയായിരുന്നു അദ്ദേഹത്തിന്റെ ശിഷ്യന്മാർ.

തുടർന്നുവന്ന ഭക്തിപ്രസ്ഥാനത്തിന്റെ നേതാക്കൾ പുരോഹിതവൃത്തിക്കാരായിരുന്നില്ല, കബീർ ഒരു നെയ്ത്തുകാരനായിരുന്നു. തുളസീദാസ് ജനിച്ചത് ബ്രാഹ്മണനായിട്ടാണെങ്കിലും അലഞ്ഞുനടക്കുന്ന ഒരു പാട്ടുകാരന്റെ കീഴിലാണ് വിദ്യയഭ്യസിച്ചത്. നാനാക്ക് ഒരു ചെറുകച്ചവടക്കാരന്റെ മകനായിരുന്നു. ഭക്തകവി നാമദേവൻ തുന്നൽക്കാരനായിരുന്നു. തുക്കാറാമാവട്ടെ താണജാതിക്കാരനായ ഒരു ചെറുകിടകച്ചവടക്കാരനായിരുന്നു. തമിഴ് കവി തിരുവള്ളുവർ ഒരു പറയനായിരുന്നു. തെലുങ്കുകവി വേമണ്ണ ഒരു കൃഷിക്കാരനായിരുന്നു. നമ്മുടെ എഴുത്തച്ഛനാകട്ടെ ഒരു ചക്കാലനായിരുന്നു.

ഇങ്ങനെ നോക്കിയാൽ ബ്രാഹ്മണമേധാവിത്വത്തിനെതിരായി വളർന്നുവന്ന ഒരു പ്രതിഷേധ പ്രസ്ഥാനമായിരുന്നു ഭക്തിപ്രസ്ഥാനമെന്ന് കാണാനാവും. തകർന്നുകൊണ്ടിരിക്കുന്ന ജാതിവ്യവസ്ഥയ്ക്കെതിരായി ജനങ്ങളുടെ ആഗ്രഹങ്ങൾ കാവ്യരംഗത്തും ആത്മീയരംഗത്തും ഉയർത്തിക്കൊണ്ടാണ് ഭക്തിപ്രസ്ഥാനം കടന്നുവന്നത്. അതിന്റെ തുടർച്ചയായിരുന്നു നവോത്ഥാനപ്രസ്ഥാനം. എന്നാൽ നവോത്ഥാനപ്രസ്ഥാനം ഉയർത്തിക്കൊണ്ടുവന്ന ബൂർഷ്വാ വിപ്ലവത്തിന്റെ ആശയങ്ങളെ സ്വാംശീകരിച്ച് വികസിപ്പിക്കുവാൻ ഇന്ത്യയിലെ സ്വാതന്ത്ര്യ സമരപ്രസ്ഥാനത്തിനൊ അതിന് നേതൃത്വം കൊടുക്കുന്ന കോൺഗ്രസിനോ കഴിഞ്ഞില്ല. പുനരുത്ഥാനവാദത്തെ സ്വാംശീകരിച്ചുകൊണ്ട് ഇന്ത്യൻ പാരമ്പര്യത്തിന്റെ മഹത്ത്വം പാടി പുകഴ്ത്തിക്കൊണ്ടാണ് ബ്രിട്ടീഷുകാർക്കെതിരായ പോരാട്ടത്തിൽ ജനങ്ങളെ അണിനിരത്താൻ കോൺഗ്രസ് ശ്രമിച്ചത്. അതുണ്ടാക്കിയ തിരിച്ചടിയും അന്യഥാത്വവും ഒക്കെയാണ് പില്ക്കാല ഇന്ത്യൻ ചരിത്രത്തിൽ മേൽ ജാതി കീഴ്ജാതി സംഘർഷങ്ങളായും ജാതിരാഷ്ട്രീയമായുമൊക്കെ വളർന്നു വന്നത്.

ശൂദ്രാതിശൂദ്രർ

ബ്രിട്ടീഷ് ആധിപത്യത്തിൽ ഉണ്ടായ മുതലാളിത്ത വികസനത്തിന്റെ ഭാഗമായും മുന്നോടിയായും ഒക്കെയാണ് ഇന്ത്യയിൽ നവോത്ഥാന പ്രസ്ഥാനങ്ങൾ വളർന്നുവന്നത്. സാമൂഹിക പരിഷ്കരണം, ജാത്യാചാരങ്ങളിലുള്ള മാറ്റം, ജാതി വ്യവസ്ഥയ്ക്കെതിരായ എതിർപ്പ് എന്നിങ്ങനെ അളവിലും ഗുണത്തിലും ഏറ്റക്കുറവുള്ള വിധത്തിലാണ് ഇന്ത്യയിലെ നവോത്ഥാന മുന്നേറ്റങ്ങളുണ്ടായത്. കേരളത്തിലെ ശ്രീനാരായണ പ്രസ്ഥാനത്തിനൊപ്പമോ അതിൽ അല്പം മുന്നിലെന്നോ വിശേഷിപ്പിക്കാവുന്ന നവോത്ഥാന മുന്നേറ്റമാണ് മഹാരാഷ്ട്രയിൽ മഹാത്മാ ജ്യോതിബാ ഫൂലെയുടെ നേതൃത്വത്തിൽ നടന്നത്.

1827-ൽ ജനിച്ച ജ്യോതിബാ ഗോവിന്ദറാവു ഫൂലെ 1890-ൽ അന്തരിച്ചു. ഇന്ന് മറ്റുപിന്നോക്ക ജാതികളിൽ ഒന്നായി കണക്കാക്കപ്പെടുന്ന മാലി ജാതിയിൽ ഒരു കർഷക കുടുംബത്തിലാണ് ജ്യോതിബാ ജനിച്ചത്. അദ്ദേഹത്തിന്റെ പിതാവ് ഗോവിന്ദറാവു ഒരു പച്ചക്കറിക്കച്ചവടക്കാരനായിരുന്നു. ഒൻപതുവയസ്സിൽ മാതാവിനെ നഷ്ടപ്പെട്ട അദ്ദേഹം പ്രൈമറി വിദ്യാഭ്യാസം പൂർത്തിയാക്കിയതിനുശേഷം അച്ഛനെ സഹായിക്കുന്നതിനായി സ്വന്തം തോട്ടത്തിൽ കൃഷിപ്പണിയിലേർപ്പെട്ടു. 12-ാം വയസ്സിൽ വിവാഹിതനായി. അയൽക്കാരായ അഭ്യുദയകാംക്ഷികളുടെ പ്രേരണനിമിത്തം അച്ഛൻ അദ്ദേഹത്തെ വീണ്ടും പഠിക്കാനയച്ചു. ഒരു വിവാഹഘോഷയാത്രയിൽ പങ്കെടുത്തതിന് ജാതി പറഞ്ഞ് അവഹേളിക്കപ്പെട്ട ജോതിബയിൽ ജാതിവ്യവസ്ഥയ്ക്കെതിരായ ചിന്ത രൂപപ്പെട്ടു. സാമൂഹികനീതിക്കുവേണ്ടി പോരാടുന്നതിന് ജ്യോതിബയെ പ്രേരിപ്പിച്ചത് ഈ സംഭവമായിരുന്നു.

1873-ലാണ് ശൂദ്രരേയും അതിശൂദ്രരേയും ബ്രാഹ്മണ മേധാവിത്വ

ത്തിന്റെ ചൂഷണത്തിൽനിന്ന് മോചിപ്പിക്കുന്നതിനായി സത്യശോധക് സമാജം എന്ന സംഘടന രൂപീകരിച്ചത്. ബ്രാഹ്മണ മേധാവിത്വത്തിന് ഇടയാക്കുന്നത് വേദങ്ങളുടെ ആധികാരികതയും ദൈവീകതയുമാണെന്ന് മനസ്സിലാക്കിയ അദ്ദേഹം അതിന്റെ പൊള്ളത്തരം തുറന്നുകാണിക്കാനും എതിർക്കാനും തയ്യാറായി. വിഗ്രഹാരാധനയേയും ചാതുർവർണ്ണ്യത്തേയും നിശിത വിമർശനത്തിന് വിധേയമാക്കുകയും യുക്തിചിന്ത പ്രചരിപ്പിക്കുകയും ചെയ്തു. വിദ്യാഭ്യാസപരവും ആരാധനാപരവുമായ കാര്യങ്ങളിൽ പുരോഹിതവർഗ്ഗമെന്ന നിലയിൽ ബ്രാഹ്മണരെ ഒഴിവാക്കി നിർത്തേണ്ടതാണെന്ന് അദ്ദേഹം ജനങ്ങളെ ഉദ്ബോധിപ്പിച്ചു.

'ശൂദ്രാതിശൂദ്രർ' എന്ന പ്രയോഗംകൊണ്ട് ശൂദ്രരേയും അതിന് താഴെയുള്ളവരെയും മാത്രമല്ല അദ്ദേഹം ഉദ്ദേശിച്ചത്; ബ്രാഹ്മണർ ഒഴികെയുള്ള മുഴുവൻ ജനവിഭാഗങ്ങളെയുമായിരുന്നു. 'വർഗ്ഗം' എന്ന സംജ്ഞ ഉപയോഗിച്ചില്ലെങ്കിലും സമൂഹത്തെ രണ്ടു വിരുദ്ധചേരികളിൽ അണിനിരന്നിരിക്കുന്ന രണ്ടുവിഭാഗം ജനങ്ങളായി കാണുകയാണ് ജ്യോതിബ ചെയ്തത്. അന്നത്തെ സ്വത്തുടമസ്ഥത നോക്കുമ്പോൾ അത് ഏറെക്കുറെ ശരിയുമായിരുന്നു. ബ്രാഹ്മണ മേധാവിത്വം ദൈവസൃഷ്ടമായല്ല മറിച്ച് ഒരു ചരിത്രനിർമ്മിതിയായാണ് അദ്ദേഹം കണ്ടത്. അത് രൂപപ്പെടുന്നതിനിടയാക്കിയ സംഭവങ്ങളെ വിശദീകരിക്കുന്നതിനും അദ്ദേഹം തയ്യാറായിരുന്നു. മേധാവിത്വത്തിന്റെയും അടിച്ചമർത്തലിന്റെയും പ്രത്യയശാസ്ത്രമാണ് ബ്രാഹ്മണിസമെന്നതിനാൽ അതിനെ തകർത്തെറിയണമെന്ന് വിശ്വസിക്കുകയും അതിനായി തന്റെ ജീവിതകാലം മുഴുവൻ പ്രവർത്തിക്കുകയും ചെയ്തയാളാണ് ജോതിബ.

ചാതുർവർണ്ണ്യത്തിന്റെ അന്ത:സ്സത്ത പരിശോധിച്ചിട്ട് ചൂഷകർ ബ്രാഹ്മണരും ചൂഷിതർ അവരൊഴികെ മറ്റെല്ലാവരുമാണെന്ന് വിശദീകരിച്ചുകൊണ്ട് ഒരു ദ്വിധ്രുവലോകത്തെ അവതരിപ്പിക്കുകയാണ് ജ്യോതിബാ ചെയ്തത്. കലിയുഗത്തിൽ ഈ മേധാവിത്വം വർദ്ധിച്ചുവരികയും അതിന്റെ ഭാഗമായി അടിച്ചമർത്തലിന്റെ തീവ്രത വർദ്ധിച്ചുവരികയും ചെയ്യുന്നതായി അദ്ദേഹം വിലയിരുത്തി. ബ്രാഹ്മണ്യം നല്കിയ വേദങ്ങൾ, ഉപനിഷത്തുകൾ തുടങ്ങി എല്ലാറ്റിനെയും അടിമുടി എതിർത്തുകൊണ്ട് 'ശൂദ്രാതി ശൂദ്ര' വീക്ഷണത്തിൽനിന്നുകൊണ്ട് ചരിത്രത്തെ തന്നെ പുനരവതരിപ്പിക്കുകയാണ് ഫൂലെ ചെയ്തത്.

സമത്വാധിഷ്ഠിത ലോകത്തിന്റെ പ്രതീകമായി അസുരരാജാവായ മഹാബലിയുടെ ഭരണകാലത്തെ ഉയർത്തിക്കാണിക്കുവാൻ അദ്ദേഹം തയ്യാറായി. മഹാബലിയെ ചവിട്ടിത്താഴ്ത്തുന്നതിലൂടെ ബ്രാഹ്മണമേധാവിത്വം അടിച്ചേല്പിക്കപ്പെടുകയാണുണ്ടായത്. വാമന-ബലി ദ്വന്ദങ്ങളെ ചരിത്രത്തിന്റെ കേന്ദ്രസ്ഥാനത്തുനിർത്തിക്കൊണ്ട് ഇന്ത്യാചരിത്രത്തെ തന്നെ പുനരവതരിപ്പിക്കുവാൻ ഫൂലെ തയ്യാറായി. സ്വാതന്ത്ര്യം, സമത്വം, സാഹോദര്യം, മാനവിക അന്തസ്സ്, സാമ്പത്തിക നീതി, ചൂഷണ രഹിത മൂല്യങ്ങൾ ഇതൊക്കെ നേടിയെടുക്കാനാവണമെങ്കിൽ ചൂഷണാധിഷ്ഠി

തവും അസമവുമായ മൂല്യങ്ങളെ ആധാരമാക്കി പ്രവർത്തിക്കുന്ന പഴയ വ്യവസ്ഥ മാറ്റേണ്ടതുണ്ടെന്ന് അടിയുറച്ചു വിശ്വസിക്കുകയും അതിനായി പ്രവർത്തിക്കുകയും ചെയ്തയാളായിരുന്നു ഫൂലെ.

"മാനവരാശിയെയാകെ സൃഷ്ടിച്ചത് ഒറ്റ ദൈവമാണെങ്കിൽ അവരുടെയാകെ ക്ഷേമമാണ് അദ്ദേഹം ആഗ്രഹിക്കുന്നതെങ്കിൽ എന്തിന് വേദങ്ങൾ സംസ്കൃതത്തിൽ എഴുതണം. ഈ ഭാഷ മനസ്സിലാക്കാനാവാത്തവരുടെ ക്ഷേമത്തിൽ അദ്ദേഹത്തിന് താല്പര്യമുണ്ടായിരുന്നില്ലെ!" എന്ന രീതിയിൽ യുക്തി അധിഷ്ഠിതമായ ചോദ്യങ്ങൾ ഉന്നയിച്ചുകൊണ്ട് വേദങ്ങളുടെ ദൈവികതയെ ചോദ്യം ചെയ്യുകയാണദ്ദേഹം ചെയ്തത്. നിത്യ ജീവിതത്തിൽ 'ശൂദ്രാതിശൂദ്രർ'അനുഭവിച്ചുവരുന്ന കഷ്ടതകൾക്കെല്ലാമുത്തരവാദി ബ്രാഹ്മണ മേധാവിത്വമാണെന്നു കണ്ട അദ്ദേഹം ബ്രിട്ടീഷുകാർ എടുക്കുന്ന നടപടികളെ പുരോഗമനപരമായാണ് കണ്ടത്. സ്വാഭാവികമായും ശത്രുവിന്റെ ശത്രു മിത്രം എന്നനിലയിൽ ക്രിസ്തുമതത്തെ സഖ്യശക്തിയായികാണാനും അദ്ദേഹം തയ്യാറായി. ബ്രിട്ടീഷുകാർ ക്രിസ്ത്യാനികളായതിനാൽ അവരോട് മൃദു സമീപനം സ്വീകരിക്കുകയും സാമ്രാജ്യത്വവിരുദ്ധ പോരാട്ടങ്ങളിൽനിന്ന് ഒഴിഞ്ഞുനില്ക്കുന്ന സമീപനം അദ്ദേഹം സ്വീകരിക്കുകയും ചെയ്തു എന്ന് കാണാതിരിക്കാനാവില്ല.

സ്ത്രീശാക്തീകരണം, സ്ത്രീ വിദ്യാഭ്യാസം എന്നിവയിലും താല്പര്യമുള്ളയാളായിരുന്നു മഹാത്മ. ഭാര്യ സാവിത്രിദേവിക്ക് വിദ്യാഭ്യാസം നല്കുകയും സ്ത്രീ വിദ്യാഭ്യാസത്തിന് ഒരു സ്ഥാപനമുണ്ടാക്കി അതിന്റെ ചുമതല അവരെ ഏല്പിക്കുകയും ചെയ്തു.

ദളിത് രാഷ്ട്രീയവളർച്ചയുമായി ബന്ധപ്പെടുത്തി നോക്കിയാൽ ബുദ്ധമതം ഹിന്ദുത്വത്തിനെതിരായി പോരാടി ഒരു പുതു മതസ്ഥാപനത്തിലൂടെ ദളിത് വിഭാഗങ്ങളെ മനുഷ്യരായി അംഗീകരിച്ച ഒന്നായിരുന്നുവെങ്കിൽ ഫൂലെ ഹിന്ദുമതത്തിനകത്തുനിന്നുകൊണ്ടുതന്നെ ദളിതരടക്കം ശൂദ്രാതിശൂദ്ര വിഭാഗത്തിന്റെ മോചനത്തിനായി ബ്രാഹ്മണ മേധാവിത്വത്തിനെതിരെ പോരാടിയ വ്യക്തിയായിരുന്നു. പക്ഷേ, അദ്ദേഹത്തിന്റെ സത്യശോധക് സമാജം രാഷ്ട്രീയത്തിലിടപെടാതെ ഒരു സാമൂഹ്യപ്രസ്ഥാനം മാത്രമായി ഒതുങ്ങിനിന്ന് പ്രവർത്തിച്ചിരുന്നതിനാൽ ഫൂലെയുടെ നിര്യാണത്തെത്തുടർന്ന് അത് ദുർബ്ബലപ്പെടുകയും തുടർന്ന് കാലയവനികയ്ക്കു പിറകിൽ മറയുകയും ചെയ്തു.

ആദിപ്രസ്ഥാനങ്ങൾ

ആയിരത്തിത്തൊള്ളായിരത്തി ഇരുപതുകൾ ഇന്ത്യാചരിത്രത്തിൽ ഏറെ പ്രാധാന്യമുള്ള വർഷങ്ങളാണ്. കമ്യൂണിസ്റ്റ് പാർട്ടി, മുസ്ലിംലീഗ്, ആർ എസ് എസ് തുടങ്ങി രാഷ്ട്രീയപാർട്ടികൾ മാത്രമല്ല നിരവധി 'ആദി' പ്രസ്ഥാനങ്ങളും ഇക്കാലത്ത് രൂപീകരിക്കുകയുണ്ടായി. ആദി-ദ്രാവിഡ, ആദി-ഹിന്ദു, ആദി-ധർമ്മ പ്രസ്ഥാനങ്ങളാണ് ഇക്കാലത്ത് പ്രധാനമായും ഉയർന്നുവന്നത്. പൊതുവിൽ ബ്രാഹ്മണ മേധാവിത്വത്തിനെതിരും ആര്യ വിരുദ്ധവും ആയിരുന്നു ഈ പ്രസ്ഥാനങ്ങൾ. റഷ്യൻ വിപ്ലവത്തിന്റേയും ഒന്നാംലോകയുദ്ധത്തിന്റെയുമൊക്കെ കരണ-പ്രതികരണങ്ങളായിരുന്നു ഈ പ്രസ്ഥാനങ്ങൾ. സാതന്ത്ര്യസമരത്തിന്റെ ഭാഗമായും അല്ലാതെയു മൊക്കെ പ്രവർത്തിക്കുന്നവർ അക്കൂട്ടത്തിലുണ്ടായിരുന്നു. മഹാരാഷ്ട്ര ത്തിലെയും, തമിഴ്നാട്ടിലെയും അബ്രാഹ്മണ പ്രസ്ഥാനങ്ങൾ, കർണ്ണാട കത്തിലെയും പഞ്ചാബിലെയും അധ:കൃതപ്രസ്ഥാനങ്ങൾ ഇവയൊക്കെ ആര്യൻ ആക്രമണവും ബ്രാഹ്മണചൂഷണവും എന്ന പൊതുമുദ്രാവാക്യം അംഗീകരിക്കുന്നവയായിരുന്നു.

പഞ്ചാബിലെ ആദിധർമ്മ, യു പി യിലെയും ഹൈദരാബാദിലെയും ആദി ഹിന്ദു, ദക്ഷിണേന്ത്യയിലെ ആദിദ്രാവിഡ, ആദി ആന്ധ്ര, ആദി കർണ്ണാടക പ്രസ്ഥാനങ്ങൾ എന്നിവ തങ്ങളാണ് ഇന്ത്യയിലെ ആദിമജ നസഞ്ചയമെന്നും ആര്യന്മാർ അധിനിവേശം നടത്തിയവരാണെന്നുമുള്ള പൊതുകാഴ്ചപ്പാടാണ് പങ്കുവച്ചിരുന്നത്. മഹാരാഷ്ട്രത്തിലെ അംബേദ്കർ അനന്തര ദളിത് പ്രസ്ഥാനവും സമാനചിന്താഗതിതന്നെയാണ് വെച്ചു പുലർത്തിയിരുന്നത്. കിസാൻ ഫഗുജിബെൻസോഡ് ആയിരുന്നു അവ രുടെ നേതാവ്.

ആന്ധ്രയിൽ മദ്രാസ് പ്രസിഡൻസിയുടെ ഭാഗമെന്ന നിലയിൽ ശക്ത

മായ ദ്രാവിഡ പ്രസ്ഥാനമുണ്ടായിരുന്നതാണ്. വിദ്യാഭ്യാസം സിദ്ധിച്ച ദളിത്-കാർഷികത്തൊഴിലാളി വിഭാഗങ്ങൾ ഇവിടെ വളർന്നുവന്നിരുന്നു.

പുനരുദ്ധാരണ വാദികളായ ഹിന്ദുവിഭാഗങ്ങളുടെ പിന്തുണയോടെ 1917-ൽ വിജയവാഡയിൽ പഞ്ചമ മഹാജനസഭയുടെ ഒരു സമ്മേളനം വിളിച്ചുചേർക്കുന്നതിനായി തീരുമാനിക്കപ്പെട്ടിരുന്നു. എന്നാൽ പഞ്ചമർ എന്ന് വിളിക്കപ്പെടുന്നവരാണ് ശരിയായ മണ്ണിന്റെ മക്കൾ എന്നും അവരാണ് രാജ്യത്തിന്റെ ഭരണാധികാരികളായിരുന്നതെന്നും അവകാശപ്പെട്ടുകൊണ്ട് സംഘടനയുടെ പേര് മാറ്റുകയും ആദി ആന്ധ്ര മഹാജന സഭ രൂപീകരിക്കുകയും ചെയ്തു. ഒന്നര ദശകത്തോളം നിലനിന്ന ഈ സംഘടനയിൽ ബഹുഭൂരിപക്ഷവും ഹരിജനങ്ങൾ എന്ന പേരിൽ കോൺഗ്രസിലേക്കും കിസാൻ സഭാപ്രവർത്തകരായി കമ്യൂണിസ്റ്റ് പാർട്ടിയിലേക്കും ആകർഷിക്കപ്പെട്ടതോടെ സംഘടനാ പ്രവർത്തനം നാമമാത്രമായി മാറി. 1931-ലെ സെൻസസ് രേഖകളിൽ മദ്രാസ് പ്രസിഡൻസിയിലെ മാലാമഡിഗ വിഭാഗങ്ങളിൽ മൂന്നിലൊന്നോളം പേർ ആദി ആന്ധ്ര എന്ന പേരിലാണ് തങ്ങളെ ഉൾപ്പെടുത്തിയിരുന്നത്.

വിജയവാഡ സമ്മേളനത്തിൽ അദ്ധ്യക്ഷത വഹിച്ചിരുന്നത് ഭാഗ്യറെഡ്ഡി വർമ്മ എന്ന ദളിത് നേതാവായിരുന്നു. മദരിഭാഗയ്യ എന്നായിരുന്നു അദ്ദേഹത്തിന്റെ ശരിയായ പേര്. വർമ്മ എന്നത് ക്ഷത്രിയർക്ക് മാത്രം ഉപയോഗിക്കാവുന്ന പേരായിരുന്നു. ജാതി വ്യവസ്ഥയോടുള്ള എതിർപ്പിന്റെ ഭാഗമായാണ് ഭാഗ്യറെഡ്ഡിവർമ്മ എന്ന പേര് അദ്ദേഹം സ്വീകരിച്ചത്. 1912 മുതൽതന്നെ ആദി ഹിന്ദു സമ്മേളനങ്ങൾ വിളിച്ചുചേർക്കുന്നതിന് അദ്ദേഹം മുൻകൈയെടുത്തിരുന്നു. 1920 കളിൽ 'ആദി' ബോധം പ്രകടിപ്പിച്ചിരുന്നവർ ദളിത് വിഭാഗങ്ങളിൽ വളർന്നുവന്ന പെറ്റിബൂർഷ്വാ വിഭാഗങ്ങളാണെന്ന് ഗെയ്ൽ ഓം വേദ് തന്നെ വ്യക്തമാക്കിയിട്ടുണ്ട്.

ഹൈദരാബാദിൽ അന്നത്തെ തമിഴ്ദളിതർ, ആദിദ്രാവിഡർ എന്ന പേരിൽ അറിയപ്പെടാനാണ് താല്പര്യം പ്രകടിപ്പിച്ചിരുന്നത്. തെലുങ്കു സംസാരിച്ചിരുന്ന ദളിതരാവട്ടെ തങ്ങളുടെ സ്വത്വം കണ്ടെത്തിയത് ആദി ഹിന്ദുക്കളായാണ്. ആദി ഹിന്ദുവെന്ന് വിളിക്കുമ്പോൾതന്നെ ശക്തമായ ബ്രാഹ്മണ വിരോധത്തിന്റെ അടിസ്ഥാനത്തിലാണ് ഇവരിൽ വലിയൊരു വിഭാഗവും സംഘടിപ്പിക്കപ്പെട്ടിരുന്നത്. ഇതിൽ പ്രമുഖനായിരുന്നു ഭാഗ്യറെഡ്ഡിവർമ്മ. അദ്ദേഹം പിന്നീട് ബുദ്ധമതത്തിനോട് ഐക്യദാർഢ്യം പ്രകടിപ്പിക്കുകയും അംബേദ്കർ അനുകൂലികൾക്ക് ശക്തമായി പിന്തുണ നല്കുകയും ചെയ്തു. യു പി യിൽ ദളിത് മുന്നേറ്റത്തിന് നേതൃത്വം കൊടുത്തത് ആര്യസമാജക്കാരനായ അച്യുതാനന്ദനായിരുന്നു. പഞ്ചാബിലെ ആദിധർമ്മപ്രസ്ഥാനത്തിന് നേതൃത്വം കൊടുത്തത് ആര്യസമാജക്കാരൻ തന്നെയായ ദളിത് നേതാവ് മങ്കുറാം ആയിരുന്നു. 1931-ലെ സെൻസസ് കണക്കുകൾ പ്രകാരം 5,00,000 പേർ ആദിധാർമ്മികരായി രജിസ്റ്റർ ചെയ്തിട്ടുണ്ട്.

മങ്കുറാം, അച്യുതാനന്ദ, ഭാഗ്യറെഡ്ഡിവർമ്മ, കിസാൻ ബെൻസോഡ്

എന്നിവർ അംബേദ്ക്കറിന് തൊട്ടുമുമ്പത്തെ തലമുറയെ പ്രതിനിധാനം ചെയ്തിരുന്നവരാണ്. എങ്കിലും അവരുടേത് ഒരു പുത്തൻ പ്രസ്ഥാനമായിരുന്നു. തുണിമില്ലുകളും മറ്റുവ്യവസായശാലകളും ഉയർന്നുവന്നത് പുതിയ തൊഴിൽ സാദ്ധ്യതകൾ വർദ്ധിപ്പിക്കുകയും ദളിതുകൾക്ക് സാമൂഹിക ചലനാത്മകതയുളവാക്കുകയും ചെയ്തിരുന്നു. മാത്രമല്ല ശ്രീലങ്ക, ബർമ്മ, മലേഷ്യ, വെസ്റ്റ് ഇൻഡീസ് എന്നിവിടങ്ങളിലേക്ക് കുടിയേറാനും ലോകയുദ്ധത്തിൽ ബ്രിട്ടീഷ് പടയാളികളായി മാറാനും പലർക്കും അവസരം ലഭിച്ചിരുന്നു. ഇത് പുതിയ സാമൂഹ്യ അന്തസ്സും ജാതിവ്യവസ്ഥ വിട്ടുള്ള ചലനാത്മകതയും ദളിതർക്ക് നേടിക്കൊടുത്തു. അതാണ് 1920-കളിലെ ഉണർവ്വിന് ആധാരമാവുന്നത്.

ദേവദാസി പാരമ്പര്യം അവസാനിപ്പിക്കാനും ഉപജാതിവ്യത്യാസങ്ങൾ അവസാനിപ്പിക്കാനുമുള്ള നീക്കങ്ങളും ഇക്കാലത്ത് നടന്നു. മാംസാഹാരം ഒഴിവാക്കൽ, മദ്യപാനം അവസാനിപ്പിക്കൽ തുടങ്ങിയവയും മുദ്രാവാക്യങ്ങളായി ഉയർത്തപ്പെട്ടു. ഇതിനോടൊപ്പംതന്നെ വ്യവസായങ്ങളിലും തോട്ടങ്ങളിലും തൊഴിലാളികളായിരുന്നവർ ട്രേഡ് യൂണിയൻ അടിസ്ഥാനത്തിലും സംഘടിപ്പിക്കപ്പെട്ടു. തൊഴിലാളി-കർഷകപ്രസ്ഥാനങ്ങൾക്ക് നേതൃത്വം കൊടുത്തുകൊണ്ട് കമ്യൂണിസ്റ്റ് പ്രസ്ഥാനവും ശക്തിപ്പെടാൻ തുടങ്ങി.

ആർ എസ് എസ്, ഹിന്ദുമഹാസഭാ രൂപീകരണങ്ങളും അതിന്റെയൊക്കെ പ്രവർത്തനവും ഇക്കാലയളവിൽതന്നെയാണല്ലോ ആരംഭിച്ചത്. ബ്രാഹ്മണമേധാവിത്വത്തിനെതിരായ പോരാട്ടത്തിന്റെ ഭാഗമായി ദളിത്-അബ്രാഹ്മണ വിഭാഗങ്ങൾ പ്രത്യേകം സംഘടിപ്പിക്കപ്പെടുന്നതിനെതിരെയാണ് ആർ എസ് എസും ഹിന്ദുമഹാസഭയും പ്രവർത്തിച്ചത്. വാല്മീകിയും വ്യാസനുമൊക്കെ ദളിതരായിരുന്നുവെന്നും അവരെയൊക്കെ അംഗീകരിച്ച് ആദരിക്കുന്ന മതമാണ് ഹിന്ദുമതമെന്നും ചൂണ്ടിക്കാട്ടിക്കൊണ്ടുള്ള പ്രചാരണമാണ് അവർ നടത്തിയത്. വടക്കേ ഇന്ത്യയിൽ ചില ദളിത് വിഭാഗങ്ങൾക്ക് വാല്മീകി എന്ന് പേര് മാറ്റിക്കൊടുത്തും മറ്റും അന്തസ്സുയർത്തുന്നതിനുള്ള ശ്രമങ്ങളും ഇതിന്റെ ഭാഗമായി നടന്നു. ബ്രാഹ്മണേതരരായ ചിലർക്ക് ക്ഷത്രിയ പദവി നല്കുന്നതിനായി സമ്മേളനം നടത്തുകയും ചെയ്തു. തമിഴ്നാട്ടിലെ ദളിത് നേതാവായ എം എസ് രാജ, നാഗ്പൂരിലെ ജി എ ഗവായ് തുടങ്ങിയ ദളിത് നേതാക്കൾ ഹിന്ദുമഹാസഭയിൽ ചേരുന്ന സ്ഥിതിയുമുണ്ടായി.

ആര്യ അധിനിവേശവിരുദ്ധതയുടെ ഭാഗമായാണ് തമിഴ്നാട്ടിൽ ദ്രാവിഡപ്രസ്ഥാനം ഉയർന്നുവന്നത്. ബ്രാഹ്മണവിരുദ്ധതയായിരുന്ന ആ പ്രസ്ഥാനത്തിന്റെയും ആശയപരമായ അടിത്തറ. അതിന്റെ വിശദാംശങ്ങളാണ് അടുത്ത അദ്ധ്യായത്തിൽ.

അബ്രാഹ്മണ പ്രസ്ഥാനം

ഹിന്ദുമഹാസഭയും മുസ്ലീംലീഗും സ്വാതന്ത്ര്യസമരകാല രാഷ്ട്രീയത്തിൽ ഇടപെടാൻ തുടങ്ങിയതോടെ മതം രാഷ്ട്രീയരംഗത്തെ ചർച്ചാവിഷയമായിമാറി. ലീഗ് കൈകാര്യം ചെയ്ത മുസ്ലീം രാഷ്ട്രീയത്തിനെതിരെ അതുവരെ ഹിന്ദുമതവുമായി ബന്ധമില്ലാതിരുന്ന ദളിതരെ അടക്കം അണിനിരത്തിക്കൊണ്ട് വിപുലമായ ഹൈന്ദവ ഏകീകരണ ശ്രമങ്ങൾ ഹിന്ദുമഹാസഭയുടെ ഭാഗത്തുനിന്നുണ്ടായി. അധഃകൃത ജനവിഭാഗങ്ങളെ ഹിന്ദുമതവുമായി അടുപ്പിക്കുന്നതിന് ആര്യസമാജവും സഹായിച്ചു. ബ്രിട്ടീഷ് ഭരണത്തിൻ കീഴിൽ കോൺഗ്രസ് ചില പ്രവിശ്യകളിൽ തെരഞ്ഞെടുക്കപ്പെട്ട് അധികാരത്തിൽ വന്നതോടെ ഹിന്ദി ഭാഷ ഔദ്യോഗിക ഭാഷയാക്കപ്പെടുമെന്ന സ്ഥിതിവന്നു. ഹിന്ദി-ഹിന്ദു-ഹിന്ദുസ്ഥാൻ എന്നത് വടക്കേ ഇന്ത്യയിൽ ഹിന്ദുമൗലികവാദത്തിന് മുദ്രാവാക്യമായി ഉയരാൻ തുടങ്ങി. തത്ത്വത്തിൽ ഫെഡറലിസത്തോട് ആഭിമുഖ്യം പ്രകടിപ്പിക്കുമെങ്കിലും ഹിന്ദി ഇതരഭാഷാ ദേശീയതകളെ രണ്ടാംതരമായിക്കാണുന്ന സ്ഥിതിയാണ് കോൺഗ്രസ് നേതൃത്വത്തിലുണ്ടായിരുന്നത്. അതോടൊപ്പംതന്നെ ഇന്ത്യ കൊളോണിയലിസത്തിന് കീഴിൽ നേടിയ മുതലാളിത്ത വളർച്ചയിൽനിന്ന് കൂടുതൽ നേട്ടമുണ്ടാക്കുന്നത് വടക്കേ ഇന്ത്യക്കാരായ മുതലാളിമാരാണെന്നത് തെക്കെ ഇന്ത്യക്കാരായ വളർന്നുവരുന്ന മുതലാളിമാരിൽ അസംതൃപ്തി ഉളവാക്കുന്നതിന് ഇടയാക്കി.

ഇതെല്ലാം തെക്കേ ഇന്ത്യയിലെ അബ്രാഹ്മണ പ്രസ്ഥാനങ്ങളിൽ ഹിന്ദിവിരുദ്ധവികാരത്തിന് രൂപംകൊടുത്തു. അതുകൊണ്ടുതന്നെ വളർന്നുവരുന്ന ആര്യവിരുദ്ധ, ബ്രാഹ്മണ വിരുദ്ധ, അബ്രാഹ്മണ പ്രസ്ഥാനത്തിന്റെ മുദ്രാവാക്യങ്ങളിൽ ഹിന്ദിവിരുദ്ധതയ്ക്ക് മുഖ്യസ്ഥാനം കിട്ടി. ഹിന്ദി-ഹിന്ദു-ഹിന്ദുസ്ഥാൻ മുദ്രാവാക്യം മുസ്ലീം-സിഖ് മതവാദികളിലും

വിരുദ്ധപ്രതികരണമുണ്ടാക്കുകയും അവർ കോൺഗ്രസിനെയും അതിന്റെ ഭരണത്തെയും 'ബ്രാഹ്മണ-ബനിയ' ഭരണമായി വിലയിരുത്തുകയും ചെയ്തു. പഞ്ചാബിലെ ദളിത് നേതാവായ മങ്കുറാം പ്രതിപക്ഷ പാർട്ടിയായ യൂണിയനിസ്റ്റ് പാർട്ടിയുമായും ബംഗാളിലെ ശൂദ്ര വിഭാഗക്കാർ കൃഷക് പ്രജാപാർട്ടിയുമായും യോജിച്ച് പ്രവർത്തിക്കുന്ന സ്ഥിതിയുണ്ടായി. മുസ്ലീങ്ങൾക്ക് പ്രത്യേക രാഷ്ട്രം എന്ന മുദ്രാവാക്യം ലീഗ് ഉയർത്തിയതിന് സമാനമായ 'ദ്രാവിഡസ്ഥാൻ' എന്ന മുദ്രാവാക്യം ദക്ഷിണേന്ത്യയിലുമുയർന്നു.

തമിഴ് ദേശീയത ഇങ്ങനെ വളർന്നുവന്നതിന് പിന്നിൽ ഒരു ചരിത്രമുണ്ട്. ദക്ഷിണേന്ത്യ പ്രത്യേകിച്ചും ഭൂരിപക്ഷം പ്രദേശങ്ങളും ഒരിക്കലും വടക്കേ ഇന്ത്യൻ രാജാക്കന്മാരുടെ കീഴിലായിരുന്നിട്ടില്ല. ഹിന്ദുമതത്തിന്റെ ഭാഗമാണെന്ന് വ്യക്തമായി പറയാനാവാത്ത ശൈവ സിദ്ധതത്ത്വശാസന പ്രകാരമുള്ള ശൈവമതമാണ് ഇവർക്കിടയിൽ നിലവിലുണ്ടായിരുന്നത്.

തമിഴ്നാട്ടിലെ ആദ്യത്തെ ജാതിവിരുദ്ധ പ്രസ്ഥാനം വളർന്നുവന്നത് ഒരു ദളിതനായ പണ്ഡിറ്റ് ഇയോനിദാസിന്റെ നേതൃത്വത്തിലായിരുന്നു. ദക്ഷിണേന്ത്യൻ ബുദ്ധിസ്റ്റ്ലീഗ് എന്നപേരിൽ ഒരു സംഘടന രൂപീകരിച്ച് അദ്ദേഹം പ്രവർത്തിച്ചിരുന്നു. അടിസ്ഥാനപരമായി ദളിതരായിരുന്നു അതിൽ കൂടുതലെങ്കിലും വിവിധ ജാതികളിൽനിന്നുള്ള ബുദ്ധിജീവികൾ അതിൽ അംഗത്വമെടുത്ത് പ്രവർത്തിച്ചുവന്നിരുന്നു. ബുദ്ധമത കാഴ്ചപ്പാടിന്റെ അടിസ്ഥാനത്തിൽ ദളിത് മുന്നേറ്റത്തിന് കളമൊരുക്കിയ അംബേദ്കർ പ്രസ്ഥാനത്തിന്റെ മുന്നോടിയായിരുന്നു ഇതെന്ന് വേണമെങ്കിൽ പറയാം, പഴയകാല ഇന്ത്യ, ബുദ്ധമതക്കാരുടെ ഇന്ത്യയായിരുന്നു. സമാധാനപരമായി കഴിഞ്ഞിരുന്ന ഈ നാടിനെതിരെ നടന്ന ആര്യൻ ആക്രമണമാണ് പ്രശ്നങ്ങൾക്കെല്ലാം കാരണമായത്. അവരാണ് ജാതിവ്യവസ്ഥകൊണ്ടുവന്നത്; അവർ തന്നെയാണ് ബ്രാഹ്മണമേധാവിത്വവും കൊണ്ടുവന്നത്. ഇതൊക്കെയായിരുന്നു ഇയോതിദാസിന്റെ ചിന്തകൾ. ബുദ്ധന്റെ കുലമായ ഗാമ്യകുലത്തിൽപ്പെട്ടവരാണ് തമിഴന്മാർ. അവർക്ക് ജാതിയില്ല എന്നും അദ്ദേഹം പ്രചരിപ്പിച്ചു.

എന്നാൽ 1920കളിൽ രൂപംകൊണ്ട അബ്രാഹ്മണ പ്രസ്ഥാനം ഇയ്യോതിദാസിന്റെ ചിന്തകൾക്ക് പ്രാമുഖ്യം നല്കുന്നതായിരുന്നില്ല. മഹാരാഷ്ട്രയിലെ ശൂദ്രാതിശൂദ്ര പ്രസ്ഥാനത്തിന്റേതിനേക്കാൾ കുലീനാടിസ്ഥാനത്തിലുള്ളതും വെള്ളാളർപോലുള്ള കൂടുതൽ ഉയർന്ന ജാതിക്കാർക്ക് പ്രാമുഖ്യമുള്ളതുമായിരുന്നു ആദിഭാസപ്രസ്ഥാനം. അവരുടെ രാഷ്ട്രീയ പാർട്ടിയായി പ്രവർത്തിച്ചുവന്നിരുന്ന ഇന്ത്യൻ ലിബറൽ അസോസിയേഷൻ വൻ സ്വാധീനം നേടിയെടുക്കുകയും ചെയ്തു.

1919-ൽ കോൺഗ്രസിൽ അംഗത്വമെടുത്തുകൊണ്ടാണ് ഇ വി രാമസ്വാമിഅയ്യർ തന്റെ രാഷ്ട്രീയ പ്രവർത്തനമാരംഭിക്കുന്നത്. വൈക്കം ക്ഷേത്രപ്രവേശനത്തിനുവേണ്ടിയുള്ള സമരത്തിൽ പങ്കെടുത്ത പെരിയാർ ഗാന്ധിയുമായി അഭിപ്രായ വ്യത്യാസവുമായാണ് അവിടെനിന്ന് മടങ്ങു

ന്നത്. അന്യ സംസ്ഥാനക്കാരോ ഭാഷക്കാരോ വൈക്കം സത്യാഗ്രഹ ത്തിൽ പങ്കെടുക്കുന്നതിനോട് ഗാന്ധിജിക്ക് യോജിപ്പുണ്ടായിരുന്നില്ല. എന്നിരിക്കിലും സമരാനന്തരം തമിഴ്നാട്ടിലെത്തിയ പെരിയാർ വൈക്കം സമരവീരനായി വാഴ്ത്തപ്പെട്ടു. കോൺഗ്രസിന്റെ നേതൃത്വം ബ്രാഹ്മണ മേധാവിത്വത്തിന്റെ കൈകളിലാണെന്ന് ആക്ഷേപിച്ചുകൊണ്ട് 1925 ൽ അദ്ദേഹം കോൺഗ്രസ് വിട്ടു. അബ്രാഹ്മണരും അസ്പൃശ്യരുമായവർക്ക് നിയമസഭാസീറ്റുകളിൽ സംവരണം നല്കുന്നതുമായി ബന്ധപ്പെട്ട തർക്കത്തെ തുടർന്നാണ് അദ്ദേഹം കോൺഗ്രസ് വിട്ടത്. 1922 ൽ ദക്ഷി ണേന്ത്യൻ സന്ദർശനത്തിനെത്തിയ ഗാന്ധിജി വർണ്ണാശ്രമധർമ്മത്തെ ന്യായീകരിച്ചതിനെതിരെ നേരിട്ടും ലേഖനങ്ങളിലൂടെയും അദ്ദേഹം ശക്തി യായി പ്രതികരിച്ചു. 'കോൺഗ്രസിനെ തകർക്കുക, ഹിന്ദുമതത്തെ തകർക്കുക, ബ്രാഹ്മണ മേധാവിത്വത്തെ തകർക്കുക' ഇത് മൂന്നും ചെയ്തല്ലാതെ ഇന്ത്യക്ക് സ്വാതന്ത്ര്യം നേടാനാവില്ല എന്ന മുദ്രാവാക്യം അദ്ദേഹം മുന്നോട്ടുവെച്ചു.

1926-ൽ സ്വാഭിമാന ലീഗ് സ്ഥാപിച്ച പെരിയാർ 1929-ൽ അതിന്റെ സമ്മേളനം വിളിച്ചുചേർത്തു. ഈ പ്രസ്ഥാനത്തിന് തമിഴ്നാട്ടിലാകെ അണികളെ നേടിയെടുക്കാനായി. സ്ത്രീവിമോചനം, ജാതി നശീകരണം, ബ്രാഹ്മണ പൗരോഹിത്യ വിരോധം എന്നിവയായിരുന്നു സ്വാഭിമാന ലീഗിന്റെ മുഖ്യമുദ്രാവാക്യങ്ങൾ. നാസ്തിക കാഴ്ചപ്പാടിൽനിന്നുകൊണ്ട് മതങ്ങളെ ശക്തിയായി ആക്രമിക്കുവാൻ അദ്ദേഹം തയ്യാറായി.

ഭാരതിദാസന്റെ കവിതകൾ ഊർജ്ജം നേടിയത് ഈ പ്രസ്ഥാന ത്തിൽനിന്നാണ്. ജാതിവിരുദ്ധവും അതേസമയം വർഗ്ഗകാഴ്ചപ്പാടുള്ള തുമായിരുന്നു ഭാരതിദാസന്റെ കവിതകൾ. പെരിയോരുടെ പ്രസംഗങ്ങൾ യുവത്വത്തെ ആവേശഭരിതമാക്കുകയും അബ്രാഹ്മണ പ്രസ്ഥാനത്തിന് പുതിയ ഉണർവ്വ് നല്കുകയും ചെയ്തു. ഈ കാലഘട്ടത്തിൽ തന്നെ യാണ് ഇന്ത്യയിലെ കമ്യൂണിസ്റ്റ് പ്രസ്ഥാനത്തിന്റെ ആദ്യപഥികരിലൊ രാളെന്ന് വിശേഷിപ്പിക്കാവുന്ന ശിങ്കാരവേലു ചെട്ടിയാർ ട്രേഡ് യൂണി യൻ പ്രസ്ഥാനവുമായി ബന്ധപ്പെട്ടുകൊണ്ട് മുന്നോട്ടുവരുന്നത്. ഇയ്യോ തിദാസിന്റെ അനുചരന്മാരുടെ പിന്തുണയും ശിങ്കാരവേലുവിന്റെ പ്രവർത്തനങ്ങൾക്ക് ലഭ്യമായിരുന്നു.

1932-ൽ പെരിയാർ സോവിയറ്റ് യൂണിയൻ സന്ദർശിക്കുകയും സോഷ്യലിസ്റ്റ് നിർമ്മാണപ്രക്രിയയിൽ ആകൃഷ്ടനാവുകയും ചെയ്തു. ഈ അവസരത്തിലാണ് പെരിയോരുടെ കുടി അരശുവിൽ സോഷ്യലി സത്തെക്കുറിച്ചും ചരിത്രപരമായ ഭൗതികവാദത്തെത്തുറിച്ചുമുള്ള ശിങ്കാ രവേലുവിന്റെ നിരവധി ലേഖനങ്ങൾ പ്രസിദ്ധീകരിക്കപ്പെട്ടത്. സോവി യറ്റ് സന്ദർശനാനന്തരം തിരിച്ചെത്തിയ പെരിയോരുടേയും സ്വാഭിമാന പ്രവർത്തകരുടേയും മുമ്പിൽ സമധർമ്മപാർട്ടി എന്നപേരിൽ ഒരു പാർട്ടി രൂപീകരിക്കണമെന്ന ആവശ്യം ശിങ്കാരവേലുചെട്ടിയാർ മുന്നോട്ടുവെക്കു കയും അത് അംഗീകരിക്കപ്പെടുകയും ചെയ്തു. എന്നാൽ ജാതി-വിരു

ദ്ധ-ഇടതുപക്ഷ ഐക്യം അബ്രാഹ്മണ പ്രസ്ഥാനത്തിലെ യാഥാസ്ഥിതികർക്ക് ദഹിച്ചില്ല. അവർ അതിനെ എതിർത്തു. ബ്രിട്ടീഷ് ഗവൺമെന്റാകട്ടെ പെരിയോറെ ജയിലിലടച്ചുകൊണ്ടാണ് ഇതിനോട് പ്രതികരിച്ചത്. ഇതോടെ പഴയ ജസ്റ്റിസ് പാർട്ടി പുനരുജ്ജീവിപ്പിക്കുന്നതാണ് തന്റെ രാഷ്ട്രീയഭാവിക്ക് നല്ലതെന്ന നിഗമനത്തിൽ പെരിയോർ എത്തിച്ചേർന്നു. തമിഴ് ദേശീയത വികസിച്ച് വിഘടനവാദത്തോളമെത്തുന്നതിലേക്കാണ് അദ്ദേഹം പിന്നീട് നീങ്ങിയത്. 1944 ൽ ജസ്റ്റിസ് പാർട്ടി പിരിച്ചുവിട്ട് അദ്ദേഹം ദ്രാവിഡകഴകം എന്ന പാർട്ടി രൂപീകരിച്ചു. പരമാധികാര സ്വതന്ത്ര ദ്രാവിഡ റിപ്പബ്ലിക്കാണ് ദ്രാവിഡ കഴകത്തിന്റെ ലക്ഷ്യമായി പ്രഖ്യാപിക്കപ്പെട്ടത്. ദക്ഷിണേന്ത്യക്കാരെ വടക്കേ ഇന്ത്യക്കാരുടെ അടിമകളാക്കിമാറ്റലാണ് സ്വാതന്ത്ര്യപ്രാപ്തികൊണ്ടുണ്ടാവുക എന്ന് അവർ പ്രഖ്യാപിച്ചു.

വേറിട്ടുപോകൽ വാദമുപേക്ഷിച്ചുകൊണ്ട് ദ്രാവിഡകഴകം പിന്നീട് ദ്രാവിഡമുന്നേറ്റ കഴകമായിമാറി. ദ്രാവിഡ മുന്നേറ്റ കഴകത്തിൽനിന്ന് പിളർന്നുപോയവരാണ് പിന്നീട് എ ഐ എ ഡി എം കെ രൂപീകരിച്ചത്. ഫലത്തിൽ രണ്ട് സാധാരണ ബൂർഷ്വാ ഭരണവർഗ്ഗ പാർട്ടികൾ മാത്രമായി അവ അവസാനിച്ചു. കോൺഗ്രസുമായോ ബി ജെ പിയുമായോ സഖ്യമുണ്ടാക്കുന്നതിൽ യാതൊരു വിഷമവുമില്ലാത്ത താത്ത്വികമായ ന്യായീകരണംപോലും ആവശ്യമില്ലാത്ത നിലയിലേക്ക് അവ അധഃപ്പതിച്ചു.

ശ്രീനാരായണ പ്രസ്ഥാനം

ഇന്ത്യയിൽ നടന്ന ജാതിവിരുദ്ധ സമരങ്ങളിൽ ഏറ്റവും മഹത്തര മായിരുന്നത് ശ്രീനാരായണ പ്രസ്ഥാനം തന്നെയായിരുന്നു. കേരളത്തി ലുണ്ടായ മുതലാളിത്ത വളർച്ചയോടൊപ്പമാണ് ശ്രീനാരായണ പ്രസ്ഥാ നവും വളരുന്നത്. കേരളം അന്ന് തിരുവിതാംകൂർ, കൊച്ചി, മലബാർ എന്നിങ്ങനെ മൂന്നായി വിഭജിച്ചാണ് കിടന്നിരുന്നത്. ഇതിൽ മലബാർ, മദ്രാസ് സംസ്ഥാനത്തിന്റെ ഭാഗമെന്ന നിലയിൽ പൂർണമായും ബ്രിട്ടീഷ് ഭരണത്തിന്റെ കീഴിലായിരുന്നു. കൊച്ചിയും തിരുവിതാംകൂറും രാജ ഭര ണത്തിൻ കീഴിലും. 19-ാം നൂറ്റാണ്ടിൽ തിരുവിതാംകൂറിലുണ്ടായ ഭൂപരി ഷ്കരണ നടപടികളിൽനിന്ന് ഈഴവരും സിറിയൻ ക്രിസ്ത്യാനികളു മാണ് നേട്ടമുണ്ടാക്കിയത്. വൻകിട ഭൂപ്രഭുക്കളായിരുന്ന പലർക്കും ഭൂമി നഷ്ടപ്പെടുകയും കൃഷിഭൂമിയുടെ അഞ്ചിൽ നാലുഭാഗവും 19-ാംനൂറ്റാ ണ്ടിന്റെ ആദ്യത്തിൽ സർക്കാർ ഉടമസ്ഥതയിൽ വരികയും ചെയ്തു. തുടർന്ന് 1860-ൽ നെൽവയലുകളുടെ പരിപൂർണ്ണ ഉടമസ്ഥത കർഷകർക്ക് നല്കുകയും അവരെ ഏകപക്ഷിയമായി കുടിയൊഴിപ്പിക്കുന്നതിനെ തട യുകയും ചെയ്തു. 75 ശതമാനം വരുന്ന കർഷകരും അവർ കൃഷിചെ യ്യുന്ന ഭൂമിയുടെ ജന്മികളായി തീരുന്ന അവസ്ഥയാണ് ഇതുണ്ടാക്കിയത്. ബ്രിട്ടീഷ് മലബാറിൽ 8 ശതമാനം പേർക്ക് മാത്രമാണ് അവരുടെ കൃഷി ഭൂമിയിൽ ജന്മാവകാശം ഉണ്ടായിരുന്നത്. ഇതും കാർഷിക രംഗത്തുണ്ടാ യിരുന്ന അനുകൂലാവസ്ഥയും ഈഴവ കർഷകരെ തെങ്ങ് പോലുള്ള വാണിജ്യ വിളകൾ കൃഷിചെയ്യുന്നതിന് പ്രോത്സാഹിപ്പിച്ചതായി *ഇന്ത്യ യിലെ നവ മുതലാളിമാർ* എന്ന ഗ്രന്ഥത്തിൽ ഹരീഷ് ദാമോദരൻ അഭി പ്രായപ്പെടുന്നു. ഇതിലുപരി 1859-ൽ ഐറിഷ് ജാതനായ അമേരിക്കക്കാര നായ ജെയിംസ് ഡേര ആലപ്പുഴയിൽ ഒരു കയർ ഫാക്ടറി സ്ഥാപിച്ചു.

കയർ സംസ്കരണത്തിനും കയറ്റുപായ നെയ്ത്തിനും ഉള്ള വ്യവസായമായിരുന്നു അത്. ചകിരി നാരെടുക്കുന്ന ജോലി വികേന്ദ്രീകരിക്കപ്പെട്ടു. ഇതിന്റെ ചുവടുപിടിച്ചുകൊണ്ട് 1919-ലും 1927-ലുമായി രണ്ട് കയർ ഫാക്ടറികൾ കൂടെ ആലപ്പുഴയിൽ സ്ഥാപിക്കപ്പെട്ടു. ഈഴവ സമുദായക്കാരായ കെ സി കരുണാകരനാണ് ഇത് സ്ഥാപിച്ചത്.

തെങ്ങ് ചെത്തലും കള്ളു വില്പനയും കുലത്തൊഴിലായി പ്രഖ്യാപിക്കപ്പെട്ടിരുന്ന ഈഴവരിൽനിന്ന് ആധുനിക വ്യവസായം നടത്തുന്ന ഒരു മുതലാളി വളർന്നുവന്നതായാണ് ഇത് കാണിക്കുന്നത്. ആധുനിക വ്യവസായത്തിനു മുമ്പുതന്നെ അതിന്റെ ആദിമ രൂപങ്ങൾ കേരളത്തിൽ വളർന്നുവന്നിട്ടുണ്ടായിരുന്നു. അതായത് 19-ാം നൂറ്റാണ്ടിന്റെ അവസാന ഭാഗത്തോടെ മുതലാളി - തൊഴിലാളി വർഗ്ഗങ്ങൾ കേരളത്തിൽ വളർന്നു വരാൻ തുടങ്ങിയെന്നും അതിൽ ഈഴവർക്ക് നിർണ്ണായക പ്രാധാന്യം ഉണ്ടായിരുന്നു എന്നുമാണ് ഇത് കാണിക്കുന്നത്. കേരളീയ നവോത്ഥാനത്തിന്റെ തുടക്കം തിരുവിതാംകൂറിൽ നിന്നായതിന് ഈ സാമ്പത്തിക പശ്ചാത്തലം വലിയ പങ്ക് വഹിച്ചിട്ടുണ്ട്. കേരളത്തിൽ സമുദായ പ്രസ്ഥാനത്തിന്റെ വളർച്ചയ്ക്ക് നിദാനമായി തീർന്ന അന്നത്തെ സ്ഥിതിവിശേഷം *കേരള ചരിത്രം മാർക്സിസ്റ്റ് വിക്ഷണത്തിൽ* എന്ന ഗ്രന്ഥത്തിൽ ഇ എം എസ് വിശദീകരിച്ചിട്ടുള്ളത് താഴെപ്പറയും പ്രകാരമാണ്.

> ജാതി - ജന്മി - നാടുവാഴി മേധാവിത്വത്തിന്റെ സാമൂഹ്യമായ പിടിയിൽനിന്ന് മോചനം കിട്ടാത്തൊരു മലയാളിക്ക് ബ്രിട്ടീഷ് ആധിപത്യത്തിൻ കീഴിൽ നവീന വിദ്യാഭ്യാസത്തിന്റെ ഫലമായി പാശ്ചാത്യ സംസ്കാരവുമായി ബന്ധപ്പെടാൻ കഴിഞ്ഞാൽ അയാളുടെ ശ്രദ്ധ ആദ്യം തിരിയുക സാമൂഹ്യ പ്രശ്നങ്ങളിലേക്കാണ്. ഇന്ത്യയുടെ മറ്റ് ഭാഗങ്ങളിലും ലോകത്തിലെ മറ്റ് രാജ്യങ്ങളിലും പോയി, അവിടത്തുകാരുമായി ഇടപെട്ട്, വ്യക്തി സ്വാതന്ത്ര്യത്തെയും ജനാധിപത്യത്തെയും കുറിച്ചുള്ള ആധുനിക ആശയങ്ങൾ ഉൾക്കൊണ്ട് മടങ്ങിവരുന്ന മലയാളി തന്റെ ചുറ്റും കാണുന്നത് ജാതികളും ഉപജാതികളും അവ തമ്മിലുള്ള അസമത്വങ്ങളും മരുമക്കത്തായവും കൂട്ടുകുടുംബവും മറ്റുമാണ്. ലോകം മുഴുവൻ ചുറ്റി സഞ്ചരിച്ച്, ഉൽകൃഷ്ട ബിരുദങ്ങൾ നേടി മടങ്ങിവരുന്ന നായർ യുവാക്കന്മാർക്ക് തങ്ങളുടെ നാട്ടിൽ മടങ്ങിവന്നാൽ കിട്ടുന്നത് 'കപ്പൽ കയറി ശീമയ്ക്കു പോയതിലുള്ള ഭ്രഷ്ടാണെങ്കിൽ' ഇത്ര ഉയർന്ന ബിരുദങ്ങളും അതിനൊത്ത ഉദ്യോഗവും നേടി മാന്യസ്ഥാനം നേടിയ ഒരു നായർ യുവാവ് അപരിഷ്കൃതനും വിഡ്ഢിയുമായ ഒരു പഴഞ്ചൻ നമ്പൂതിരിയെയോ തമ്പുരാനെയോ കാണുമ്പോൾ രണ്ടാം മുണ്ട് അരയിൽ കെട്ടി, ചെരുപ്പും കുപ്പായവുമഴിച്ച് അടിയൻ ഏറാൻ പറഞ്ഞ് തൊഴണമെങ്കിൽ; വളരെ കഷ്ടപ്പെട്ടിട്ടാണെങ്കിൽപോലും നല്ലപോലെ പഠിച്ച്, അഭിനന്ദനീയമായ വിജയം വരിച്ച്, താനർഹിക്കുന്ന ഒരു ഉദ്യോഗം

ആവശ്യപ്പെടുന്ന ഒരു ഈഴവ യുവാവിന് ഗവണ്മെന്റിൽനിന്നും കിട്ടുന്ന മറുപടി 'ഈഴവന്റെ കുലത്തൊഴിൽ തെങ്ങുചെത്താണ്'' എന്നാണെങ്കിൽ; പകർച്ചവ്യാധി പിടിപെട്ട മനുഷ്യനെയും പട്ടിയെയും നടക്കാനനുവദിക്കുന്ന റോഡുകളിൽനിന്ന് പരിഷ്കൃത വേഷധാരിയും പണ്ഡിതനുമായ ഒരു ഈഴവനെ ആട്ടിയകറ്റുമെങ്കിൽ അതെല്ലാം വെച്ചുപൊറുപ്പിക്കാൻ പുതിയ തലമുറയിൽപ്പെട്ട നായന്മാരും ഈഴവരും തയാറാവുകയില്ലല്ലോ. അതുപോലെ താൻ സമ്പാദിക്കുന്ന സ്വത്ത് തനിക്കും തന്റെ ഭാര്യാമക്കൾക്കും അനുഭവിക്കാൻ കഴിയണമെന്ന ആഗ്രഹവും വളർന്നുവരാൻ തുടങ്ങുന്ന കാലത്ത് സ്വത്തുക്കളൊക്കെ കുടുംബത്തിന്റെ വകയായിരിക്കുകയും കുടുംബത്തിൽ ഭാര്യാ മക്കൾ പെടാതിരിക്കുകയും ചെയ്യുന്ന സമ്പ്രദായം നായർക്കും നമ്പൂതിരിക്കും സ്വീകാര്യമാവാൻ ഇടയില്ല. ഭാര്യയെയും മക്കളെയും തൊട്ടാൽ അശുദ്ധമാവുന്ന ഭർത്താക്കന്മാരും അച്ഛന്മാരും; അച്ഛനെ അച്ഛനെന്ന് വിളിക്കാൻ അധികാരമില്ലാത്ത മക്കൾ; അച്ഛന്റെ മരുമക്കളെ ശത്രുക്കളായെണ്ണുന്ന മക്കൾ; അമ്മായിഅമ്മയെ മറ്റാരേക്കാളുമധികം വെറുക്കുന്ന തറവാട് - ഇതെല്ലാമടങ്ങുന്ന വിലക്ഷണമായ വിവാഹ സമ്പ്രദായം അപരിഷ്കൃതമാണെന്ന് പുതിയ തലമുറ കണക്കാക്കുന്നതും സ്വാഭാവികമാണ്.

ബ്രിട്ടീഷ് ആധിപത്യത്തിനുമുമ്പുതന്നെ സരസമഹാകവിയായ കുഞ്ചൻ നമ്പ്യാർ ഈ സാമൂഹികാവസ്ഥയെ ഉള്ളുതുറന്ന് വിമർശിക്കാൻ തയ്യാറായിട്ടുണ്ട്. വല്ലഭമാരുടെ വീടുപുലർത്താനില്ലം പണയം വച്ചുതുടങ്ങുന്നതിനെയും അമ്മാവൻ കുടുംബ സ്വത്തൊക്കെ അമ്മായിക്ക് കൊടുത്ത് മുടിച്ചതിനെയും അദ്ദേഹം വിമർശിക്കുന്നുണ്ട്. അതിന്റെയൊക്കെ തുടർച്ചയായാണ് കേരളത്തിൽ സാമൂഹിക പരിഷ്കരണ പ്രസ്ഥാനം ഉയർന്നുവരുന്നത്.

ഫ്യൂഡൽ വ്യവസ്ഥയിൽ ഇടത്തരക്കാരനെയായിരുന്നു ബൂർഷ്വാസി എന്ന് വിളിച്ചിരുന്നത്. അവരിൽനിന്നാണ് മുതലാളിത്ത വ്യവസ്ഥിതിയിൽ ആധുനിക ബൂർഷ്വാസി വളർന്നുവന്നത്. സാമൂഹികമായി നോക്കിയാൽ ബ്രാഹ്മണ ക്ഷത്രിയ വിഭാഗങ്ങൾക്ക് തൊട്ടു താഴെ നിന്നിരുന്ന ഇടത്തരക്കാരായിരുന്നു നായന്മാരും ഈഴവരും. നായന്മാർ ചാതുർവർണ്ണ്യ വ്യവസ്ഥയിൽ പെട്ടവരായിരുന്നെങ്കിൽ ഈഴവർ അതിന് പുറത്തായിരുന്നു. സർക്കാർ ഉദ്യോഗത്തിലും വിദ്യാഭ്യാസത്തിലും മുമ്പർ നായന്മാരായിരുന്നു. അതുകൊണ്ടുതന്നെ അവർക്കിടയിലാണ് പരിഷ്കൃത ജീവിതത്തെ കുറിച്ചുള്ള ചിന്താഗതി ആദ്യം രൂപം കൊണ്ടത്. നായർ സ്ത്രീകളെ നമ്പൂതിരിമാരുടെ സുഖഭോഗത്തിന് കൊണ്ടുവന്നതാണെന്നും അവർക്ക് പാതിവ്രത്യത്തിന് അവകാശമില്ലെന്നും മറ്റുമുള്ള ബ്രാഹ്മണ സമൂഹത്തിന്റെ അവകാശവാദത്തെ അവർ എതിർക്കാൻ തുടങ്ങി. മരുമക്കത്തായത്തിനും കൂട്ടുകുടുംബ വ്യവസ്ഥയ്ക്കും സംബന്ധം മുതലായ ദുരാ

ചാരങ്ങൾക്കുമെതിരായ ചിന്താഗതി അവർക്കിടയിൽ വളരാൻ തുടങ്ങി. അച്ഛനും മക്കളും ഒന്നിച്ചു ജീവിക്കുന്ന ആധുനിക കുടുംബ സംവിധാനം അവർക്കിടയിലും സ്വാധീനം ചെലുത്തി. ഇതിന്റെ ഫലമായി തിരുവിതാംകൂർ, കൊച്ചി, മലബാർ എന്നിവിടങ്ങളിൽ നായർ സമാജങ്ങൾ ഉയർന്നുവരാൻ തുടങ്ങി.

താലികെട്ടു കല്യാണം അവസാനിപ്പിക്കുക, സംബന്ധങ്ങൾ അവസാനിപ്പിക്കുകയും പരിഷ്കൃത വിവാഹങ്ങൾ ഏർപ്പെടുത്തുകയും സന്താനങ്ങൾക്ക് സ്വത്ത് അവകാശം ഉറപ്പുവരുത്തുകയും ചെയ്യുക, തറവാട്ടു സ്വത്ത് ഭാഗിക്കുക, സ്ത്രീകൾക്ക് സ്വന്തം തറവാട്ടു സ്വത്തിൽ അവകാശം ലഭ്യമാക്കുക, കുടുംബ നിയമങ്ങൾ പരിഷ്കരിക്കുക, അനാവശ്യ ധൂർത്തുകൾ അവസാനിപ്പിക്കുക, നായന്മാർക്കിടയിലെ അവാന്തര വിഭാഗങ്ങൾ ഇല്ലാതാക്കി സമത്വം സ്ഥാപിക്കുക തുടങ്ങിയവയായിരുന്നു നായർ സമാജങ്ങളുടെ പൊതു മുദ്രാവാക്യങ്ങൾ.

തിരുവിതാംകൂറിലാകട്ടെ സ്ഥിതി സ്വല്പം വ്യത്യസ്തമായിരുന്നു. വേലുത്തമ്പിയുടെ നേതൃത്വത്തിൽ നടന്ന കലാപം ബ്രിട്ടീഷുകാർക്കെതിരായിരുന്നതിനാൽ നായന്മാരെ കലാപകാരികളുടെ പിൻമുറക്കാരായാണ് ബ്രിട്ടീഷ് മേധാവിത്വം കണ്ടത്. അതിന്റെ ഫലമായി 19-ാം നൂറ്റാണ്ടിന്റെ അവസാനമായപ്പോഴേക്ക് നായന്മാരെ അധികാര സ്ഥാനങ്ങളിൽ നിന്ന് ഒഴിവാക്കി നിർത്താൻ തുടങ്ങിയിരുന്നു. അതിനെതിരായിട്ടാണ് 1891-ലെ മലയാളി മെമ്മോറിയൽ എന്ന ഭീമ ഹർജി തയ്യാറാക്കപ്പെട്ടത്.

മലയാളി മെമ്മോറിയലിനു പിന്നിൽ അഭ്യസ്തവിദ്യരായ നാനാ ജാതി മതസ്ഥരുണ്ടായിരുന്നെങ്കിലും അതുകൊണ്ട് ഏറ്റവും കൂടുതൽ നേട്ടം ഉണ്ടാക്കാൻ ആകുന്നവർ നായന്മാരായിരുന്നു. മലയാളി മെമ്മോറിയലിന്റെ പ്രവർത്തനം വളർന്നാണ് പിന്നീട് 1907-ൽ കേരളീയ നായർ സമാജം രൂപീകരിക്കപ്പെട്ടത്. നായന്മാരുടെ കൂട്ടുകുടുംബ വ്യവസ്ഥ, ബ്രാഹ്മണ സംബന്ധ സമ്പ്രദായം, പുലകുളി, കെട്ടുകല്യാണം, തിരണ്ടുകുളി, ചെലവേറിയ മരണാനന്തരാഘോഷങ്ങൾ, കാരണവന്മാരുടെ സ്വേച്ഛാധിപത്യം എന്നിവയ്ക്കെതിരായുള്ള പ്രചാരണ പ്രവർത്തന പരിപാടികളാണ് കേരളീയ സമാജത്തിന്റെ നേതൃത്വത്തിൽ നടന്നുവന്നിരുന്നത്. 1912-ൽ നായർ റഗുലേഷൻ ആക്ട് നടപ്പായതോടെ ആളോഹരി ഭാഗവും പിതൃദായ ക്രമവും നടപ്പിലായി. മുദ്രാവാക്യം നഷ്ടപ്പെട്ടതോടെ കേരളീയ നായർ സമാജത്തിന്റെ പ്രവർത്തനം മന്ദഗതിയിലായി. എന്നാൽ ഇക്കാലത്താണ് എസ് എൻ ഡി പി ശക്തിപ്പെടാൻ തുടങ്ങിയത്. ഇതിൽ നിന്ന് പ്രചോദനം ഉൾക്കൊണ്ടാണ് നായർ സമുദായത്തിനും ഒരു സമാന സംഘടന എന്ന നിലയിൽ 1914-ൽ നായർ ഭൃത്യജന സംഘം രൂപം കൊണ്ടത്. 1915-ൽ ഇത് ഒരു ജോയിന്റ് സ്റ്റോക്ക് കമ്പനിയായി നായർ സർവ്വീസ് സൊസൈറ്റി എന്ന പേരിൽ രജിസ്റ്റർ ചെയ്യപ്പെട്ടു. പ്രശസ്ത ഗാന്ധിയനും കേരളഗാന്ധി എന്ന പേരിൽ അറിയപ്പെടുന്ന ആളുമായ കെ കേളപ്പനായിരുന്നു എൻ എസ് എസിന്റെ ആദ്യ അദ്ധ്യക്ഷൻ. നവോ

ത്ഥാന നായകരിലൊരാളായ ചട്ടമ്പിസ്വാമികൾക്ക് എൻ എസ് എസുമായി ഔപചാരികമായി ബന്ധമൊന്നുമുണ്ടായിരുന്നില്ലെങ്കിലും അദ്ദേഹത്തിന്റെ ചിന്തകൾ എൻ എസ് എസിന്റെ പ്രവർത്തനങ്ങളെ ഏറെ സ്വാധീനിച്ചിരുന്നു. കൂട്ടുകുടുംബ സമ്പ്രദായം, മരുമക്കത്തായം, ബ്രാഹ്മണ സംബന്ധം മുതലായവയ്ക്കൊക്കെ എതിരായിരുന്നു ചട്ടമ്പിസ്വാമികളുടെ കാഴ്ചപ്പാട്. 1925-ലെ വൈക്കം സത്യഗ്രഹത്തിന് അനുകൂലമായി എൻ എസ് എസ് ജാഥ നടത്തിയതിനു പിന്നിലും ചട്ടമ്പിസ്വാമികളുടെ സ്വാധീനം പ്രകടമായിരുന്നു. വേദം ചൊല്ലാനും കേൾക്കാനും ബ്രാഹ്മണ ക്ഷത്രിയ വൈശ്യ വിഭാഗങ്ങൾക്കു മാത്രമെ അധികാരമുള്ളൂ എന്ന വാദത്തെ ഖണ്ഡിക്കാനും ചട്ടമ്പിസ്വാമികൾ തയ്യാറായി.

ഇതിൽനിന്ന് തുലോം വ്യത്യസ്തമായിരുന്നു ഈഴവരുടെ സ്ഥിതി. സാമ്പത്തികമായി മെച്ചപ്പെട്ട നിലവാരമുള്ളവർ ഈ സമുദായത്തിലുണ്ടായിരുന്നുവെങ്കിലും സാമൂഹികമായി അവർ അംഗീകരിക്കപ്പെട്ടിരുന്നില്ല. കഷ്ടപ്പെട്ട് വിദ്യാഭ്യാസം നേടിയാൽതന്നെ ഗവണ്മെന്റ് സർവ്വീസിൽ ഉദ്യോഗം തരപ്പെടുമായിരുന്നില്ല. അതുകൊണ്ടുതന്നെ വിവാഹം, ദായക്രമം, കുടുംബ നിയമപരിഷ്കാരം എന്നിവയിൽ ഒതുങ്ങുന്ന മുദ്രാവാക്യങ്ങൾ അവർ അനുഭവിച്ചുവരുന്ന പിന്നോക്കാവസ്ഥയ്ക്കും അടിച്ചമർത്തലിനും പരിഹാരമാവുമായിരുന്നില്ല.

> തങ്ങളെ അടിച്ചമർക്കുന്ന സാമൂഹ്യ ഘടനയാകെ അട്ടിമറിക്കാതെ നൂറ്റാണ്ടുകളോളമായി നിലനിന്നുവരുന്ന നിയമങ്ങളും ആചാര നടപടികളും അവസാനിപ്പിക്കാതെ - ജാതികളും ഉപജാതികളും തമ്മിലുള്ള അസമത്വങ്ങളും അവയിൽ 'താണ' ജാതിക്കാർക്കുള്ള നാനാവിധമായ അവശതകളും ഇല്ലാതാക്കി സാമൂഹ്യസമത്വം സ്ഥാപിക്കാതെ-ആ സമുദായത്തിന് രക്ഷയില്ലല്ലോ. (ഇ എം എസ്)

അതുകൊണ്ടുതന്നെ ജാതി വ്യവസ്ഥ തുടച്ചുമാറ്റുന്നതിനുതകുന്ന മുദ്രാവാക്യങ്ങളാണ് ശ്രീ നാരായണ ഗുരുവിന്റെ ഭാഗത്തുനിന്നുണ്ടായത്. ജാതി ചോദിക്കരുത്, പറയരുത്, ഒരു ജാതി, ഒരു മതം, ഒരു ദൈവം, മനുഷ്യന്, മതമേതായാലും മനുഷ്യൻ നന്നായാൽ മതി തുടങ്ങിയ ആധുനിക മാനവികതയിലൂന്നിയ മുദ്രാവാക്യങ്ങളാണ് ഈഴവരിൽനിന്നു വന്ന നവോത്ഥാന നായകനായ ശ്രീനാരായണഗുരു മുന്നോട്ടുവച്ചത്.

അതേവരെ ബ്രാഹ്മണരുടെ കുത്തകയായിരുന്ന ആത്മീയ ജീവിതം പിന്നോക്ക ജാതിക്കാർക്കുമാവാമെന്നും അവർക്കും സന്ന്യാസജീവിതം നയിക്കാമെന്നും ഗുരു സ്വജീവിതത്തിലൂടെ തെളിയിച്ചു. വിഗ്രഹ പ്രതിഷ്ഠയും ഈശ്വരപൂജയുമൊക്കെ ബ്രാഹ്മണന്റെ ഇടനിലയില്ലാതെ നേരിട്ട് നടത്താനാവുമെന്നും അദ്ദേഹം ജനതയെ ബോദ്ധ്യപ്പെടുത്തി. അസമത്വത്തോടും അവഗണനകളോടും പൊരുതി സ്വതന്ത്രരാവാനുള്ള ആഹ്വാനമാണ് അദ്ദേഹം മുന്നോട്ടുവച്ചത്.

1888 ൽ തെക്കൻ തിരുവിതാംകൂറിൽ അരുവിപ്പുറത്ത് ആറ്റിൽ നിന്നും മുങ്ങിയെടുത്ത ഒരു ശില പ്രതിഷ്ഠിച്ചുകൊണ്ടാണ് ഗുരു തന്റെ പൊതു ജീവിതം ആരംഭിക്കുന്നത്. ജാതിഭേദമെന്യ ഏവർക്കും ആരാധിക്കാവുന്ന ഒരു ക്ഷേത്രമാണവിടെ സ്ഥാപിക്കപ്പെട്ടത്. ഈ ക്ഷേത്ര കാര്യങ്ങൾ നോക്കി നടത്തുന്നതിനുവേണ്ടി രൂപീകരിക്കപ്പെട്ട ക്ഷേത്രയോഗമാണ് പിന്നീട് അരുവിപ്പുറം ശ്രീനാരായണ ധർമപരിപാലനയോഗമായി അറിയപ്പെട്ടത്. 1903-ൽ ചേർന്ന പ്രത്യേക യോഗത്തിൽ വെച്ച് ഈ ക്ഷേത്രയോഗത്തെ ഒരു മഹാജന യോഗമാക്കണമെന്ന് നിശ്ചയിക്കുകയും ഇന്ത്യൻ കമ്പനി നിയമപ്രകാരം രജിസ്റ്റർ ചെയ്ത ഒന്നാക്കി അതിനെ മാറ്റുകയും ചെയ്തു. യോഗത്തിന്റെ ഉദ്ദേശ്യലക്ഷ്യങ്ങൾ മെമ്മോറോണ്ഡം ഓഫ് അസോസിയേഷനിൽ വിവരിച്ചിട്ടുള്ളത് താഴെപറയും പ്രകാരമാണ്.

1. ഈയോഗം അരുവിപ്പുറം ശ്രീ നാരായണ ധർമ പരിപാലനയോഗം എന്ന് വിളിക്കപ്പെടും.
2. ഈ യോഗത്തിന്റെ രജിസ്റ്റർ ചെയ്യപ്പെട്ട ഓഫീസ് തിരുവനന്തപുരം ടൗണിൽ ആയിരിക്കും.
3. ഈ യോഗത്തിന്റെ ഉദ്ദേശ്യങ്ങൾ:

   (എ) അരുവിപ്പുറം ക്ഷേത്രത്തിലും അതോട് ചേർന്നതോ അതിന്റെ കീഴിൽ ഉൾപ്പെട്ടതോ ആയ ക്ഷേത്രങ്ങളിലുമുള്ള നിത്യപൂജ, വർഷോത്സവം മുതലായ സകല കാര്യങ്ങളും നടത്തുക.

   (ബി) ഈഴവ സമുദായത്തിൽ വൈദികവും ലൗകികവുമായ വിദ്യാഭ്യാസത്തെയും, കൃഷി, കച്ചവടം, കൈത്തൊഴിൽ മുതലായ വ്യവസായങ്ങളെയും അഭിവൃദ്ധിപ്പെടുത്തുന്നതിനും അവയുടെ പ്രചാരത്തിനുമായി ക്ഷേത്രം, സന്യാസിമഠം മുതലായവ ഏർപ്പെടുത്തുകയും ക്ഷേത്രം പരിപാലിക്കുകയും നടത്തുകയും ചെയ്യുക.
4. (എ)യോഗത്തിന്റെ ആവശ്യങ്ങൾക്കായി വല്ല സ്ഥലമോ കെട്ടിടമോ രണ്ടുംകൂടിയോ വിലയോ ഒറ്റിയോ ആയി വാങ്ങുകയോ പാട്ടത്തിന് എടുക്കുകയോ അവയ്ക്കുവേണ്ട ഉപകരണങ്ങളെ ക്രമമായി വാങ്ങുകയോ ചെയ്യുക.

   (ബി) യോഗം വക സ്ഥാവരജംഗമ വസ്തുക്കളെ ആവശ്യംപോലെ വിൽക്കുകയോ ഒറ്റിക്കോ പണയമോ പാട്ടമോ ആയി കൊടുക്കുകയോ ചെയ്യുക.

   (സി) വാഗ്ദത്ത പത്രം മുതലായ കൈമാറ്റ പത്രങ്ങളെ ഉണ്ടാക്കുകയോ സ്വീകരിക്കുകയോ പുറത്തെഴുതുകയോ ചെയ്യുക.

   (ഡി) മേൽപ്പറഞ്ഞ ഉദ്ദേശ്യങ്ങളോ അവയിൽ ഏതെങ്കിലുമോ സാധിക്കുന്നതിന് സമയോചിതമായ എല്ലാ കാര്യങ്ങളെയും നടത്തുകയോ ചെയ്യുക.
5. ഈ യോഗത്തിന്റെ ബാദ്ധ്യതകളെ ക്ലിപ്തപ്പെടുത്തിയിരിക്കുന്നതാകുന്നു.

ഇതാണ് പിന്നീട് എസ് എൻ ഡി പി യോഗമായി അറിയപ്പെടാൻ

തുടങ്ങിയത്. യോഗത്തിന്റെ അദ്ധ്യക്ഷനായി മരണംവരെ ശ്രീനാരായണഗുരു ഇരിക്കണമെന്ന് നിശ്ചയിച്ചിരുന്നു. എന്നാൽ ഉദ്ദേശ്യലക്ഷ്യങ്ങളിൽ പറയുന്ന ഈഴവ സമുദായത്തിന്റെ താൽപ്പര്യങ്ങളിൽ മാത്രമായി എസ് എൻ ഡി പി ഒതുങ്ങുകയും അതൊരു ജാതി സംഘടന മാത്രമായി മാറിക്കൊണ്ടിരിക്കുകയാണെന്ന് ബോദ്ധ്യപ്പെടുകയും ചെയ്ത ശ്രീനാരായണഗുരു അതിൽ നിന്നും രാജിവച്ചൊഴിഞ്ഞു.

പിന്നീടുണ്ടായ എസ് എൻ ഡി പി യോഗപ്രവർത്തനങ്ങളിൽ നാല് ചിന്താധാരകൾക്ക് പ്രാമുഖ്യമുണ്ടായിരുന്നതായി ഇ എം എസ് വിലയിരുത്തിയിട്ടുണ്ട്.

1. സവർണ്ണ ഹിന്ദുക്കൾ തങ്ങളുടെ ശത്രുക്കളും സവർണ്ണ ഹിന്ദു മേധാവിത്വത്തെ തകർക്കുന്ന ബ്രിട്ടീഷുകാർ തങ്ങളുടെ ബന്ധുക്കളുമാണ്. ബ്രിട്ടീഷ് ഭരണം പോയി സ്വരാജ്യം വന്നാൽ സവർണ്ണ മേധാവിത്വമാണ് വരിക. അത് തടയണം. ഈ പരിപാടിയനുസരിച്ച് ദേശീയ സ്വാതന്ത്ര്യ പ്രസ്ഥാനത്തെ എതിർക്കുകയും ബ്രിട്ടീഷുകാരെ സഹായിക്കുകയും ചെയ്തവർ.
2. ഈഴവരുടെ ന്യായമായ അവകാശങ്ങൾക്കുവേണ്ടി വാദിക്കുകയും അതിനുവേണ്ടി സമുദായത്തെ സംഘടിപ്പിക്കുകയും ചെയ്യുന്നതോടുകൂടിത്തന്നെ നാടിന്റെ പൊതു സ്വാതന്ത്ര്യസമരത്തിൽ ഈഴവർ സജീവമായി പങ്കുകൊള്ളുക കൂടി ചെയ്യണമെന്ന് വാദിക്കുന്നവർ.
3. യുക്തിവാദവും സോഷ്യലിസവും സ്വീകരിച്ച് അതിന്റെ പേരിൽ കോൺഗ്രസിനെ ശക്തിയായി എതിർക്കുകയും എന്നാൽ കോൺഗ്രസിനേക്കാളൊട്ടും കുറയാത്ത സവർണ്ണ മേധാവിത്വവും സോഷ്യലിസ്റ്റ് വിരോധവും കാണിക്കുന്ന ഗവൺമെന്റിന്റെ നേരെ മിതമായും അഹിംസാത്മകമായും പെരുമാറുകയും ചെയ്യുന്നവർ.
4. ടി കെ മാധവന്റെയും സി കേശവന്റെയും ദേശീയ പ്രസ്ഥാനപക്ഷപാതം, സഹോദരനയ്യപ്പന്റെ യുക്തിവാദവും സോഷ്യലിസവും, കോൺഗ്രസുകാരുടെയും കമ്യൂണിസ്റ്റുകാരുടെയും തൊഴിലാളി -കർഷക പ്രവർത്തനം എന്നിവയെയെല്ലാം കൂട്ടിയിണക്കി സമുദായത്തെ നാട്ടിലെ വിപ്ലവബഹുജനപ്രസ്ഥാനത്തിന്റെ ഒരഭേദ്യ ഭാഗമാക്കി തീർക്കാൻ ശ്രമിക്കുന്നവർ. ഇവർ പ്രായേണ കമ്യൂണിസ്റ്റനുഭാവമുള്ളവരും ഇതിൽ ചിലർ കമ്യൂണിസ്റ്റുകാരുമാകയാൽ അവരെ കമ്യൂണിസ്റ്റുകാരെന്നാണ് സാധാരണ വിളിച്ചുവരാറുള്ളത്.

സ്വാതന്ത്ര്യാനന്തരം ഇതിൽ ഒന്നാമത്തെ ചിന്താധാരയ്ക്ക് നിലനില്പില്ലാതായി. നാട്ടുരാജ്യങ്ങൾ ഇല്ലാതാവുകയും ബ്രിട്ടീഷുകാർ ഇന്ത്യ വിടുകയും ചെയ്തതോടെ രാജഭക്തർ ഇല്ലാതായി. രണ്ടും മൂന്നും വിഭാഗക്കാർ ഒന്നിക്കാൻ തുടങ്ങി. കോൺഗ്രസിനെതിരെ നിന്നിരുന്ന സഹോദരൻ അയ്യപ്പൻ കൊച്ചിയിലെ കോൺഗ്രസായിരുന്ന പ്രജാമണ്ഡലത്തിൽ ചേർന്നു. രാജഭക്തനായിരുന്ന എം

ഗോവിന്ദനും ആദ്യം കോൺഗ്രസും പിന്നീട് അതിനെതിരുമായിരുന്ന ആർ ശങ്കറും തിരുവിതാംകൂർ സ്റ്റേറ്റ് കോൺഗ്രസിൽ ചേർന്നു. ഇതോടെ രണ്ടും മൂന്നും ചിന്താഗതിക്കാർ ഒന്നിച്ചുനിന്ന് നാലാമത്തെ കൂട്ടരെ എതിർക്കുന്ന സ്ഥിതിയും സംജാതമായി. എന്നാൽ അണികളിലേറെയും നാലാമത്തെ കൂട്ടരോടൊപ്പമാണ് അണി നിരന്നത്.

ഇതിൽ ഒന്നാം വിഭാഗം സ്വാതന്ത്ര്യ പ്രാപ്തിക്കുശേഷം അപ്രസക്തമായെങ്കിലും അവരുടെ ചിന്താഗതി ഒളിഞ്ഞും തെളിഞ്ഞുമൊക്കെ നിലനിന്നിരുന്നു. അതിനൊപ്പം രണ്ടും മൂന്നും വിഭാഗങ്ങളിലെ കമ്യൂണിസ്റ്റ് വിരുദ്ധത കൂടെ ചേർന്നപ്പോഴാണ് ഇന്ന് ബി ജെ പിയെ പിന്തുണയ്ക്കുന്ന ബി ഡി ജെ എസ് രൂപം കൊണ്ടത്.

അയ്യൻകാളിയും മറ്റും

ബ്രാഹ്മണ മേധാവിത്വത്തിനെതിരെ ഇന്ത്യയിൽ നടന്ന സമരങ്ങൾക്ക് പൊതുവിൽ രണ്ടു സവിശേഷതകളാണുണ്ടായിരുന്നത്. അതിൽ ഒരു കൂട്ടർ തങ്ങൾ ഹിന്ദുമതത്തിന്റെ ഭാഗമാണെന്നും ആര്യന്മാർ വിദേശികളാണെന്നുമുള്ള മുദ്രാവാക്യമാണുയർത്തിയതെങ്കിൽ മറുഭാഗം തങ്ങൾ ഹിന്ദുക്കളല്ല, ചാതുർ വർണ്ണ്യവുമായോ ജാതിവ്യവസ്ഥയുമായോ യാതൊരു ബന്ധവുമില്ല എന്ന അടിസ്ഥാനത്തിൽ നിന്നുകൊണ്ടാണ് സമരം ചെയ്തത് എന്ന് നാം കണ്ടു. ഈ രണ്ടു പ്രവണതകളും കേരളത്തിലെ ജാതിവിരുദ്ധ സമരങ്ങളിൽ പ്രത്യക്ഷപ്പെട്ടിട്ടുള്ളതായി കാണാനാവും. അതേപോലെതന്നെ ദളിത് വിമോചനത്തിനുവേണ്ടി ദളിതരല്ലാത്ത നേതാക്കളുടെ നേതൃത്വത്തിലുള്ള പ്രസ്ഥാനങ്ങളും ദളിതരുടെ തന്നെ നേതൃത്വത്തിലുള്ള പ്രസ്ഥാനങ്ങളും കേരളത്തിലുണ്ടായിട്ടുണ്ട്. എന്നാൽ ഇവയിലൊക്കെകാണുന്ന പൊതുവായ പ്രത്യേകത അവയൊന്നും തന്നെ സാമ്രാജ്യത്വത്തിനോ തിരുവിതാംകൂർ - കൊച്ചി എന്നിവിടങ്ങളിൽ രാജവാഴ്ചക്കെതിരായിരുന്നില്ല എന്നതാണ്.

കേരളത്തിലെ ദളിത് വിമോചന പ്രസ്ഥാനങ്ങളിൽ മുൻപന്തിയിൽ നില്ക്കുന്നത് അയ്യൻകാളിയും അദ്ദേഹത്തിന്റെ നേതൃത്വത്തിൽ സംഘടിപ്പിക്കപ്പെട്ട സാധുജന പരിപാലന സംഘവും തന്നെയാണ്. ഇന്ത്യയിലെ മറ്റു പ്രദേശങ്ങളെ അപേക്ഷിച്ച് കൂടുതൽ രൂക്ഷതരമായ സ്ഥിതിവിശേഷമാണ് കേരളത്തിൽ ജാതിവ്യവസ്ഥയുടെ പേരിൽ നടപ്പിലാക്കപ്പെട്ടിരുന്നത്. അയിത്തജാതിക്കാർക്ക് പൊതുവഴിയിൽ കൂടെ നടന്നുകൂടാ; ക്ഷേത്രത്തിന്റെ പരിസരങ്ങളിൽപ്പോലും പ്രവേശിക്കാനാവില്ല. അറിയാതെങ്ങാനും പൊതുവഴിയിൽ കടന്നുപോയാൽ ഭീകരമർദ്ദനമായിരുന്നു അനുഭവിക്കേണ്ടിയിരുന്നത്. മർദ്ദനമേറ്റ് മരിച്ചവർ പോലുമുണ്ടായിട്ടുണ്ട്.

അവർക്ക് വിദ്യാഭ്യാസം പൂർണ്ണമായി നിഷേധിക്കപ്പെട്ടിരുന്നു. പുരുഷനും സ്ത്രീക്കും മുട്ടുവരെ ഇറക്കത്തിൽ മാത്രമെ വസ്ത്രം ധരിക്കാവൂ; വസ്ത്രം പഴയതുമായിരിക്കണം. സ്ത്രീകൾക്ക് മാറുമറയ്ക്കുന്നതിനോ മേൽജാതി സ്ത്രീകൾ ധരിക്കുന്നതുപോലുള്ള ആഭരണങ്ങൾ ധരിക്കുന്നതിനോ അവകാശമുണ്ടായിരുന്നില്ല.

അയിത്ത ജാതിയിൽപ്പെട്ട പുലയ വിഭാഗത്തിലാണ് അയ്യൻകാളി ജനിച്ചത്. തിരുവിതാംകൂറിലെ അന്നത്തെ പുലയരിൽ തണ്ടപുലയൻ, കാണപുലയൻ, പടിഞ്ഞാറൻ പുലയൻ, കിഴക്കൻ പുലയൻ, തെക്കൻ പുലയൻ, വള്ളുവ പുലയൻ എന്നിങ്ങനെ ആറു വിഭാഗങ്ങളുണ്ടായിരുന്നത്രെ. ഇവർ തമ്മിൽ ജീവിതരീതി, ആചാരം, ഭാഷ എന്നിവയിൽ അല്പ സ്വല്പം വ്യത്യാസമുണ്ടായിരുന്നു. ചില മേൽകീഴ് ബോധങ്ങളും ഇവർക്കിടയിലുണ്ടായിരുന്നു. എന്നാൽ സ്വജാതി ഉൾപ്പെടുന്ന മുഴുവൻ അയിത്ത ജാതിക്കാരുടെയും പുരോഗതിക്കുവേണ്ടിയായിരുന്നു അയ്യൻകാളിയുടെ പ്രവർത്തനം.

പൊതുനിരത്തിലൂടെ സഞ്ചാരസ്വാതന്ത്ര്യം നേടിയെടുക്കുന്നതിനായി സാമൂഹികമായി നിലനിന്നിരുന്ന വിലക്കുകളെ വെല്ലുവിളിച്ചുകൊണ്ട് ഒരു വില്ലുവണ്ടിയിൽ കയറി പൊതുനിരത്തിലൂടെ സഞ്ചരിക്കുവാൻ അദ്ദേഹം തയ്യാറായി. ഭീഷണികളെയും കായികാക്രമണങ്ങളെയും നേരിട്ടുകൊണ്ടു തന്റെ ദൗത്യം നേടിയെടുക്കാൻ അദ്ദേഹത്തിന് കഴിഞ്ഞു.

അയിത്തജാതിക്കാർക്ക് വിദ്യാഭ്യാസ സ്ഥാപനങ്ങളിലിരുന്ന് പഠിക്കാനുള്ള അവകാശത്തിന് വേണ്ടി ശക്തമായ പോരാട്ടമാണ് അദ്ദേഹത്തിന്റെ നേതൃത്വത്തിൽ നടത്തിയത്. “ഞങ്ങളുടെ കുഞ്ഞുങ്ങളെ പള്ളിക്കൂടങ്ങളിൽ പ്രവേശിപ്പിച്ചില്ലെങ്കിൽ ഞങ്ങൾ പാടത്തിറങ്ങി പണി ചെയ്യാനും ഇല്ല” എന്ന് പ്രഖ്യാപിക്കുക മാത്രമല്ല ഏതാണ്ട് ഒരുവർഷത്തോളം നീണ്ട ഒരു പണിമുടക്ക് നടത്തി അത് വിജയിപ്പിക്കാനും അദ്ദേഹത്തിന് കഴിഞ്ഞു.

അയിത്തജാതിക്കാരായ സ്ത്രീകൾക്ക് മറ്റു സ്ത്രീകളെപ്പോലെ സ്വർണ്ണം, വെള്ളി, ആഭരണങ്ങൾ ധരിക്കാനുള്ള അവകാശമുണ്ടായിരുന്നില്ല, മിനുസമുള്ള ഒരുതരം കല്ലുകൊണ്ടുണ്ടാക്കിയ മാലകളും കാതിൽ ഇരുമ്പുകമ്പി വളച്ചുണ്ടാക്കിയ കുണുക്കുകളും കൈയിൽ ഇരുമ്പു വളകളുമാണവർ ധരിച്ചിരുന്നത്. ഇതിനെതിരായ സമരവും നടത്തി വിജയിക്കാൻ അദ്ദേഹത്തിന് കഴിഞ്ഞു. തിരുവിതാംകൂർ രാജാവിന്റെ കീഴിലുള്ള ശ്രീമൂലം പ്രജാസഭയിലേക്ക് നാമനിർദ്ദേശം ചെയ്യപ്പെട്ട അദ്ദേഹത്തിന്റെ സഭാംഗത്വവും അയിത്തജാതിക്കാരുടെ പുരോഗതിക്കായി ഉപയോഗിച്ചു.

അയിത്ത ജാതിക്കാരുടെ പൊതുവായ പുരോഗതിക്കുവേണ്ടി അയ്യൻകാളിയുടെ നേതൃത്വത്തിൽ സംഘടിപ്പിക്കപ്പെട്ടതാണ് സാധുജന പരിപാലന സംഘം. 1907 ൽ വെങ്ങാനൂർ ആസ്ഥാനമാക്കിയാണ് സംഘം പ്രവർത്തനം നടത്തിയത്. എന്നാൽ അയ്യൻകാളിക്ക് വാർദ്ധക്യമായതോടെ സംഘത്തിൽ പ്രശ്നങ്ങൾ ഉത്ഭവിച്ചു. മതപരമായ വ്യത്യാസമി

ല്ലാതെ അയിത്തജാതിക്കാരുടെ ഐക്യം ഉണ്ടാക്കിയെടുക്കാനാണ് അയ്യൻകാളി പ്രവർത്തിച്ചതെങ്കിൽ ക്രിസ്തുമതത്തിൽ ചേർന്ന പുലയർക്കായി ഒരു പ്രത്യേകം സഭ ചേരമൻ സഭയെന്ന പേരിൽ രൂപീകൃതമായി. ജോൺ ജോസഫ് സെക്രട്ടറിയും പാമ്പാടി എബ്രഹാം ഐസക് പ്രസിഡന്റുമായാണ് പുതിയ സഭ നിലവിൽവന്നത്. അതോടെ മേൽജാതി മേധാവിത്വത്തിനെതിരായി യോജിച്ച പോരാട്ടത്തിൽ വിള്ളൽ വീണു. അയ്യൻകാളിയുടെ മരണാനന്തരം സാധുജന പരിപാലന സംഘം ഫലത്തിൽ ഇല്ലാതായി. അദ്ദേഹത്തിന്റെ മകളുടെ ഭർത്താവായ ടി ടി കേശവൻ പ്രസിഡന്റായി സമാന്തര തിരുവിതാംകൂർ പുലയർ മഹാസഭ രൂപീകരിക്കപ്പെട്ടു. ഇതാണ് പിന്നീട് കേരള പുലയ മഹാസഭയായി വികസിച്ചത്.

'മതം നോക്കാതെ കുലംനോക്കി സംഘടിക്കുവിൻ' എന്നതായിരുന്നു ചേരമൻ സഭയുടെ മുദ്രാവാക്യം. അവർ തങ്ങളുടെ ജാതിപ്പേര് ചേരമൻ എന്നാക്കി മാറ്റുന്നതിന് സർക്കാരിനോടാവശ്യപ്പെടുകയും സർക്കാരിൽ നിന്ന് അതിന് അംഗീകാരം കിട്ടുകയും ചെയ്തു. പുതിയതായി ക്രിസ്തുമതം സ്വീകരിച്ച പുലയരെ സവർണ്ണ ക്രിസ്ത്യാനികൾ ആക്രമിക്കാൻ തുടങ്ങി. ചേരമൻ സഭ ഇതിനെതിരായി സ്വന്തം പള്ളികൾ സ്ഥാപിക്കുകയും അവരുടെ ഇടയിൽ നിന്നു തന്നെ പള്ളി വികാരികളെ തെരഞ്ഞെടുക്കുകയും ചെയ്തു.

പ്രത്യക്ഷരക്ഷാ സഭ സ്ഥാപിച്ച പൊയ്കയിൽ യോഹന്നാൻ ജനിച്ചത് ഒരു പറയ കുടുംബത്തിലാണ്. പിന്നീട് ക്രിസ്തുമതത്തിൽ ചേർന്ന അദ്ദേഹം അവിടെയും ജാതിവ്യത്യാസം നിലനില്ക്കുന്നതായി കണ്ടതിനെ തുടർന്ന് മാറി ചിന്തിക്കുവാൻ തയ്യാറായി. പറയനും പുലയനും വേണ്ടി യേശുനാമത്തിൽ തന്നെ പള്ളി പണിയുന്നതിനോട് അദ്ദേഹത്തിന് യോജിപ്പുണ്ടായിരുന്നില്ല. പിന്നീട് നിരവധി സഭകളിൽ അദ്ദേഹം മാറിമാറി പ്രവർത്തിച്ചുവെങ്കിലും അവിടെയൊക്കെ ജാതിവ്യത്യാസം നിലനില്ക്കുന്നതായി ബോദ്ധ്യപ്പെട്ടു. അങ്ങനെയാണ് സ്വന്തം നേതൃത്വത്തിൽ പ്രത്യക്ഷരക്ഷാദൈവസ സഭ രൂപീകരിക്കാൻ തയ്യാറായത്. സഭാംഗങ്ങളെയെല്ലാം സമത്വമനോഭാവത്തോടെ കാണാൻ അദ്ദേഹം പഠിപ്പിക്കുകയും അന്ധവിശ്വാസങ്ങൾക്കും അനാചാരങ്ങൾക്കുമെതിരെ പോരാടുകയും ചെയ്തു.

കൊളോണിയൽ ഭരണവും ജാതിവ്യവസ്ഥയും

കൊളോണിയൽ ഭരണം ഇന്ത്യയെ സംബന്ധിച്ചിടത്തോളം അന്യരാഷ്ട്ര ഭരണമാണ്. ബ്രിട്ടീഷുകാർക്കാവട്ടെ ഇന്ത്യൻ സംസ്കാരത്തെ കുറിച്ചൊ ജാതീയമോ വർണ്ണപരമൊ ആയ ആചാരങ്ങളെ കുറിച്ചൊ യാതൊരു ധാരണയുമുണ്ടായിരുന്നില്ല. 1857 ൽ നടന്ന ഒന്നാം സ്വാതന്ത്ര്യ സമരത്തിന്റെ കാരണങ്ങളിൽ മതപരവും ജാതീയവുമായ ആചാരനുഷ്ഠാനങ്ങളുടെ ലംഘനവും ഉണ്ടായിരുന്നു. അതുകൊണ്ടു തന്നെ ഒന്നാം സ്വാതന്ത്ര്യ സമരാനന്തരം വിക്ടോറിയ രാജ്ഞി നേരിട്ട് ഭരണഭാരം ഏറ്റെടുത്തപ്പോൾ ഇന്ത്യൻ വിശ്വാസങ്ങൾ, ആചാരങ്ങൾ, ചടങ്ങുകൾ, അനുഷ്ഠാനങ്ങൾ എന്നിവയിലൊന്നും ഭരണകൂടം ഇടപെടുന്നതല്ല എന്ന് പ്രഖ്യാപിച്ചിരുന്നു. അതിന്റെ അടിസ്ഥാനത്തിലാണ് അവർ നിയമനിർമ്മാണങ്ങൾ നടത്തിയത്. അതുകൊണ്ടുതന്നെ 'മതം' 'ആചാരം' എന്നൊക്കെ വിവക്ഷിക്കപ്പെടുന്ന കാര്യങ്ങളിലൊന്നും അവർ ഇടപെട്ടില്ല.

പ്രാദേശികമായ ആചാരങ്ങൾ, ജാതീയമായ കീഴ്വഴക്കങ്ങൾ എന്നിവയൊക്കെ ധർമ്മ ശാസ്ത്രങ്ങൾക്കനുസരിച്ച് വ്യാഖ്യാനിക്കാനാണ് അവർ തയ്യാറായത്. നീതിന്യായക്കോടതികളിൽ ജഡ്ജിമാർക്ക് ആവശ്യമായ വിജ്ഞാനം പകർന്നു നല്കുന്നതിനായി അവർ ബ്രാഹ്മണപണ്ഡിതന്മാരെ നിയോഗിച്ചു. കുടുംബം, വിവാഹം, സ്വത്തവകാശം, മതാചാരങ്ങൾ, ജാതികളുടെ മേൽകീഴ്ബന്ധങ്ങൾ എന്നിവയൊക്കെതന്നെ ബ്രാഹ്മണപണ്ഡിതന്മാരുടെ ഉപദേശാനുസരണമാണ് കോടതികളിൽ തീർപ്പുകല്പിക്കപ്പെട്ടത്. സ്വാഭാവികമായും ബ്രാഹ്മണാധിപത്യം സമൂഹത്തിൽ വർദ്ധിക്കുകയും അവരുടെ സാമൂഹിക പദവി ഉയരുകയും ചെയ്തു. 'മറ്റു ജാതികളുടെ വ്യവസ്ഥാപിതാവകാശ'സംരക്ഷണത്തിന്റെ

പേരിൽ തൊട്ടുകൂടാത്ത ജാതിക്കാർക്ക് ക്ഷേത്ര പ്രവേശനം നിഷേധിക്കാൻവരെ അവർ തയ്യാറായി. ജാതികളുടെ സ്വയം ഭരണാധികാരം അംഗീകരിച്ചുകൊണ്ട് ജാതീയമാനദണ്ഡങ്ങൾ വ്യാഖ്യാനിക്കാനും ജാതികൾ തമ്മിലുള്ള തർക്കങ്ങൾ പരിഹരിക്കാനും ബ്രിട്ടീഷു കോടതികൾ തയ്യാറായി.

ഇന്ത്യക്കാരെ സൈന്യത്തിലെടുക്കുമ്പോഴും ജാതീയമായ ഇടകലരൽ പരമാവധി ഒഴിവാക്കുന്നതിന് ശ്രദ്ധിച്ചു. ഇന്ത്യക്കാരായ പട്ടാളക്കാർ ഒന്നടങ്കം ബ്രിട്ടീഷുകാർക്കെതിരായി അണിനിരക്കാതിരിക്കുന്നതിന് വേണ്ടി ജാതിയെപ്പോലും ഒരു ഭിന്നിപ്പിക്കൽ ഉപകരണമായി അവർ ഉപയോഗപ്പെടുത്തി. ചില ജാതിക്കാരെ മുൻഗണന നല്കി പട്ടാളത്തിലെടുത്തു. അവർ പരമ്പരാഗതമായി പോരാട്ട വാസനയുള്ള ജാതിയിൽപ്പെട്ടവരായിരുന്നു എന്ന ന്യായമാണ് പറഞ്ഞത്. 1911 ൽ കുറ്റവാളി ഗോത്രനിയമം (ക്രിമിനൽ ട്രൈബ്സ് ആക്ട്) കൊണ്ടുവന്ന ബ്രിട്ടീഷുകാർ മദ്രാസ് പ്രസിഡൻസിയിലെ മറവ, കള്ളർ ഗോത്രങ്ങളെ കള്ളന്മാരായി പ്രഖ്യാപിച്ചു.

1901 ൽ നടത്തിയ കാനേഷുമാരി കണക്കെടുപ്പിൽ ജനങ്ങളുടെ ജാതി പശ്ചാത്തലം രേഖപ്പെടുത്തുകയും അതിനെ ഔദ്യോഗികമായി അംഗീകരിക്കുകയും ചെയ്തു. ഓരോ ജാതിക്കും നിയതമായ ഒരു പദവി നിയമപരമായി അംഗീകരിച്ചു കൊടുത്തത് ബ്രിട്ടീഷുകാരാണ്.

ആദ്യകാല ബ്രിട്ടീഷ്ഭരണാധികാരികൾ സംസ്കൃതം പഠിപ്പിക്കുന്നതിന് മുൻകൈയെടുക്കുകയും സംസ്കൃത കൃതികൾ ഇംഗ്ലീഷിലേക്ക് പരിഭാഷപ്പെടുത്തുകയും ചെയ്തു. സർവ്വകലാശാലകളിൽ സംസ്കൃതം അദ്ധ്യയന മാദ്ധ്യമമാക്കുന്നതിനും ചിലർ ശ്രമം നടത്തി.

ബ്രാഹ്മണ ഇതരജനവിഭാഗങ്ങളുടെ പ്രക്ഷോഭങ്ങളുടെയും പ്രസ്ഥാനങ്ങളുടെയും സമ്മർദ്ദത്തിന് വഴങ്ങി പൊതുസ്ഥലങ്ങൾ, കുളങ്ങൾ, സ്കൂളുകൾ, കിണറുകൾ മുതലായവയിലേക്ക് പ്രവേശനം അനുവദിച്ച് ഉത്തരവിറക്കിയെങ്കിലും അതൊന്നും നടപ്പാക്കുന്നതിൽ യാതൊരു ശുഷ്കാന്തിയും കാണിച്ചില്ല.

ഇതിനർത്ഥം ജാതിവ്യവസ്ഥയിൽ യാതൊരു മാറ്റവും കൊളോണിയൽ ഭരണകൂടം വരുത്തിയില്ല എന്നല്ല. റെയിൽവെ സ്ഥാപിക്കുകയും, പ്രതിരോധസേന രൂപീകരിക്കുകയും, കൊളോണിയൽ വിദ്യാഭ്യാസ സംവിധാനം ഏർപ്പെടുത്തുകയും പൊതുവായ ക്രിമിനൽ, സിവിൽ നിയമങ്ങൾ കൊണ്ടുവരികയും കൊളോണിയൽ ഉദ്യോഗസ്ഥ വൃന്ദത്തിലേക്ക് ഇന്ത്യക്കാരെ നിയമിക്കുകയും ചെയ്തതിലൂടെ ജാതിവ്യവസ്ഥയിൽ ചില മാറ്റങ്ങൾ സ്വാഭാവികമായും സംഭവിച്ചു. ഭൂമി ഒരു ചരക്കായി മാറുകയും അത് ഏത് ജാതിക്കാർക്കും വാങ്ങുകയോ വില്ക്കുകയോ ചെയ്യാൻ പറ്റും എന്ന സ്ഥിതി വന്നതും ജാതിവ്യവസ്ഥയിൽ ചെറിയ മാറ്റങ്ങൾ വരുത്തുന്നതിനിടയാക്കി. എന്നാൽ ഭൂപ്രഭുത്വം കാര്യമായ മാറ്റങ്ങളില്ലാതെ തുടർന്നു. ചില സെമിന്ദാരി സെറ്റിൽമെന്റ് ഏരിയകളിൽ ശൂദ്രന്മാരായ

കർഷകർ ഭൂപ്രഭുക്കളുടെ ദയാദാക്ഷിണ്യം മൂലം പട്ടാളക്കാരായിമാറി. ചിലേടത്ത് അവർ സ്വന്തം ഭൂമിക്കുടമകളായി. ശൂദ്രകർഷകരിൽ ഒരു വിഭാഗം സമ്പന്നരായി മാറിയപ്പോൾ മറ്റൊരു വിഭാഗം ദരിദ്രരായി. ഇതൊക്കെ ജാതീയമായ പദവികളിൽ കയറ്റിറക്കങ്ങൾക്ക് കാരണമായി.

ചെറിയ തോതിലാണെങ്കിലും രൂപപ്പെട്ട വ്യവസായങ്ങൾ വിവിധ ജാതികളിൽനിന്ന് ഒരു തൊഴിലാളി വർഗ്ഗം രൂപപ്പെടുന്നതിനിടയാക്കി. ഇടത്തരം ജാതികളിൽനിന്ന് കരാറുകാർ, വ്യാപാരികൾ, നിക്ഷേപകർ, പണമിടപാടുകാർ ഒക്കെ ഉയർന്നുവന്നു. വിദ്യാഭ്യാസം ലഭിക്കുകയും സർക്കാർ ജോലി ലഭ്യമാവുകയും പട്ടാളത്തിൽ പോകാൻ അവസരം ലഭിക്കുകയും ഒക്കെ ചെയ്തത് പുതിയൊരു മദ്ധ്യവർഗ്ഗത്തിനെ സമൂഹത്തിൽ രൂപപ്പെടുത്തി.

ഇതൊക്കെയാണ് നവോത്ഥാന സാമൂഹ്യപരിഷ്കരണ പ്രസ്ഥാനങ്ങളുടെയും ബ്രാഹ്മണവിരുദ്ധ പ്രസ്ഥാനങ്ങളുടെയും ദേശീയ വിമോചന പ്രസ്ഥാനത്തിന്റെയും ഒക്കെ രൂപീകരണങ്ങളിലേക്ക് നയിച്ചത്.

“ജാതി-ജന്മി-നാടുവാഴി വ്യവസ്ഥ”

എ ഡി ആറാം നൂറ്റാണ്ടോടെയാണ് ജാതി-ജന്മി-നാടുവാഴി മേധാവിത്വം എന്ന് ഇ എം എസ് വിശേഷിപ്പിച്ച ഒരു സാമൂഹിക-സാമ്പത്തിക -രാഷ്ട്രീയ ക്രമം ഇന്ത്യയിലാകെ സ്ഥാപിക്കപ്പെടുന്നത്. രാജാവ്, നാടുവാഴി, ജന്മി, വ്യാപാരികളും കൈത്തൊഴിലുകാരും, കായികാദ്ധ്വാനത്തിൽ ഏർപ്പെടുന്ന കർഷകരും തൊഴിലാളികളും എന്നിങ്ങനെ ഫ്യൂഡലിസത്തിന്റേതായ ഇന്ത്യൻരൂപം എന്ന നിലയിലാണ് ജാതി-ജന്മി-നാടുവാഴിത്ത വ്യവസ്ഥ പൂർണ്ണ രൂപം കൈവരിക്കുന്നത്. സ്വയം സമ്പൂർണ്ണ ഗ്രാമങ്ങൾ ഇതിന്റെ ഭാഗമായി രൂപം കൊണ്ടു. നികുതിയായും ഉല്പന്ന വിഹിതമായും ആണ് കർഷകരും തൊഴിലാളികളും ഉല്പാദിപ്പിക്കുന്ന മിച്ചോല്പന്നം ഭരണവർഗ്ഗം തട്ടിയെടുത്തിരുന്നത്. നാമമാത്രമായ ഉപജീവനോപാധികൾ മാത്രം സ്വീകരിച്ച് അടിമ സമാനമായ തോതിൽ പണിയെടുക്കാൻ നിർബ്ബന്ധിതരാവുന്നവരായിരുന്നു അന്ന് കാർഷിക രംഗത്ത് കായികാദ്ധ്വാനത്തിൽ ഏർപ്പെട്ടിരുന്നവർ.

എ ഡി മൂന്നാം നൂറ്റാണ്ടിൽ റോമാസാമ്രാജ്യത്തിനുണ്ടായ തകർച്ച വ്യാപാരി, കൈത്തൊഴിൽ രംഗങ്ങളെ തകർച്ചയിലേക്ക് നയിച്ചു. വിനിമയം ചെയ്യപ്പെടുന്ന പണത്തിന്റെ അളവിൽ കുറവുണ്ടായി. കൈത്തൊഴിലുകാർ ഗ്രാമങ്ങളിൽ സ്ഥിരതാമസമാക്കാൻ നിർബ്ബന്ധിതരായി. ബ്രാഹ്മണർക്കും, ബുദ്ധവിഹാരങ്ങൾക്കും ഹൈന്ദവ ക്ഷേത്രങ്ങൾക്കും സൈനിക മേധാവികൾക്കുമൊക്കെ കരമൊഴിവായി ഭൂമി പതിച്ചു കിട്ടി. എ ഡി രണ്ടാം നൂറ്റാണ്ടിൽ ശതവാഹന രാജാക്കന്മാരുടെ കാലത്ത് ആരംഭിച്ച ഈ പ്രക്രിയ എ ഡി അഞ്ചാം നൂറ്റാണ്ടോടെ അതിന്റെ പാരമ്യത്തിലെത്തി. എ ഡി ഏഴാം നൂറ്റാണ്ടോടെ നിയോഗിക്കപ്പെട്ട നാടുവാഴികൾ നികുതി പിരിക്കുകയും പ്രാദേശിക ഭരണനിർവ്വഹണം നടത്തുകയും

ചെയ്തു. കരമൊഴിവായി ഭൂമി പതിച്ചു കിട്ടിയ ബ്രാഹ്മണർ സ്വന്തം നിലയ്ക്കും ദേവസ്വം അധികാരികളെന്ന നിലയ്ക്കും ഈ വ്യവസ്ഥയുടെ മേൽത്തട്ടിലെത്തി.

പെറ്റുപെരുകുന്നതുപോലെ ജാതികൾ രൂപപ്പെടാൻ തുടങ്ങിയതും ഈ പ്രക്രിയയുടെ ഭാഗമായാണ്. ശൂദ്രരും പഞ്ചമരും ആയി പൊതുവിൽ അറിയപ്പെട്ടിരുന്നവരൊക്കെ വ്യത്യസ്തങ്ങളായ ഗോത്രാചാരങ്ങളുടെ അടിസ്ഥാനത്തിൽ ജാതികളായി സ്വതന്ത്ര വ്യക്തിത്വത്തോടെ നിലകൊള്ളുന്ന സ്ഥിതി രൂപപ്പെട്ടു. തൊഴിൽ വിഭജനവും സാമൂഹികമായ ആവശ്യകതയും സാമ്പത്തിക സ്ഥിതിയും ഒക്കെ ഇവരുടെ മേൽകീഴ് ബന്ധങ്ങൾ രൂപപ്പെടുത്തുന്നതിൽ പങ്കുവഹിച്ചു. കർഷകരിൽ തന്നെ ഭൂപ്രദേശത്തിന്റെയും ആചാരവ്യത്യസ്തതയുടെയും ഒക്കെ അടിസ്ഥാനത്തിൽ വ്യത്യസ്തങ്ങളായ ജാതികൾ രൂപപ്പെട്ടു. ഫലത്തിൽ വർണ്ണവ്യവസ്ഥ അപ്രസക്തമാവുകയും ജാതിവ്യവസ്ഥയും അതിന്റെ മേൽകീഴ് ബന്ധങ്ങളും ശക്തിപ്പെടുകയും ചെയ്തു. സ്വയം സമ്പൂർണ്ണ ഗ്രാമങ്ങൾ, ആ ഗ്രാമങ്ങളിലെ തൊഴിൽ, സ്വത്തുടമ ബന്ധങ്ങൾ, ഉല്പാദനരീതി ഇതിന്റെയൊക്കെ അടിസ്ഥാനത്തിലുള്ള സവിശേഷതകളും ജാതികളുടെ എണ്ണം പെരുകുന്നതിൽ വലിയ പങ്കുവഹിച്ചു. ദൈനംദിന ജീവിതത്തിൽ പണത്തിന് വലിയ പങ്കൊന്നും വഹിക്കാനുണ്ടായിരുന്നില്ല. കായികവും ഗാർഹികവുമായ ജോലിക്കളൊക്കെ ചെയ്തു വന്നിരുന്നത് താഴ്ന്ന ജാതിക്കാരായിരുന്നു. അവർക്ക് ഉല്പന്നത്തിന്റെ നിശ്ചിതമായ വിഹിതമോ സ്വന്തമായി ഉപജീവനം നടത്തുന്നതിനാവശ്യമായ കൃഷിസ്ഥലമോ ആണ് അനുവദിക്കപ്പെട്ടിരുന്നത്. ഭൂവുടമ വിഭാഗമാവട്ടെ കൈനനയാതെ മീൻ പിടിക്കുന്നവരായിരുന്നു. അവർക്ക് മണ്ണിൽ പണിയെടുക്കേണ്ടി വന്നിരുന്നില്ല. ആചാരപരമായ പദവിയും സാമൂഹികാന്തസ്സും ഉയർത്തി നിർത്തുന്നതിന് ഇത് അവരെ സഹായിച്ചു. തൊട്ടുകൂടായ്മയും തീണ്ടിക്കൂടായ്മയുമൊക്കെ രൂപപ്പെടുന്നതും ഇതിന്റെ ഭാഗമായാണ്. പതഞ്ജലിയുടെ കൃതികളിൽ ശൂദ്രന്മാരെ തന്നെ ആശ്രിതരും നിരാശ്രിതന്മാരുമായി തിരിച്ചിട്ടുണ്ട്. പുതിയ പുതിയ ഗോത്രങ്ങൾ ഈ ശ്രേണിയിലേക്ക് ചേർക്കപ്പെട്ടതോടെ ജാതികളുടെ എണ്ണത്തിലും വർദ്ധനവുണ്ടായി. മേൽകീഴ് ബന്ധങ്ങളിലും ഇത് മാറ്റമുണ്ടാക്കി. മേൽജാതിക്കാർക്ക് തൊട്ടുകൂടായ്മയുണ്ടായിരുന്ന വിഭാഗങ്ങൾക്കിടയിൽപോലും തൊട്ടുകൂടായ്മയും തീണ്ടികൂടായ്മയും വന്നുചേർന്നു. ഗോത്രങ്ങൾ എങ്ങനെ ചേർക്കപ്പെടുന്നു എന്നതാണ് ഈ ബന്ധത്തെ നിശ്ചയിച്ചത്. അക്രമിച്ച് കീഴ്പ്പെടുത്തപ്പെടുകയും ജീവിതോപാധികളൊക്കെ നഷ്ടപ്പെടുകയും ചെയ്ത ഗോത്രങ്ങൾ എറ്റവും അടിത്തട്ടിലേക്ക് താഴ്ത്തപ്പെട്ടു. എന്നാൽ പ്രീണിപ്പിച്ചും സ്വാംശീകരിച്ചുമൊക്കെ വഴിപ്പെടുത്തപ്പെട്ടവർ താരതമ്യേനെ ഉയർന്ന സ്ഥാനത്തുനിന്നു.

വ്യക്തികൾ എന്ന നിലയിലും സമൂഹം എന്ന നിലയിലും ബ്രാഹ്മണർക്ക് ഭൂമി ദാനമായി ലഭിച്ചുവെന്നുമാത്രമല്ല അവർക്ക് നികുതിയിൽ

ഒരു വിഹിതവും ലഭ്യമായി. ഗ്രാമീണർ ഉല്പാദിപ്പിക്കുന്ന മിച്ചമാണവർ തട്ടിയെടുത്തത്. ഉല്പാദന ഉപാധികളുടെ ഉടമസ്ഥാവകാശവും രാജാവുമായുള്ള ബന്ധത്തിലൂടെ ലഭിക്കുന്ന സ്ഥാനവും ആചാര്യപദവിയും ഒക്കെ ഉപയോഗപ്പെടുത്തി പ്രമുഖ സ്ഥാനം വഹിക്കുന്നതിന് ബ്രാഹ്മണർക്ക് കഴിഞ്ഞു. ശൂദ്രർക്കും അതിന് താഴെയുള്ള വിവിധ ജാതികൾക്കും ഭൂസ്വത്തിന്റെയൊ മറ്റു സമ്പത്തുക്കളുടെയൊ ഉടമകളാവാൻ അനുമതിയുണ്ടായിരുന്നില്ല. അങ്ങനെ സാമ്പത്തികവും സാമൂഹികവും രാഷ്ട്രീയവുമായ ഉച്ചനീചത്വങ്ങളുടെ അടിസ്ഥാനത്തിലാണ് ഇന്ത്യയിൽ ജാതിവ്യവസ്ഥ വേരുറക്കുന്നത്. വർഗ്ഗപരമായ ചൂഷണം മാത്രമല്ല സാമൂഹികമായ അടിച്ചമർത്തലും കൂടെ ഉൾപ്പെടുന്നതാണ് ജാതിവ്യവസ്ഥ എന്നതിനാൽ ജാതിവ്യവസ്ഥയ്ക്കെതിരായ പോരാട്ടം ബഹുമുഖസ്വഭാവം ഉൾക്കൊള്ളുന്നതാണ്.

വർണ്ണവ്യവസ്ഥയും തുടർന്നുണ്ടായ ജാതിവ്യവസ്ഥയും ആണ് പുരാതനവും ഫ്യൂഡലുമായ ഇന്ത്യയുടെ സാമൂഹിക-സാമ്പത്തിക-രാഷ്ട്രീയ ജീവിതത്തിലെ മുഖ്യമായ ഒരു സംഗതിയെന്നതിനാൽ ഈ മേഖലകളിലെ പ്രവർത്തനങ്ങളെല്ലാം ജാതി അധിഷ്ഠിതമായാണ് നടന്നുവന്നിരുന്നത്. അതുകൊണ്ടുതന്നെ സാമൂഹ്യവും സാമ്പത്തികവും ആയി സമൂഹത്തിൽ ഉയർന്നുവരുന്ന വൈരുദ്ധ്യങ്ങളും ഏറ്റുമുട്ടലുകളുമൊക്കെ ജാതീയവും മതപരവുമായാണ് പ്രകടിപ്പിക്കപ്പെട്ടത്. ബുദ്ധജൈനമതങ്ങളും ബ്രാഹ്മണമതവും തമ്മിലുള്ള ഏറ്റുമുട്ടലും ശൈവ-വൈഷ്ണവ പോരാട്ടവും വലം കൈജാതികളും ഇടംകൈ ജാതികളും തമ്മിലുള്ള ഏറ്റുമുട്ടലുകളുമൊക്കെ ഈ വൈരുദ്ധ്യങ്ങളുടെ പ്രകടനങ്ങളായിരുന്നു. ഇന്ത്യയിലെ വിവധ ഗോത്രങ്ങളും ബ്രാഹ്മണാധിപത്യത്തിനെതിരെ പോരാടിയിട്ടുണ്ട്. അതുകൊണ്ടാണ് ബ്രാഹ്മണ വിരചിതങ്ങളായ ശാസ്ത്രങ്ങളിലും, സ്മൃതികളിലും പുരാണങ്ങളിലുമൊക്കെ നികൃഷ്ട പദ വിശേഷണങ്ങളോടെ ഈ ജനവിഭാഗത്തെ ചിത്രീകരിച്ചിരിക്കുന്നത്. രാക്ഷസനും കാട്ടാളനും വാനരനും ഒക്കെയായി ചിത്രീകരിക്കപ്പെട്ടത് ഈ ജനവിഭാഗങ്ങളാണ്. ഗോത്രമുഖ്യന്റെ മകനായ ഏകലവ്യന് കിട്ടിയ ശിക്ഷയും ചാർവാക, ബുദ്ധമത ഗ്രന്ഥങ്ങൾ നശിപ്പിക്കപ്പെട്ടതും ഒക്കെ ഇതിന്റെ ഭാഗമായിത്തന്നെ. ആയിരക്കണക്കിന് വർഷമാണ് ബ്രാഹ്മണർ ഇത്തിക്കണ്ണികളെപോലെ കീഴ്ജാതിക്കാരുടെ അദ്ധ്വാനം തട്ടിയെടുത്ത് ജീവിച്ചത്. അവരുടെ ക്രൂരമായ ചൂഷണത്തിന്റെ മുഖം അഹിംസാ സിദ്ധാന്തം കൊണ്ട് മറച്ചുപിടിക്കുകയും ആചാര്യപദവി കൊണ്ട് ന്യായീകരിക്കുകയും ആണ് അവർ ചെയ്തത്.

നവീനമായ ജാതിവ്യവസ്ഥ

ഇന്ത്യയിലെ ജാതിവ്യവസ്ഥ സംബന്ധിച്ച് മാർക്സിന് കൃത്യമായ ധാരണയുണ്ടായിരുന്നില്ല; അതുകൊണ്ട് മാർക്സിസ്റ്റുകാർക്ക് എന്താണ് ജാതിവ്യവസ്ഥയെന്ന് മനസ്സിലാക്കാൻ കഴിഞ്ഞിട്ടില്ല; അങ്ങനെ മനസ്സിലാക്കാനാവാത്തതുകൊണ്ടാണ് കമ്യൂണിസം ഇന്ത്യയിൽ വേരുപിടിക്കാതെ പോയത് എന്നൊക്കെ വാദിക്കുന്നവരുണ്ട്. അതിന്റെ അനുബന്ധമെന്ന നിലയിൽ ജാതിവ്യവസ്ഥയെ കുറിച്ച് ഉള്ള അംബേദ്കർ ധാരണകളും മാർക്സിസവും തമ്മിൽ സമന്വയിപ്പിച്ചാൽ ഈ കുറവ് നികത്താനാവും എന്ന് ചിലർ പ്രചരിപ്പിക്കുന്നുണ്ട്. മാർക്സിന്റെ അടിത്തറ-മേല്പുര സിദ്ധാന്തം വെച്ചുകൊണ്ട് ഇന്ത്യയിലെ ജാതിവ്യവസ്ഥയെ വിശകലനം ചെയ്യാനാവില്ല. അങ്ങനെ കഴിയുമെന്ന് പറയുന്നത് മാർക്സിസത്തിന്റെതന്നെ ന്യൂനീകരണമാണ് എന്ന് വാദിക്കുന്നവരുമുണ്ട്. ജാതിയും വർഗ്ഗവും തമ്മിലുള്ള പരസ്പര ബന്ധത്തെ അടിത്തറ-മേല്പുര എന്ന മാർക്സിസ്റ്റ് രീതിശാസ്ത്രം വെച്ചുകൊണ്ട് വിശകലന വിധേയമാക്കാനാവുമൊ? ഉണ്ടെങ്കിൽ എന്തുമാത്രം എന്നത് ഇന്നത്തെ ഇന്ത്യൻ സാഹചര്യത്തിൽ ജാതീയതയെ കുറിച്ച് പഠിക്കുന്നതിന് ആവശ്യമാണ്.

"അർത്ഥശാസ്ത്ര വിമർശനത്തിന് ഒരു സംഭാവന" എന്ന ഗ്രന്ഥത്തിന്റെ മുഖവുരയിൽ മാർക്സ് താഴെ കൊടുക്കുന്ന വാചകങ്ങളിൽ മാനവ സമുദായത്തിലും അതിന്റെ ചരിത്രത്തിലും പ്രയോഗിക്കപ്പെടുന്ന ഭൗതികവാദത്തിന്റെ മൗലികതത്വങ്ങളെ സമഗ്രമായി വിശദീകരിച്ചിട്ടുണ്ട്.

"തങ്ങളുടെ ജീവിതത്തിനാധാരമായ സാമൂഹ്യോല്പാദനത്തിനിടയ്ക്ക് മനുഷ്യർ അനുപേക്ഷണീയവും തങ്ങളുടെ ഇച്ഛയ്ക്കതീതവുമായ ചില സുവ്യക്ത പരസ്പര ബന്ധങ്ങളിൽ ഏർപ്പെടുന്നു; തങ്ങളുടെ ഭൗതി

കമായ ഉല്പാദനശക്തികളുടെ വികാസത്തിന്റെ ക്ലിപ്തമായ ഒരു ഘട്ടത്തിന് യോജിച്ച തരത്തിലുള്ള ഉല്പാദനബന്ധങ്ങളായിരിക്കും ഇവ."

"ഈ ഉല്പാദനബന്ധങ്ങളുടെ ആകെത്തുകയാണ് സമൂഹത്തിന്റെ സാമ്പത്തികഘടന-ഏതൊന്നിന്മേലാണോ നിയമപരവും രാഷ്ട്രീയവുമായ ഒരു മേല്പുരയും അതിന് യോജിച്ച രൂപത്തിലുള്ള ബോധങ്ങളും ഉയർന്നുവരുന്നത്, ആ യഥാർത്ഥമായ അടിത്തറ. ഭൗതികജീവിതത്തിലെ ഉല്പാദന രീതിയെ ആശ്രയിച്ചാണ് സാമൂഹ്യവും രാഷ്ട്രീയവും ബുദ്ധിപരവുമായ ജീവിത പ്രക്രിയ പൊതുവിൽ നടക്കുന്നത്. മനുഷ്യരുടെ ബോധം അവരുടെ അസ്തിത്വത്തെ നിർണ്ണയിക്കുകയല്ല ചെയ്യുന്നത്, മറിച്ച്, അവരുടെ സാമൂഹികമായ അസ്തിത്വം അവരുടെ ബോധത്തെ നിർണയിക്കുകയാണ്."

ഇതാണ് മാർക്സിസത്തിന്റെ അടിത്തറ-മേല്പുര സിദ്ധാന്തത്തിന്റെ അടിസ്ഥാനം. ജാതി ഉയർന്നുവന്ന ഉല്പാദനബന്ധം അല്ല ഇന്ന് നിലവിലുള്ളത്; പക്ഷേ, ജാതി ഇന്നും നിലകൊള്ളുന്നു. ഇതിനെ എങ്ങനെയാണ് വിശദീകരിക്കാനാവുക.

ഉല്പാദനബന്ധങ്ങൾ എന്നതിൽ മുഖ്യമായും മൂന്നുഘടകങ്ങൾ അടങ്ങിയിരിക്കുന്നു.1. ഉടമസ്ഥതയുടെ രൂപം.2. ഉല്പാദനപ്രക്രിയയിൽ ജനങ്ങളുടെ പങ്കും അവർ തമ്മിൽ തമ്മിലുള്ള ബന്ധവും (അദ്ധ്വാനവിഭജനം).3. ഉല്പന്നങ്ങളുടെ വിതരണത്തിന്റെ രൂപം. ഇവയുടെ ഓരോന്നിന്റെയും അടിസ്ഥാനത്തിൽ നോക്കിയാൽ ജാതിവ്യവസ്ഥ പൗരാണിക കാലഘട്ടം മുതൽ മദ്ധ്യകാലഘട്ടംവരെ ഉല്പാദനബന്ധങ്ങളുടെ പ്രതിഫലനം തന്നെയായിരുന്നു എന്ന് സംശയരഹിതമായി പറയാൻ കഴിയും. മുസ്ലിങ്ങളുടെ വരവോടെ ഇതിൽ ചെറിയ മാറ്റം വന്നു. ജാതിവ്യവസ്ഥ അംഗീകരിക്കാത്ത ഒരു ജനവിഭാഗം ആയാണ് മുസ്ലിങ്ങൾ ഇന്ത്യയിലേക്ക് കടന്നുവരുന്നത്. എന്നാൽ ഇന്ത്യയിൽ നിലവിലുണ്ടായിരുന്ന ജാതിവ്യവസ്ഥ അവരിലേക്കും ഒരു പരിധിവരെ സംക്രമിച്ചു. സിഖ്മതവും ജാതിവിരുദ്ധമായാണ് തുടക്കം കുറിച്ചതെങ്കിലും ജാതി വ്യവസ്ഥയുടെ സ്വാധീനത്തിൽനിന്ന് അവർക്കും പൂർണ്ണമായി വിട്ടുമാറാനായില്ല. അങ്ങനെ നോക്കിയാൽ മദ്ധ്യകാലഘട്ടംവരെ ഉല്പാദനബന്ധങ്ങളുടെ സമാന പ്രതിഫലനമായാണ് ജാതി വ്യവസ്ഥ നിലനിന്നുവന്നിരുന്നതെന്ന് പറയാനാവും. ജാതി വിവേചനത്തിന്റെ മൂല്യങ്ങൾക്ക് സാമൂഹികജീവിതത്തിൽ വൻതോതിൽ സ്വാധീനം ചെലുത്തുന്നതിന് ഇക്കാലത്ത് കഴിഞ്ഞു. സാമ്പത്തികാടിസ്ഥാനത്തിൽ രൂപംകൊണ്ട വർഗ്ഗങ്ങളും വർഗ്ഗബന്ധങ്ങളുമാണ് ജാതി വ്യവസ്ഥയുടെ മേൽകീഴ്ബന്ധങ്ങളിൽ പ്രതിഫലിച്ചിരുന്നത്. സജാതി വിവാഹവും പിന്തുടർച്ചാവകാശങ്ങളും മൂലം ജാതി വ്യവസ്ഥയിലൂടെ വർഗ്ഗബന്ധങ്ങൾ സ്ഥാപനവല്ക്കരിക്കപ്പെടുന്ന സ്ഥിതിയുണ്ടായി. തൊഴിൽ വിഭജനം പാരമ്പര്യവല്ക്കരിക്കപ്പെടുന്ന സ്ഥിതിയാണ് ഇതിലൂടെ സംജാതമായത്. മുസ്ലിങ്ങളിലും സിഖുകാരിലും ഇതിന് ചില വ്യത്യസ്തതകളുണ്ടായിരുന്നു എന്നതൊഴിച്ചാൽ ഹിന്ദുമ

തക്കാരിൽ പൊതുവെ ജാതി, വർഗ്ഗബന്ധങ്ങൾക്ക് സമാനമായാണ് നില കൊണ്ടത്. ദളിതർ ഭൂരഹിത കായികതൊഴിലാളികളും മദ്ധ്യമജാതികളിൽ പെട്ടവർ കർഷകരും, വണികജാതികളിൽ പെട്ടവർ വ്യാപാരികളും മേൽജാതിക്കാർ പൊതുവിൽ ഭൂപ്രഭുക്കളും ബുദ്ധിജീവിവിഭാഗവുമായിരുന്നു.

കൊളോണിയൽ സാമൂഹിക-സാമ്പത്തികഘടനയിൽ പ്രത്യേകിച്ചും വ്യവസായങ്ങളും ഭരണസംവിധാനവും നഗര കേന്ദ്രീകൃത പ്രൊഫഷനുകളും ഒക്കെ വളർന്നതിനുശേഷം ചെറിയ ചില സംഘർഷങ്ങളുണ്ടായി. ജാതി വിഭാഗങ്ങൾ അതേപടി വർഗ്ഗഘടനയെ പ്രതിഫലിപ്പിക്കുന്ന സ്ഥിതിയിൽ ചെറിയ മാറ്റം സംഭവിച്ചു. മേൽജാതിക്കാർ തന്നെയാണ് ഭൂവുടമ വർഗ്ഗമായി തുടർന്നത്. അവരിൽനിന്ന് ചെറുകിട മുതലാളിമാരും ബുദ്ധിജീവി വിഭാഗവുമൊക്കെ വളർന്നുവരാൻ തുടങ്ങി. എന്നാൽ ചെറിയ തോതിലാണെങ്കിലും ചെറുകിട മുതലാളിമാരും ബുദ്ധിജീവികളുമൊക്കെ മദ്ധ്യമജാതികളിൽനിന്നും ദളിതരിൽനിന്നും ഉയർന്നുവരാൻ തുടങ്ങി. മറുഭാഗത്താവട്ടെ മേൽജാതികളിൽനിന്നും മദ്ധ്യമജാതികളിൽ നിന്നും വ്യവസായ തൊഴിലാളികൾ ഉണ്ടാവുകയും അവരുടെ എണ്ണം ക്രമാനുഗതമായി വർദ്ധിച്ചുവരികയും ചെയ്തു. എന്നാൽ ഈ സമയത്തും ഗ്രാമങ്ങളിൽ ജാതി അടിസ്ഥാനത്തിലുള്ള തൊഴിൽവിഭജനവും ഉല്പാദനബന്ധങ്ങളും കാര്യമായ മാറ്റമില്ലാതെ തുടർന്നു. അങ്ങനെ ജാതിയും വർഗ്ഗവും ഒരേ രീതിയിൽ മുന്നോട്ടുപോകുന്ന വ്യവസ്ഥ തകരാനാരംഭിച്ചു. അതായത് ജാതി വ്യവസ്ഥ സാമ്പത്തികാടിത്തറയുടെ പ്രതിഫലനമായി തുടരുന്നുവെങ്കിലും അതുമാത്രമാണ് സാമ്പത്തികാടിത്തറയെ പ്രതിഫലിപ്പിക്കുന്നത് എന്ന് പറയാനാവാത്ത സ്ഥിതി രൂപപ്പെട്ടു. മേല്പുരയെ സംബന്ധിച്ചേടത്തോളം ഫ്യൂഡൽ ബന്ധങ്ങൾ തന്നെ തുടരുകയും അതിന്റെ സാമ്പത്തികാടിത്തറയായി ഫ്യൂഡൽ ഭൂബന്ധങ്ങൾ തുടരുകയും ചെയ്തു. ഉയർന്നുവന്ന മുതലാളിത്താശയങ്ങങ്ങളാവട്ടെ ജാതിവ്യവസ്ഥയെ ആക്രമിച്ച് തകർക്കാവുന്ന വിധം ശക്തമായിരുന്നില്ല. അഭ്യസ്തവിദ്യരായ ആളുകൾപോലും ചില സാമൂഹ്യബന്ധങ്ങളിൽ പുരോഗമന കാഴ്ചപ്പാടുകൾ വച്ചു പുലർത്തുമ്പോൾ തന്നെ മതാചാരങ്ങൾ ദൃഢമായി പിന്തുടരുകയും സജാതിവിവാഹവും ജാതി അടിസ്ഥാനത്തിലുള്ള വിവേചനവുമൊക്കെ പിന്തുടരുകയും ചെയ്തു. ജാതിവ്യവ്യസ്ഥയേയും ഹിന്ദുമതാചാരങ്ങളേയും ആക്രമിക്കാതെ കൂടെ നിർത്തി സംരക്ഷിക്കുക എന്നത് കോളനിഭരണാധികാരികളുടെ അംഗീകൃതനയമായിരുന്നു.

സ്വാതന്ത്ര്യാനാന്തര ഇന്ത്യയിൽ ഉണ്ടായ സർവ്വതോമുഖമായ മുതലാളിത്ത വികസനം ഈ സ്ഥിതിഗതികളിൽ നിർണ്ണായകമായ മാറ്റങ്ങൾ വരുത്തി. വ്യവസായിക രംഗത്തുണ്ടായവളർച്ചയ്ക്കു പുറമെ സേവന മേഖലയിലും വലിയ വളർച്ചയുണ്ടായി എന്നുമാത്രമല്ല ഭൂബന്ധങ്ങളിൽവന്ന മുതലാളിത്ത വളർച്ച ഗ്രാമീണ ജനതയുടെ കുടിയേറ്റത്തിലേക്കും

തൊഴിലാളിവർഗ്ഗവല്ക്കരണത്തിലേക്കും വേർതിരിവുകളിലേക്കുമൊക്കെ നയിച്ചു. ജാതി വർഗ്ഗത്തിലേക്കും വർഗ്ഗം ജാതിയിലേക്കും തുളച്ചുകയറുന്ന സ്ഥിതിയുണ്ടായി. ഉദ്യോഗസ്ഥ വൃന്ദത്തിലും സ്വതന്ത്രമായ ബുദ്ധിജീവി പ്രൊഫഷനുകളിലും മേൽജാതിക്കാർക്കു തന്നെയാണിപ്പോഴും മേല്ക്കൈയുള്ളതെങ്കിലും ദളിതരും പിന്നോക്കജാതിക്കാരുമൊക്കെ ഈ രംഗത്ത് സാന്നിദ്ധ്യമുറപ്പിക്കാൻ തുടങ്ങി. ഭൂപ്രഭുക്കളും ധനികകൃഷിക്കാരുമൊക്കെ മേൽജാതിക്കാരായി തന്നെ തുടർന്നെങ്കിലും ചെറുകിട കർഷകരും തൊഴിലാളികളുമൊക്കെയായി പാപ്പരീകരിക്കപ്പെട്ട മദ്ധ്യമജാതിക്കാർ മാറാൻ തുടങ്ങി. വലിയൊരു വിഭാഗം മദ്ധ്യമജാതിക്കാർ ചെറുകിട കർഷകർ മാത്രമായി മാറി. ദളിതരിൽ തൊണ്ണൂറു ശതമാനവും തൊഴിലാളികളോ അർദ്ധതൊഴിലാളികളോ ആണ്. എന്നാൽ തൊഴിലാളികളിലൊ അർദ്ധതൊഴിലാളികളിലൊ ഭൂരിപക്ഷം ദളിതരല്ല. 'അധഃകൃത'മെന്ന് വിളിക്കപ്പെടുന്ന തൊഴിൽ ചെയ്യുന്നവരിൽ ഭൂരിഭാഗവും ദളിതരാണ്. കൈത്തൊഴിലുകളിൽ പിന്നോക്കക്കാരിൽ പിന്നോക്കക്കാരാണ് അധികവും. ഇതിനർത്ഥം ഉല്പാദനബന്ധങ്ങൾ മൊത്തത്തിലെടുത്താൽ അതായത് സാമ്പത്തികാടിത്തറയുമായി ബന്ധപ്പെടുത്തി പരിശോധിച്ചാൽ ജാതി അധിഷ്ഠിതമായ തൊഴിൽ വിഭജനവും ജാതി അധിഷ്ഠിത ഉടമസ്ഥതയും ഇന്നും ഒരുപരിധിവരെയെങ്കിലും നിലനില്ക്കുന്നുണ്ട് എന്ന് കാണാനാവും. മാത്രമല്ല ഉപരിഘടനയിൽ ജാതിവ്യവസ്ഥയ്ക്ക് ശക്തമായ സ്വാധീനം ഇന്നും നിലനില്ക്കുന്നുണ്ട്. സ്ത്രീകൾ സമൂഹത്തിൽ ഇന്നും അടിമത്തമാണ് അനുഭവിച്ചുവരുന്നത്. മിശ്രവിവാഹങ്ങൾ ഇന്നും അപൂർവ്വമാണ്; സജാതി വിവാഹമാണ് സിംഹഭാഗവും. എന്നാൽ സമാനമായ സാമ്പത്തിക സ്ഥിതിയിലുള്ളവർ തമ്മിൽ നടക്കുന്ന മിശ്രവിവാഹങ്ങൾ കാര്യമായ എതിർപ്പുണ്ടാക്കാറില്ല. ഭരണഘടന നല്കുന്ന സിവിൽ അവകാശങ്ങൾപോലും പരസ്യമായി ലംഘിച്ചുകൊണ്ടാണ് 'ഖാപ് പഞ്ചായത്തു'കളും 'ദുരഭിമാനകൊല'കളും മറ്റും അരങ്ങേറിക്കൊണ്ടിരിക്കുന്നത്. ജാതിവ്യവസ്ഥ സാമ്പത്തിക അടിത്തറയിൽ പരിമിതമായി മാറിയിട്ടുണ്ടെങ്കിലും ഉപരിഘടനയിൽ അത് വളരെ കർക്കശവും ശക്തവുമായി തുടരുന്നു. പഴയകാലജഡാവസ്ഥയിൽ സംരക്ഷിക്കപ്പെട്ടിരുന്ന ജാതിവ്യവസ്ഥയ്ക്ക് മുതലാളിത്തം പുതിയൊരു ഉണർവ്വു നല്കിയിരിക്കുന്നു. തൊട്ടുകൂടായ്മകളും മറ്റും ഒരു പരിധിവരെ ഇല്ലാതായിട്ടുണ്ടെങ്കിലും സാമൂഹികമായ വേർതിരിവും ദളിത് അവഹേളനവും കൂടുതൽ ശക്തിയാർജ്ജിച്ചിരിക്കുന്നു. മേൽജാതിഭൂവുടമകളും മദ്ധ്യമജാതികളിൽ പെട്ട കർഷക പ്രമാണിമാരുമൊക്കെ ദളിത് തൊഴിലാളികൾക്കെതിരായി അതിക്രമങ്ങൾ കാണിക്കുന്നത് വർദ്ധിച്ചിരിക്കുന്നു. തൊഴിലാളികൾ ഒറ്റക്കെട്ടായിനിന്ന് ഇതിനെ ചെറുക്കാതിരിക്കുന്നതിനായി ജാതി അടിസ്ഥാനത്തിൽ തൊഴിലാളികളെ ഭിന്നിപ്പിക്കുന്നു. അതിനായി സാമ്പത്തികാടിസ്ഥാനത്തിൽ നടക്കുന്ന ഏറ്റുമുട്ടലുകൾക്ക് ജാതീയമായ മാനം നല്കുന്നു. ഫലത്തിൽ വർഗ്ഗസമരം തന്നെ വളച്ചൊ

ടിച്ച് ജാതീയമായി ചിത്രീകരിക്കപ്പെടുന്ന സ്ഥിതിയുണ്ടാവുന്നു. മേൽജാതി -മദ്ധ്യമജാതി കർഷകപ്രമാണിമാർ ഭരണവർഗ്ഗത്തിന്റെ ജൂനിയർ പങ്കാളികളായാണ് ഗ്രാമങ്ങളിൽ പ്രവർത്തിക്കുന്നത്. സി പി ഐ (എം) പാർട്ടി പരിപാടിയിൽ ഈകാര്യം വ്യക്തമാക്കിയിട്ടുണ്ട്. “ഭൂപ്രഭുക്കൾ, ധനിക കൃഷിക്കാർ, കരാറുകാർ, വലിയ വ്യാപാരികൾ എന്നിവരുടെ ശക്തമായ കൂട്ടുകെട്ട് മിക്കവാറും നാട്ടിൻപുറങ്ങളിൽ ഉയർന്നുവന്നിട്ടുണ്ട്.” (3.21 പാർട്ടി പരിപാടി) തന്മൂലം ഇവരുടെ പേരിൽ നിയമ നടപടികൾ ഉണ്ടാവാതിരിക്കുകയോ നാമമാത്രമായി മാത്രം നിയമനടപടികൾ സ്വീകരിക്കപ്പെടുകയോ ചെയ്യുന്നു. വോട്ടുബാങ്ക് രാഷ്ട്രീയമാണ് കൈകാര്യം ചെയ്യപ്പെടുന്നത് എന്നതുകൊണ്ട് ജാതി-വർഗ്ഗീയ ധ്രുവീകരണം ഭരണവർഗ്ഗത്തിന് നേട്ടമായി മാറുന്നു. ജാതീയമായുണ്ടാകുന്ന ഏറ്റുമുട്ടലുകൾ നഗരങ്ങളിലും ഗ്രാമങ്ങളിലും അദ്ധ്വാനിക്കുന്നവരുടെ വർഗ്ഗപരമായ യോജിപ്പിന് വിഘാതം സൃഷ്ടിക്കുന്നു എന്ന് മാത്രമല്ല ബൂർഷ്വാ രാഷ്ട്രീയ പാർട്ടികളുടെ നേതൃത്വത്തിലുള്ള ട്രേഡ് യൂണിയൻ നേതൃത്വം ഇത് മുതലെടുക്കുകയും ചെയ്യുന്നു. മാത്രമല്ല ‘അധഃകൃത’ തൊഴിലുകൾ ചെയ്യുന്ന ദളിത് തൊഴിലാളികൾ തൊഴിലാളിവർഗ്ഗത്തിനിടയിൽപോലും സാമൂഹികമായ വേർതിരിവിന് ഇരയാക്കപ്പെടുന്നു.

ചുരുക്കിപ്പറഞ്ഞാൽ ജാതിവ്യവസ്ഥ ഇന്നും സാമ്പത്തികാടിത്തറയുടെ ഭാഗമായിത്തന്നെ തുടരുന്നു. സാമൂഹിക-സാംസ്കാരിക-പ്രത്യയശാസ്ത്ര മേല്ക്കൂരയിലാവട്ടെ അതിന്റെ സാന്നിദ്ധ്യം ഏറെ ശക്തമാണ്. ഇതിനെ പ്രാങ് മുതലാളിത്ത മേല്ക്കൂരയെന്നോ അതിന്റെ അവശിഷ്ടമെന്നോ ചുരുക്കിക്കാണാനാവില്ല. അത് മുതലാളിത്ത മേല്ക്കൂര തന്നെയാണ്. ജാതിവ്യവസ്ഥ മുതലാളിത്ത ജാതിവ്യവസ്ഥയായി മാറിയിരിക്കുന്നു. ഇത് നവീനമായ ജാതിവ്യവസ്ഥയാണ്. നൈരന്തര്യത്തിലൂടെ ജാതിവ്യവസ്ഥയെ മുതലാളിത്തം സ്വാംശീകരിച്ചിരിക്കുന്നു.

മുതലാളിത്ത ജാതീയത

ആയിരത്തിത്തൊള്ളായിരത്തി അറുപത്തിനാലിൽ അംഗീകരിച്ച പാർട്ടി പരിപാടിയിൽ സി പി ഐ (എം) അന്ന് നിലവിലുണ്ടായിരുന്ന ഇന്ത്യൻ സാമൂഹിക-സാമ്പത്തിക രാഷ്ട്രീയ വ്യവസ്ഥയെ ഒന്നാം അദ്ധ്യായത്തിൽ വിശദീകരിച്ചിട്ടുണ്ട്.

പടിഞ്ഞാറൻ യൂറോപ്പിലും മറ്റു വികസിത മുതലാളിത്ത രാജ്യങ്ങളിലും മുതലാളിത്ത വളർച്ചയുടെ സ്വഭാവം പഴഞ്ചനായ ഫ്യൂഡൽ വ്യവസ്ഥയ്ക്കെതിരെ, അതിന്റെ അസമത്വാധിഷ്ഠിതമായ പരമ്പരാഗത പദവികൾക്കെതിരെ, 'ആധുനികത'യ്ക്കുവേണ്ടിയുള്ള പോരാട്ടത്തിന്റെതായിരുന്നു. മുതലാളിത്ത വിപണി കടുത്ത മത്സരത്തിന്റേതായിരുന്നതിനാൽ ആര് ഉല്പാദിപ്പിച്ചു എന്നതിനേക്കാൾ ഉല്പന്നത്തിന്റെ ഗുണമേന്മയ്ക്കായിരുന്നു പ്രാധാന്യം. തൊഴിലാളിയെ നിയമിക്കുമ്പോഴും അയാളുടെ ജാതിയോ പാരമ്പര്യമോ അല്ല അദ്ധ്വാനശേഷിക്കായിരുന്നു പ്രാധാന്യം നല്കപ്പെട്ടിരുന്നത്. എന്നാൽ ഇന്ത്യയിലെ മുതലാളിത്ത വളർച്ച തുടക്കത്തിൽ ഈയൊരു പ്രവണത പ്രകടിപ്പിച്ചെങ്കിലും ചരിത്രപരമായി വൈകിയാണ് മുതലാളിത്തം ഇന്ത്യയിൽ പ്രത്യക്ഷപ്പെട്ടത് എന്നതിനാൽ സ്വന്തം രാഷ്ട്രീയ നിലനില്പിനായി ഫ്യൂഡലിസവുമായി സന്ധി ചെയ്യുകയാണുണ്ടായത്.

സി പി ഐ (എം) പരിപാടി ഇന്ത്യയിലെ ഭരണകൂടത്തെ വിലയിരുത്തുമ്പോഴും 'ബൂർഷ്വാ-ഭൂപ്രഭു' എന്ന സംയുക്തപദം ഉപയോഗിക്കുന്നത് ഈ ചരിത്രപശ്ചാത്തലത്തിൽ നിന്നുകൊണ്ടാണ്. ജാതിവ്യവസ്ഥ കൂടെ ഉൾക്കൊള്ളുന്ന ഭൂപ്രഭുത്വ വ്യവസ്ഥയുടെ നിലനില്പിനെയും അതിന്റെ ഭരണകൂട സ്വാധീനത്തെയുമാണ് ഇവിടെ വിവക്ഷിച്ചിരിക്കുന്നത്. സ്വാതന്ത്ര്യാനന്തരം ഏഴു ദശകം പിന്നിട്ടിട്ടും ഇന്ത്യയിൽ മുത

ലാളിത്തം 'ആധുനീകരണം' എന്ന കടമ പൂർത്തികരിക്കുവാനോ ജാതീയമായ അടിച്ചമർത്തലും വിവേചനവും അവസാനിപ്പിക്കുവാനോ തയ്യാറായിട്ടില്ല എന്ന് കാണാം. ഹൈദരാബാദ് സർവ്വകലാശാലയടക്കമുള്ള ഉന്നത വിദ്യാഭ്യാസ സ്ഥാപനങ്ങളിൽ പഠിക്കുന്ന വിദ്യാർത്ഥികളിലും സ്ഥാപനമേധാവികളിലുമടക്കം ഈ സ്വാധീനം നിലനില്ക്കുന്നു; മറ്റു വിദ്യാഭ്യാസ സ്ഥാപനങ്ങളും ഇതിൽനിന്ന് മുക്തമല്ല.

ഇതിൽനിന്നുതന്നെ മുതലാളിത്തം ഇന്ത്യയിൽ ജാതീയത തുടച്ചുമാറ്റുകയല്ല മറിച്ച് ശക്തിപ്പെടുത്തുകയാണ് ചെയ്യുന്നത് എന്ന് വ്യക്തമാവുന്നു. ജാതീയത അപൂർണ്ണമായി തുടച്ചു മാറ്റപ്പെട്ട ഒന്നായല്ല മറിച്ച് മുതലാളിത്ത വികസനത്താൽ കൂടുതൽ ദൃഢീകരിക്കപ്പെട്ട ഒന്നായാണ് ഇന്ന് ഇന്ത്യയിൽ പ്രകടമാവുന്നത്.

എന്തുകൊണ്ടാണിങ്ങനെ സംഭവിക്കുന്നത്? ഇന്ത്യയിലെ മുതലാളിത്ത വളർച്ചയുടെ സവിശേഷതതന്നെയാണ് ഇതിന് കാരണം. നവലിബറൽ നയങ്ങൾ നടപ്പിലാക്കാനാരംഭിച്ചതിന് ശേഷം ഇന്ത്യയിൽ മുതലാളിത്ത വളർച്ച ത്വരിതഗതിയിലായിട്ടുണ്ടെന്നതിൽ സംശയമില്ല. എന്നാൽ 'തൊഴിൽ രഹിത മുതലാളിത്ത വളർച്ച'യാണ് ഇന്ത്യയിൽ നടന്നുകൊണ്ടിരിക്കുന്നത്. അത് ഉല്പാദിപ്പിക്കുന്ന തൊഴിലവസരങ്ങൾ ആനുപാതികമായി കുറവാണ്. നടക്കുന്ന തൊഴിലവസര വളർച്ചയാട്ടെ ബഹുഭൂരിപക്ഷവും ഐടിയിലും അനുബന്ധ സേവന മേഖലകളിലുമാണ്. ഈ തൊഴിലവസരങ്ങൾ ജന്യമാവുന്നത് ബഹുരാഷ്ട്ര സ്ഥാപനങ്ങൾ 'പുറം പണി'കൊടുക്കുന്നതിനാലാണ്. ഈ തൊഴിൽ ചെയ്യണമെങ്കിൽ ഒരു നിശ്ചിത നിലവാരം വിദ്യാഭ്യാസം നേടിയിരിക്കേണ്ടത് ആവശ്യമാണ്. അതുകൊണ്ടുതന്നെ ഈ തൊഴിലുകൾക്കനുയോജ്യമായ വിദ്യാഭ്യാസം നേടിയവർക്ക് മാത്രമായി അത് പരിമിതപ്പെട്ടിരിക്കുന്നു. വിദ്യാഭ്യാസപരമായി പിന്നോക്കം നില്ക്കുന്നവർക്കും അതിനാവശ്യമായ പണം ചെലവഴിക്കാൻ കഴിയാത്തവർക്കും ഈ തൊഴിൽ അവസരങ്ങൾ അപ്രാപ്യമായി തുടരുന്നു.

ജാതിവ്യവസ്ഥയിലെ മേൽ-കീഴ് ബന്ധങ്ങളും സ്വത്തുടസ്ഥതയും തമ്മിൽ സമാനതകളുണ്ട് എന്ന് നിരവധി പഠനങ്ങൾ വ്യക്തമാക്കിയിട്ടുണ്ട്. സമ്പന്നരിൽ ഏറെയും 'മേൽജാതി'ക്കാരാണെങ്കിൽ ദരിദ്രരിലെ മഹാഭൂരിപക്ഷവും 'കീഴ്ജാതിക്കാർ' തന്നെയാണ്. സമ്പന്നതയും സമൃദ്ധിയുമുള്ളവർക്ക് വിദ്യാഭ്യാസവും അതുവഴി തൊഴിൽ അഭിഗമ്യതകളും സവിശേഷാധികാരമായിത്തന്നെ ലഭിക്കുന്നു. എന്നാൽ മറുഭാഗത്തിനാവട്ടെ ഇവ രണ്ടും നിഷേധിക്കപ്പെടുന്നുവെന്ന് മാത്രമല്ല അവർ അവിദഗ്ദ്ധ, താല്ക്കാലിക തൊഴിലാളികളായി മാറ്റപ്പെടുകയും ചെയ്യുന്നു. ഇത് ഇന്ത്യൻ സമൂഹത്തിൽ ഇന്ന് നിലനില്ക്കുന്ന സാമൂഹ്യവും സാമ്പത്തികവുമായ അസമത്വത്തെ മൂർച്ഛിപ്പിക്കുന്നു. ഫലത്തിൽ ജാതി അടിസ്ഥാനത്തിലുള്ള അസമത്വത്തെയും മൂർച്ഛിപ്പിക്കുന്നത് ഇതാണ്.

'സോഷ്യൽ എഞ്ചിനീയറിങ്'

'സോഷ്യൽ എഞ്ചിനീയറിങ്' സിദ്ധാന്തം ഫലപ്രദമായി ഉപയോഗിച്ചതിലൂടെയാണ് ബി ജെ പിക്ക് കഴിഞ്ഞ ലോകസഭാ തെരഞ്ഞെടുപ്പിലും അതിന് ശേഷം നടന്ന ഉത്തർപ്രദേശ് നിയമസഭാ തെരഞ്ഞെടുപ്പിലും നല്ല വിജയം കരസ്ഥമാക്കാനായത് എന്നത് പൊതുവിൽ അംഗീകരിക്കപ്പെടുന്ന സംഗതിയാണ്. ഇന്ത്യയിൽ നിലനില്ക്കുന്ന സാമൂഹിക വ്യവസ്ഥയിൽ ജാതികളുടെ മേൽകീഴ്ബന്ധങ്ങൾ വലിയ സ്വാധീനമാണ് ചെലുത്തുന്നത് എന്നതിനാൽ എല്ലാ ജാതികളെയും പ്രീണിപ്പിക്കുന്ന വിധത്തിൽ ബി ജെ പിയുടെ സംഘടനാതലത്തിലും സ്ഥാനാർത്ഥി നിർണ്ണയത്തിലും ഭരണാധികാരികളെ നിശ്ചയിക്കുന്നതിലും ഒക്കെ ചിട്ടപ്പെടുത്തലുകൾ വരുത്തുക എന്നതാണ് അവരുടെ 'സോഷ്യൽ എഞ്ചിനീയറിങ്' എന്ന സങ്കല്പനത്തിന് അർത്ഥം.

മേൽജാതിക്കാരാൽ സാമൂഹികമായ അടിച്ചമർത്തലിന് വിധേയമാക്കപ്പെടുന്നവരാണ് കീഴ്ജാതിക്കാർ. എന്നിട്ടും മേൽജാതിക്കാരെയും കീഴ്ജാതിക്കാരെയും ഒക്കെ ബി ജെ പിക്ക് ഒരേ കൊടിക്കീഴിൽ അണിനിരത്താൻ കഴിയുന്നത് എന്തുകൊണ്ട്? ഈ ചോദ്യത്തിന് ഉത്തരം കാണണമെങ്കിൽ സ്വാതന്ത്ര്യാനന്തര ഇന്ത്യയിലെ മുതലാളിത്ത വികസനം ജാതിവ്യവസ്ഥയിൽ എന്തൊക്കെ മാറ്റങ്ങളാണ് വരുത്തിയത് എന്ന് മനസ്സിലാക്കേണ്ടതുണ്ട്. ജാതിവ്യവസ്ഥ മുതലാളിത്ത വ്യവസ്ഥയ്ക്ക് മുമ്പെ രൂപപ്പെട്ട ഒന്നാണ്. ഇന്ത്യയിലെ അടിമത്ത വ്യവസ്ഥയുടെ സവിശേഷ രൂപമായ ചാതുർവർണ്ണ്യ വ്യവസ്ഥയുടെ രൂപപരിണാമമാണ് ജാതിവ്യവസ്ഥ. മുതലാളിത്തം അതിന്റെ അന്ത്യം കുറിക്കേണ്ടതായിരുന്നു. എന്നാൽ അങ്ങനെ സംഭവിച്ചില്ല എന്നുമാത്രമല്ല പ്രാങ് മുതലാളിത്ത ജാതീയത ഇടയ്ക്കൊന്ന് തളർന്നെങ്കിലും മുതലാളിത്ത ജാതീയ

തയായി കൂടുതൽ ദൃഢീകരിക്കപ്പെട്ടതായാണ് നാം ഇന്ന് കാണുന്നത്. ഇതിന് കാരണം ഇന്ത്യയിലെ മുതലാളിത്ത വളർച്ചയുടെ സവിശേഷ തയും സങ്കീർണ്ണതയുമാണ്.

ഇന്ത്യയിലെ മുതലാളിത്ത വർഗ്ഗം ബാല്യ-കൗമാരങ്ങൾ പിന്നിട്ടത് കൊളോണിയൽ സാമൂഹിക-സാമ്പത്തിക ഘടനയ്ക്കകത്തു നിന്നുകൊണ്ടാണെങ്കിൽ വളർന്നു വികസിച്ചത് സാമ്രാജ്യാധിപത്യം നിലനില്ക്കുന്ന ലോകവ്യവസ്ഥയിലാണ്. അതുകൊണ്ടുതന്നെ അതിന് പൂർണ്ണമായി സാമ്രാജ്യത്വത്തെ എതിരിടുന്നതിനൊ വിപ്ലവകരമായി കാർഷിക പരിഷ്കരണം നടത്തുന്നതിനൊ കഴിഞ്ഞില്ല. ബ്രിട്ടീഷുകാരിൽനിന്ന് ലഭിച്ച ഭരണയന്ത്രവും നിയമവ്യവസ്ഥയുമാണ് കാര്യമായ മാറ്റങ്ങൾ വരുത്താതെ അവർ ഉപയോഗപ്പെടുത്തിയത്. തുടക്കത്തിൽ ബ്രിട്ടീഷ് മൂലധനത്തിന് ഇന്ത്യൻ മുതലാളിത്ത വളർച്ചയിൽ വലിയ സ്വാധീനമാണുണ്ടായിരുന്നത്. എന്നാൽ സാമ്രാജ്യത്വ ലോകത്തെ വൈരുദ്ധ്യങ്ങൾ മുതലെടുത്തുകൊണ്ട് സാമ്പത്തിക ബദലുകൾ രൂപപ്പെടുത്തുന്നതിന് ഇന്ത്യൻ മുതലാളിത്തം തയ്യാറായി. ഇന്ത്യൻ മുതലാളിത്തത്തിന്റെ കൈകളിലുള്ള മൂലധനത്തിന്റെ അളവ് നാമമാത്രമായിരുന്നതിനാൽ ജനങ്ങളിൽനിന്ന് പിരിച്ചെടുക്കുന്ന നികുതിപ്പണംപോലും മുതലാളിത്തത്തിന്റെ അടിസ്ഥാന ധനകാര്യ വികസനത്തിനായി ഉപയോഗപ്പെടുത്തപ്പെട്ടു.

'ഇറക്കുമതി ബദൽ വ്യവസായവല്ക്കരണം' എന്നപേരിൽ ഇതാണ് നടന്നത്. മുതലാളിമാർക്ക് കൂടുതൽ മൂലധനം സംഭരിച്ചു കൊടുക്കുന്നതിനായി ബാങ്കുകൾപോലും ദേശസാൽക്കരിക്കപ്പെട്ടു. മൂലധന സമാഹരണത്തിനായി ഓഹരി വിപണി ഉപയോഗപ്പെടുത്താനാരംഭിച്ചതോടെ മദ്ധ്യവർഗ്ഗവും ഭരണവർഗ്ഗ താല്പര്യങ്ങളോടൊപ്പം നില്ക്കാൻ തയ്യാറായി. വൻകിടമുതലാളിവർഗ്ഗത്തിന്റെ കൈകളിൽ മൂലധനം കുന്നുകൂടാനാരംഭിച്ചതോടെ പൊതുമേഖലാസ്ഥാപനങ്ങൾ സ്വകാര്യവല്ക്കരിക്കാനാരംഭിച്ചു. അങ്ങനെയാണ് നവലിബറൽ നയങ്ങൾ നടപ്പിലാക്കാനാരംഭിച്ചത്. ഇന്ത്യൻ മുതലാളിത്തം ഇതിലൂടെ വികസിച്ചുവരുന്ന നമ്മുടെ വിപണിയിൽ ഒരു ഭാഗം കൈയടക്കാൻ ആഗോളധനമൂലധനശക്തികളെ അനുവദിക്കുകയും ഒപ്പം തന്നെ സ്വയം ആഗോളവിപണിയിൽ മുതൽമുടക്കാൻ ആരംഭിക്കുകയും ചെയ്തു. സാമ്രാജ്യത്വ ശക്തികളുടെ ജൂനിയർ പാർട്ട്ണർ എന്ന പദവിയിലേക്ക് ഇന്ത്യൻ മുതലാളിത്തം എത്തിച്ചേർന്നു.

മറുവശത്താവട്ടെ ഈ ചരിത്ര പശ്ചാത്തലത്തിൽ വളർന്നുവന്ന ഇന്ത്യൻ മുതലാളിത്തത്തിന് പുരോഗമനപരമായ കാർഷിക പരിഷ്കരണ നിയമങ്ങൾ കൊണ്ടുവന്നുകൊണ്ട് ഇന്ത്യൻ ഭൂപ്രഭുത്വത്തിന് മേൽ ആഘാതമേല്പിക്കാനായില്ല. പഴയ ചൂഷകർക്ക് അവരുടെ ചൂഷണരൂപത്തിൽ മാറ്റം വരുത്തുന്നതിനാവശ്യമായ സഹായങ്ങൾ അവർ നല്കുകയും ചെയ്തു. ഫ്യൂഡൽ ഭൂപ്രഭുക്കൾ മുതലാളിത്ത ഭൂപ്രഭുക്കളായി മാറി. പാട്ടം വാങ്ങികൊള്ളയടിച്ചിരുന്നവരിൽ ഒരു വിഭാഗം വിപണിക്ക്

വേണ്ടി നേരിട്ടുല്പാദിപ്പിക്കുന്നവരായി മാറി. ചെറുകിട ഭൂപ്രഭുക്കൾ ധനികകർഷകരായി മാറി. ഇവരിൽപെട്ട മിക്കവാറും പേർ മദ്ധ്യമജാതികളിൽ പെട്ട റെഡ്ഡി, കമ്മ, തേവർ, മറാട്ട, ജാട്ട്, കുർമ്മി, കുശ്വാഹ, സൈന്തരൻ മുതലായ വിഭാഗക്കാരായിരുന്നു. സാമ്പത്തികമായി മെച്ചപ്പെട്ടതോടെ ഇവർ കൂടുതൽ കൂടുതലായി 'സംസ്കൃതവല്ക്കരണ'ത്തിന് വിധേയരായി. ബൂർഷ്വാ പാർട്ടികളിൽ സമ്പന്ന കർഷകരുടെ സ്വാധീനം ബലപ്പെടുകയും പ്രാദേശിക പാർട്ടികളുടെ നിയന്ത്രണം ഇവരുടെ കൈകളിലേക്ക് എത്തിച്ചേരുകയും ചെയ്തു. ഇത്തരം പാർട്ടികളുടെ ബഹുജനാടിത്തറ മുഖ്യമായും അടിസ്ഥാനമാക്കിയത് ജാതികളെയായിരുന്നു. ആദ്യകാല ഫ്യൂഡൽ ഭൂപ്രഭുക്കളുടെ പിൻതലമുറക്കാരായ മുതലാളിത്ത ഭൂപ്രഭുക്കൾ, മദ്ധ്യമജാതികളിൽനിന്ന്വന്ന ധനികകർഷകർ ഒക്കെത്തന്നെ ദളിതുകളെ അടിച്ചമർത്തുന്ന കാര്യത്തിൽ സമാന മനഃസ്ഥിതിയാണ് വച്ചുപുലർത്തിയത്.

ഹരിത-ധവള വിപ്ലവങ്ങളാവട്ടെ ഗ്രാമങ്ങളിലേക്ക്, കാർഷിക വ്യാപാര രംഗത്തേക്ക്, ഒക്കെ മൂലധനശക്തികളുടെ കടന്നുവരവിനിടയാക്കി എന്നുമാത്രമല്ല ഗ്രാമങ്ങളിലെ ധനിക കർഷകരുടെ ആർജ്ജിത സമ്പത്തിനെ മൂലധന നിക്ഷേപമാക്കി മാറ്റുന്നതിനും അവസരമുണ്ടാക്കി. രാജ്യമെമ്പാടും കാർഷികാടിസ്ഥാനത്തിലുള്ളതും അനുബന്ധവുമായ രംഗങ്ങളിൽ വളർച്ചയുണ്ടായി. നഗര സമ്പന്നർപോലും ഗ്രാമങ്ങളിൽ കാർഷികരംഗത്ത് മുതൽമുടക്കാൻ തയ്യാറായി. കാർഷികരംഗം മൂലധനനിക്ഷേപം ഏറ്റുവാങ്ങി വളരാൻ തുടങ്ങി. രാജ്യത്തെ എല്ലാ മുക്കും മൂലയും ദേശീയവും അന്തർദ്ദേശീയവുമായ വിപണിയുമായി കണ്ണിചേർക്കപ്പെട്ടു. പാട്ടവ്യവസ്ഥ പൂർണ്ണമായും മുതലാളിത്തവല്ക്കരിക്കപ്പെട്ടു. കാർഷിക രംഗത്തെ മുതലാളിത്തം അപൂർവ്വം ചില പ്രാങ് മുതലാളിത്ത ഘടകങ്ങളെ തകർക്കുകയും അതിലുപരി ചിലതിനെ സ്വാംശീകരിക്കുകയും ചെയ്തു. ഗ്രാമങ്ങളിൽനിന്ന് അദ്ധ്വാനിക്കുന്ന ജനവിഭാഗം വൻതോതിൽ നഗരങ്ങളിലേക്ക് കുടിയേറാൻ തുടങ്ങി. വ്യവസായ മുതലാളിമാർക്കു കുറഞ്ഞകൂലിക്ക് തൊഴിലാളികളെ ലഭ്യമാകുന്നതിന് ഇത് അവസരമൊരുക്കി. വ്യവസായിക നഗരങ്ങളിലെ ചേരികളിൽ താല്ക്കാലിക, ദിവസക്കൂലി, പീസ്റേറ്റ് തൊഴിലാളികൾ നിറഞ്ഞുകവിയുന്ന സ്ഥിതിയുണ്ടായി.

അങ്ങനെ ഒരു വികൃത ജന്മമായാണ് ഇന്ത്യയിൽ മുതലാളിത്തം രൂപപ്പെട്ടത്. അതിന് പ്രാങ് മുതലാളിത്താവശിഷ്ടങ്ങളെ നശിപ്പിക്കുന്നതിലുപരി സ്വാംശീകരിക്കുന്നതിലായിരുന്നു താല്പര്യം. അതുകൊണ്ടുതന്നെ ഇന്ത്യൻ മുതലാളിത്തത്തിന് ആരോഗ്യകരമായ ജനാധിപത്യ മൂല്യങ്ങളെയും വിശ്വാസങ്ങളെയും വളർത്തിയെടുക്കാനായില്ല. ഇതാണ് പ്രാങ് മുതലാളിത്ത മൂല്യങ്ങളെ ആധുനിക മുതലാളിത്തം സ്വാംശീകരിക്കുന്നതിന് ഇടയാക്കിയത്. ഖാപ് പഞ്ചായത്തുകളും ജാതി പഞ്ചായത്തുകളുമൊക്കെ ഒരു കോട്ടവും തട്ടാതെ അതേപടി നിലനിന്നു. ചില

ദൗർബല്യങ്ങൾ ഇത്തരം സ്ഥാപനങ്ങൾക്ക് സംഭവിച്ചത് ഭരണഘടനാ വ്യവസ്ഥകൾ കൊണ്ടോ ഗവൺമെന്റ് ഇടപെടലുകൾക്കൊണ്ടോ ആയിരുന്നില്ല മറിച്ച് ജനകീയ ഇടപെടലുകൾ കൊണ്ടായിരുന്നു. മതം ചില ഇളവുകളോടെയാണെങ്കിലും സമൂഹത്തിൽ തുടർന്നും ഇടപെട്ടുകൊണ്ടേയിരുന്നു. ഭരണവർഗ്ഗത്തിന്റെ ആശയപരമായ മേധാവിത്വം നിലനിർത്തുന്നതിന് സഹായകമാവുന്ന ഒരു പ്രത്യയശാസ്ത്ര ഉപകരണമായാണ് ഇവിടെ മതം പ്രവർത്തിച്ചത്. എന്നാൽ ജാതിവ്യവസ്ഥയാവട്ടെ മുതലാളിത്ത ഉല്പാദനബന്ധങ്ങളിൽ ആഴത്തിൽ കെട്ടുപിണയുകയും സംയോജിപ്പിക്കപ്പെടുകയും ചെയ്തിരിക്കുന്നു. ഇത് പ്രാങ് മുതലാളിത്താവശിഷ്ടങ്ങളുടെ ഉപരിഘടനയിലെ നിലനില്പ് മാത്രമായി കുറച്ചു കാണാനാവില്ല. ജാതി അധിഷ്ഠിത മൂല്യങ്ങൾക്കും വിശ്വാസങ്ങൾക്കും വിവേചനങ്ങൾക്കും മുൻവിധികൾക്കും ഒക്കെയുള്ള ഒരു സാമ്പത്തികാടിത്തറതന്നെ ഇന്ത്യൻ മുതലാളിത്തം രൂപപ്പെടുത്തിയെടുത്തിട്ടുണ്ട്.

ജനസംഖ്യയിലെ വിവിധ വിഭാഗങ്ങൾക്കിടയിലെ ജാതീയമായ സമവാക്യങ്ങളിൽ കാര്യമായ പൊളിച്ചെഴുത്തൊന്നും വരുത്താതെയാണ് ഇന്ത്യയിൽ മുതലാളിത്ത വ്യവസ്ഥയുടെ ഉല്പാദന-വിതരണ വ്യവസ്ഥ സ്ഥാപിതമായത് എന്നതാണിതിന് കാരണം. ഉദാഹരണത്തിന് പഴയ മേൽജാതിക്കാർ തന്നെയാണ് ഇന്ന് മേലുദ്യോഗസ്ഥ വൃന്ദത്തിലും സ്വതന്ത്ര പ്രൊഫഷണൽ ജോലികളിലും മേധാവിത്വം വഹിക്കുന്നത് എന്നതിനാൽ അവരുടെ പൊതുവായ താല്പര്യങ്ങൾ സംരക്ഷിക്കുന്നതിനുള്ള ഐക്യം അവർക്കിടയിൽ രൂപപ്പെടുന്നു. ഇതിനെതിരായ ഐക്യം രൂപപ്പെടുത്താൻ താഴ്ന്നതരം ജോലികളിൽ ഏർപ്പെടുന്ന പിന്നോക്ക-ദളിത് ജീവനക്കാരും സ്വാഭാവികമായി തയ്യാറാവുന്നു. ഗ്രാമങ്ങളിലാവട്ടെ മേൽജാതി ഭൂപ്രഭുക്കളും ധനിക കർഷകരും ദളിത് കർഷക തൊഴിലാളികളെയും ദരിദ്രകർഷകരെയും അടിച്ചമർത്തുന്നതിന് ജാതീയമായി ഐക്യപ്പെടുകയും അണിനിരക്കുയും ചെയ്യുന്നു. ഇതിൽ നിന്ന് അവർക്കുണ്ടാവുന്ന നേട്ടം മേൽജാതിക്കാരായ ദരിദ്ര ഇടത്തരം ജനവിഭാഗങ്ങൾപോലും സഹജീവികളായ ദളിത്-പിന്നോക്ക കാർഷിക തൊഴിലാളികളെയും ദരിദ്രകർഷകരെയും ഒക്കെ അടിച്ചമർത്തുന്നതിനായി മേൽജാതിക്കാരോടൊപ്പം നില്ക്കാൻ തയ്യാറാവുന്നു എന്നതാണ്. അദ്ധ്വാനിക്കുന്ന ജനവിഭാഗങ്ങളുടെ വർഗ്ഗപരമായി ഉണ്ടാവേണ്ട ഐക്യം തകർക്കപ്പെടുന്നതിനുള്ള ഒരു ഉപകരണമായി ജാതി മാറുന്നു.

നഗരങ്ങളിൽ സ്ഥിതി കുറച്ച് വ്യത്യസ്തമാണ്. ജാതീയമായ വേർതിരിവ്, അതിന്റെ ഭൗതികാടിത്തറ ഒക്കെ അവിടെയും നിലവിലുണ്ട്. ഭേദപ്പെട്ട ജീവിത നിലവാരമുള്ള സംഘടിത തൊഴിലാളികളിൽ ദളിതർ താരതമ്യേന കുറവാണ്. എന്നാൽ അസംഘടിത തൊഴിലാളികളിൽ ഇവരുടെ പങ്ക് നിർണ്ണായകമാണ്. എന്നാൽ ശുചീകരണം തുടങ്ങി താഴ്ന്നതെന്ന് വിശേഷിപ്പിക്കപ്പെടുന്ന തൊഴിലുകളിൽ ഇവരുടെ കുത്തക തന്നെയാണ് നിലനില്ക്കുന്നത്. സർക്കാർ ജീവനക്കാരിലും ഇത്തരം

തൊഴിൽ ചെയ്യുന്നവരിൽ ഭൂരിഭാഗം ദളിതരാണ്. സർക്കാർ ജോലി സംവരണം നല്കുന്നതിന്റെ ഭാഗമായി ദളിത് ജനസംഖ്യയിൽ പത്ത് ശതമാനത്തിന് നേട്ടമുണ്ടാക്കാനായിട്ടുണ്ടെങ്കിലും ഉയർന്ന ഉദ്യോഗസ്ഥർ, സൈന്യം, പൊലീസ്, നീതിന്യായരംഗം, സ്വതന്ത്രപ്രൊഫഷനുകൾ എന്നിവയിൽ ഇവരുടെ സാന്നിദ്ധ്യം ഒന്നുമുതൽ രണ്ടുശതമാനംവരെ മാത്രമാണ്.

ഫാക്ടറി തൊഴിലാളികളിൽ ഉയർന്നതും മദ്ധ്യത്തിൽ നില്ക്കുന്നതുമായ ജാതികളിൽ പെട്ടവരിൽ നല്ലൊരു വിഭാഗവും തൊഴിലാളി വർഗ്ഗത്തിന്റെ നിലയിലേക്ക് പൂർണ്ണമായി ഉയരുന്നില്ല. അതിന് ഒരു കാരണം അവർ ജനിച്ചുവളർന്ന ഗ്രാമങ്ങളിലെ കാർഷിക ജീവിതവുമായി സജീവബന്ധം നിലനിർത്തുന്നു എന്നതാണ്. ഗ്രാമജീവിതവുമായി ബന്ധപ്പെട്ട ജാതീയമായ വിവേചനങ്ങൾ അവരുടെ വർഗ്ഗബോധത്തിന് മേൽ കരിനിഴൽ വീഴ്ത്തുന്നതിന് ഇത് ഇടവരുത്തുന്നു. ദളിത് തൊഴിലാളികൾ ഗ്രാമങ്ങളിൽനിന്ന് പറിച്ചെറിയപ്പെട്ടവരാണെങ്കിലും ജാതീയമായി അനുഭവിക്കേണ്ടിവരുന്ന വേർതിരിവും അപമാനവും അവരെ ജാതീയമായി ഐക്യപ്പെടുന്നതിലേക്ക് നയിക്കുന്നു. നഗരങ്ങളിൽപോലും താമസസൗകര്യം ലഭ്യമാകുന്ന കാര്യത്തിൽ ദളിതർക്ക് ക്രൂരമായ വിവേചനം അനുഭവിക്കേണ്ടതായി വരുന്നുണ്ട്. പല റസിഡൻഷ്യൽ സഹകരണ സംഘങ്ങളിലും ദളിതർക്കും മുസ്ലീങ്ങൾക്കും അംഗത്വം ലഭിക്കുന്നതിന് അപ്രഖ്യാപിത വിലക്കുണ്ട്. വീട് വാടകയ്ക്ക് ലഭിക്കുന്നതിന് ദളിതർക്ക് ജാതി വിഘാതമായി നില്ക്കുന്ന സ്ഥിതിയാണ് വൻനഗരങ്ങളിൽ പോലുമുള്ളത്.

സാമ്പത്തികവും സാമൂഹികവുമായി നിലനില്ക്കുന്ന ഈ സ്ഥിതിവിശേഷത്തെ കൂടുതൽ ദൃഢീകരിക്കുന്ന വിധത്തിലാണ് ഇന്ന് ഇന്ത്യയിലെ ബൂർഷ്വാ പാർട്ടികൾ പ്രവർത്തിച്ചുവരുന്നത്. അവർ ഇന്ത്യയെ മുന്നോട്ടു നയിക്കുന്നതിന് ഉതകുന്ന ഒരു സാമ്പത്തിക-സാമൂഹിക പരിപാടി മുന്നോട്ടു വെക്കുന്നില്ല. ഇന്ത്യയിലെ മുതലാളിത്ത ശക്തികൾക്ക് ഗുണകരമാവുന്ന നയങ്ങൾ നടപ്പിലാക്കുകയും എന്നാൽ തെരഞ്ഞെടുപ്പു വിജയത്തിന് വേണ്ടി ചില ജനപ്രിയ മുദ്രാവാക്യങ്ങൾ മുന്നോട്ടു വെക്കുകയുമാണ് അവർ പൊതുവിൽ ചെയ്തുവരുന്നത്. അതുകൊണ്ടുതന്നെ തെരഞ്ഞെടുപ്പു വിജയത്തിനായി അവർ ജാത്യടിസ്ഥാനത്തിലുള്ള ധ്രുവീകരണത്തെ ഉപയോഗപ്പെടുത്തുന്നു. ഒരു ഗവൺമെന്റിനും ഏതെങ്കിലും ഒരു ജാതിയെ പ്രീണിപ്പിക്കുന്നതിനായി ഒന്നും ചെയ്യാനാവില്ല. അവർ ഗുണം ചെയ്യുന്നത് പൊതുറിൽ ഭരണവർഗ്ഗത്തിന് മാത്രമാണ്. അതിലാവട്ടെ ബൂർഷ്വാസിയും ഭൂപ്രഭുവും മാത്രമല്ല ചെറുകിട മുതലാളിമാരും ധനിക കർഷകരും പ്രാദേശിക മുതലാളിമാരും മദ്ധ്യവർഗ്ഗക്കാരും ഒക്കെയുണ്ട്. ഇവരുടെയൊക്കെ വർഗ്ഗതാല്പര്യങ്ങൾ പരസ്പരം ഏറ്റുമുട്ടുമെങ്കിലും പൊതുവായി മുതലാളിത്ത സാമ്പത്തിക നയങ്ങൾ നടപ്പിലാക്കണം, മുതലാളിത്തം നില്നില്ക്കണം എന്നകാര്യത്തിൽ ഇവർ തമ്മിൽ

യോജിപ്പിലാണ്. ഈ ബൂർഷ്വാപാർട്ടികൾക്കൊക്കെ വിവിധ വിഭാഗം ജാതികളിൽനിന്ന് ഉയർത്തികൊണ്ടുവന്ന നേതാക്കളുണ്ട്. തരാതരം പോലെ അവരെ വിന്യസിച്ചു കൊണ്ടാണ് ഇവർ തെരഞ്ഞെടുപ്പു വിജയം നേടിയെടുക്കുക. അതിനായി ഏറ്റവും നന്നായി ഉപയോഗപ്പെടുത്തിയിരുന്നത് മദ്ധ്യമ ജാതികളെയും അവയുടെ കൂട്ടായ്മയെയുമായിരുന്നു.

നവലിബറൽ നയങ്ങൾ നടപ്പിലാക്കാനാരംഭിച്ചതോടെ ഇന്ത്യയിൽ മദ്ധ്യവർഗ്ഗത്തിന്റെ എണ്ണത്തിൽ വൻതോതിൽ വർദ്ധനവുണ്ടായി എന്നു മാത്രമല്ല ഒരു പുത്തൻ മദ്ധ്യവർഗ്ഗം ഉയർന്നുവരികയും ചെയ്തു. ഇവരിൽ എല്ലാജാതിക്കാരുമുണ്ട്. ഇവരൊക്കെതന്നെ നവലിബറൽ നയങ്ങളുടെ ഗുണഭോക്താക്കളാണ് എന്നതിനാൽ ആ നയത്തിന്റെ വാക്താക്കളുമാണ്.

ബി ജെ പിയാവട്ടെ ബ്രാഹ്മണാധിപത്യ ഹിന്ദുരാഷ്ട്രത്തിന് വേണ്ടി നിലകൊള്ളുന്ന ആർ എസ് എസിന്റെ രാഷ്ട്രീയ മുഖമായതിനാൽ അവരുടെ നേതൃത്വത്തിൽ എൺപതുകൾവരെ ഉണ്ടായിരുന്നത് മേൽജാതിക്കാരായിരുന്നു. ഇത് തെരഞ്ഞെടുപ്പു പരാജയത്തിന് ഇടയാക്കുന്നു എന്ന് തിരിച്ചറിഞ്ഞതിന്റെ അടിസ്ഥാനത്തിലാണ് ആർ എസ് എസ് ബുദ്ധിജീവിയായ ഗോവിന്ദാചാര്യ സോഷ്യൽ എഞ്ചിനീയറിങ് എന്ന സിദ്ധാന്തം അവതരിപ്പിച്ചത്. തുടർന്ന് ദളിത്-പിന്നോക്ക വിഭാഗത്തിൽ പെട്ട നിരവധി പേർക്ക് സ്ഥാനക്കയറ്റം നല്കി അഖിലേന്ത്യാ നേതാക്കന്മാരും സംസ്ഥാനമുഖ്യമന്ത്രിമാരും മറ്റുമായി വളർത്തിക്കൊണ്ടുവരികയും ചെയ്തു.

എന്നാൽ കല്യാൺസിങ്ങിന് ശേഷം ഉത്തർപ്രദേശിൽ ഭരണം പിടിക്കാൻ ബി ജെ പിക്ക് കഴിഞ്ഞിരുന്നില്ല. പിന്നോക്ക ജാതിക്കാരായ യാദവരെ സമാജ്‌വാദി പാർട്ടിയും ദളിതരായ ജാതവ വിഭാഗക്കാരെ ബി എസ് പിയും ഒറ്റക്കെട്ടായി അണിനിരത്തുകയും മുസ്ലിം ജനവിഭാഗത്തിന്റെ കൂടെ പിന്തുണയാർജ്ജിക്കുന്നവർ വിജയശ്രീ ലാളിതരാവുകയും ചെയ്യുന്ന സ്ഥിതിയാണ് അവിടെ ഇണ്ടായത്. ഇത് മറിക്കടക്കാനാണ് ഇപ്രാവശ്യം അവർ ശ്രമിച്ചത്, യാദവ ഇതര പിന്നോക്കക്കാരെയും ജാതവ ഇതര ദളിതരെയും അണിനിരത്തി സമാജ് വാദി-ബി എസ് പി സ്ഥാനാർത്ഥികളെ നേരിടുക എന്ന തന്ത്രമാണ് സോഷ്യൽ എഞ്ചിനീയറിങ്ങിന്റെ ഭാഗമായി ഈ കഴിഞ്ഞ തെരഞ്ഞെടുപ്പിൽ അവർ പ്രയോഗിച്ചത്. അതിൽ വിജയം കണ്ടെത്തുവാൻ അവർക്ക് കഴിയുകയും ചെയ്തു.

നവജാതീയത

മുതലാളിത്ത സൈദ്ധാന്തികർ പൊതുവിൽ അവകാശപ്പെടുന്നത് അവരുടെ തെരഞ്ഞെടുപ്പിന്റെ മാനദണ്ഡം 'മികവി'നെയോ 'ഗുണമേന്മ'യെയോ അടിസ്ഥാനപ്പെടുത്തിയിരിക്കുന്നു എന്നാണ്. ഒരർത്ഥത്തിൽ ഇത് ശരിയുമാണ്. എന്നാൽ ഈ മികവ് ആർജ്ജിക്കുന്നതിന് എല്ലാവർക്കും തുല്യമായ അവസരമൊരുക്കുന്നതിന് മുതലാളിത്തത്തിന് കഴിയില്ല എന്നുമാത്രമല്ല മുതലാളിത്തം ആത്യന്തികമായി അതിന് എതിരുമാണ്. ഇന്ന് നിലനില്ക്കുന്ന സാമൂഹിക-സാമ്പത്തിക പദവിയും മേൽജാതി-കീഴ്ജാതി ബന്ധങ്ങളും തമ്മിൽ ശക്തമായ പരസ്പര ബന്ധമുണ്ട് എന്നതിനാൽ 'മികവ്' അല്ലെങ്കിൽ ഗുണമേന്മ ആർജ്ജിക്കുന്നതിലും മേൽജാതി കീഴ്ജാതി ബന്ധങ്ങൾക്ക് ശക്തമായ സ്വാധീനമുണ്ട്. അതായത് അഭ്യസ്ത വിദ്യരായ തൊഴിൽ അന്വേഷകരുടെ 'മികവ്' നിശ്ചയിക്കുന്നതിൽ മേൽജാതി-കീഴ്ജാതി ബന്ധങ്ങൾക്ക് വലിയ പങ്കാണ് ഇന്നും ഇന്ത്യയിൽ നിലവിലുള്ളത്.

എങ്കിൽപോലും ഇന്ന് ഇന്ത്യൻ സമൂഹത്തിൽ മേൽജാതിക്കാർ അനുഭവിച്ചുവരുന്ന സവിശേഷ പദവിയാണ് തങ്ങളുടെ വിജയത്തിന് പിന്നിൽ എന്ന് സമ്മതിച്ചുതരാൻ അവർ ഒരിക്കലും തയ്യാറാവില്ല. പകരം അവർ പറയുക പരമ്പരാഗതമായി ആർജ്ജിതമായ കഴിവുകളാണ് അവരെ വിജയത്തിലേക്ക് നയിച്ചത് എന്നാവും. അതുകൊണ്ടുതന്നെ പരാജയപ്പെടുന്നവർ പരമ്പരാഗതമായി കഴിവു കുറഞ്ഞവരായി ചിത്രീകരിക്കപ്പെടുകയും ചെയ്യും. ജാതീയമായി നിലനില്ക്കുന്ന വിവേചനത്തെ ദൃഢീകരിക്കുന്നതിലേക്കാണിത് നയിക്കുക. ഇതാണിപ്പോൾ സംഭവിച്ചുകൊണ്ടിരിക്കുന്നത്.

ഉന്നത വിദ്യാഭ്യാസം നേടിയവരും വിജയകരമായി പ്രൊഫഷണൽ

ജീവിതം നയിച്ചുകൊണ്ടിരിക്കുന്നവരുമായ ആളുകളിൽ പോലും ജാതീയമായ വിവേചനം ശക്തമായി നിലനില്ക്കുന്നതിന് കാരണം ഇതാണ്. ഇത്തരം വിവേചനങ്ങൾ ഫ്യൂഡൽ ഭൂതകാലത്തിന്റെ അവശിഷ്ടമായല്ല മറിച്ച് സമകാലിക മുതലാളിത്ത വികസനത്തിന്റെ അനുബന്ധമായാണിന്ന് വളർന്നുവരുന്നത്. ഫ്യൂഡൽ ജാതീയതയ്ക്കുമുകളിൽ മുതലാളിത്ത ജാതീയത വളർന്നുവരുന്ന സ്ഥിതിയാണ് ഇന്ന് ഇന്ത്യയിൽ ദൃശ്യമായിക്കൊണ്ടിരിക്കുന്നത്. സാമൂഹികവും സാമ്പത്തികവുമായ അസമത്വം ഇല്ലാതാക്കുന്നതിന്വേണ്ടി സ്വീകരിക്കപ്പെടുന്ന ഏതൊരു നടപടിയും ഫലത്തിൽ അസമത്വത്തെ തീവ്രതരമാക്കുന്ന സ്ഥിതിയുണ്ടാവുന്നു. പാരമ്പര്യാർജ്ജിത കഴിവുകളിലെ ഏറ്റക്കുറച്ചിലുകളായി മാത്രമാണ് 'മികവ്' അടയാളപ്പെടുത്തപ്പെടുന്നത് എന്നതിനാൽ നിലനില്ക്കുന്ന സാമൂഹിക-സാമ്പത്തിക അസമത്വത്തെ സാധൂകരിക്കുന്നതായി ഇത് മാറുന്നു. അങ്ങനെയാണ് നവമുതലാളിത്ത വളർച്ച നവജാതീയതയെ സ്ഥാപിച്ചെടുക്കുന്നത്.

ഈ നവജാതീയത മേൽജാതി അഭ്യസ്തവിദ്യരുടെ ഇടയിൽ വിജയകരമായി സ്ഥാപനവല്ക്കരിക്കപ്പെടുകയും അതിനൊപ്പം അത് പരാജിതരായ മേൽജാതി അഭ്യസ്തവിദ്യരിലേക്ക് കിനിഞ്ഞിറങ്ങുകയും ചെയ്യുന്നു. തങ്ങളുടെ പരാജയത്തിന് കാരണം കീഴ്ജാതിക്കാർക്കനുകൂലമായി ഗവൺമെന്റ് സ്വീകരിക്കുന്ന നടപടികളാണ് എന്ന ധാരണയാണ് അവരിൽ രൂഢമൂലമാവുന്നത്. മഹാത്മാഗാന്ധി തൊഴിലുറപ്പു പദ്ധതി വികസനവിരുദ്ധമാണെന്നും ആ പണം കൂടെ 'വികസന'ത്തിന് ഉപയോഗിച്ചിരുന്നെങ്കിൽ തങ്ങൾക്ക് കൂടുതൽ സാദ്ധ്യതകൾ ഉയർന്നുവരുമായിരുന്നെന്നും ആണ് അവർ കരുതുന്നത്. കീഴ്ജാതിക്കാർക്ക് നല്കുന്ന സംവരണത്തെയും അവർ ശക്തിയായി എതിർക്കുന്നു. 'മികവ്'അല്ലെങ്കിൽ 'ഗുണമേന്മ' മാത്രമായിരിക്കണം തൊഴിൽ ലഭിക്കുന്നതിനുള്ള മാനദണ്ഡം എന്നവാദം അവർ ഉയർത്തുന്നത് ഇതിനാലാണ്. വിജയകരമായി തൊഴിൽ കണ്ടെത്തിയ മേൽജാതിക്കാരും അതിന് കഴിയാതെ വരുന്ന മേൽജാതിക്കാരുമൊക്കെ കീഴ്ജാതിക്കാർക്കും അവരുടെ സാമൂഹികവും സാമ്പത്തികവും ആയ ഉന്നമനത്തിന് വേണ്ടി സർക്കാർ സ്വീകരിക്കുന്ന നടപടികൾക്കും എതിരാവുകയും ജാത്യഭിമാനികളായി മാറുകയും ചെയ്യുന്നു.

സമ്പദ്വ്യവസ്ഥയ്ക്ക് എല്ലാവർക്കും തൊഴിൽ നല്കാനും എല്ലാവർക്കും ഉന്നതമായ വിദ്യാഭ്യാസം പൊതുമേഖലയിൽ നല്കാനും കഴിഞ്ഞിരുന്നെങ്കിൽ ഈ സ്ഥിതി വിശേഷം ഉണ്ടാകുമായിരുന്നില്ല. പക്ഷേ, ഒരു മുതലാളിത്ത സമ്പദ്വ്യവസ്ഥയിൽനിന്ന് അങ്ങനെ പ്രതീക്ഷിച്ചിട്ട് കാര്യമില്ല. നെഹ്റുവിയൻ സാമ്പത്തിക നയങ്ങൾ പിന്തുടർന്നിരുന്ന കാലത്ത് പൊതുമേഖലാ വിദ്യാഭ്യാസം വളർത്തിയെടുക്കുന്നതിനുള്ള ബോധപൂർവ്വമായ ശ്രമം നടന്നിരുന്നെങ്കിൽ നവലിബറൽ നയങ്ങൾ നടപ്പിലാക്കാനാരംഭിച്ചതോടെ സ്ഥിതി ഗതികൾ നേർവിപരീതമായി. പൊതു

മേഖലാവിദ്യാഭ്യാസ സ്ഥാപനങ്ങളിൽ നിക്ഷേപം കുറയുകയും തൽഫലമായി സൗകര്യങ്ങൾ കുറയുകയും സ്വകാര്യ വിദ്യാഭ്യാസ മേഖല തഴച്ചുവളരുകയും ചെയ്തു. സംവരണാനുകൂല്യങ്ങൾ വ്യാപകമായ തോതിൽ നഷ്ടപ്പെട്ടു. ഇതൊക്കെ പുത്തൻ ജാതീയത ശക്തിപ്പെടുന്നതിലേക്കാണ് നയിച്ചത്.

മുതലാളിത്ത വ്യവസ്ഥയ്ക്ക് പരിഹരിക്കാനാവാത്ത ഒന്നായി പുത്തൻ ജാതീയതയും അതിന്റെ വിവേചനവും അടിച്ചമർത്തലും മാറിയിരിക്കുന്നു. കൂടുതൽ സമത്വാധിഷ്ഠിതമായ ഒരു പുതിയ ഇന്ത്യ കെട്ടിപ്പടുക്കുന്നതിലൂടെ മാത്രമെ ഒരു ജാതിരഹിത ഇന്ത്യ സൃഷ്ടിക്കാനാവൂ.

സംവരണം

സ്വാതന്ത്ര്യാനന്തരം ഇന്ത്യയിൽ സാമൂഹിക നീതിക്കായി നടപ്പിലാക്കപ്പെട്ട പ്രധാനപ്പെട്ട നടപടികളിൽ ഒന്നാണ് ജാതിസംവരണം. സ്വാതന്ത്ര്യത്തിന് മുമ്പുതന്നെ ചില സംസ്ഥാനങ്ങളിൽ പിന്നോക്കജാതിക്കാർക്കും പട്ടികജാതി/പട്ടികവർഗ്ഗക്കാർക്കും വിദ്യാഭ്യാസരംഗത്തും സർക്കാർ നിയമനങ്ങളിലും സംവരണമുണ്ടായിരുന്നു. ഇന്ത്യൻ ഭരണഘടന പട്ടികജാതിക്കാർക്കും പട്ടികവർഗ്ഗക്കാർക്കും ജനസംഖ്യാനുപാതികമായി സംവരണം അനുവദിക്കാൻ തയ്യാറായെങ്കിലും മറ്റു പിന്നോക്കജാതിക്കാർക്ക് അഖിലേന്ത്യാവ്യാപകമായി സംവരണം അനുവദിച്ചിരുന്നില്ല. ദേശീയ മുന്നണി ഗവൺമെന്റാണ് മറ്റു പിന്നോക്ക ജാതിക്കാർക്ക് 27 ശതമാനം സംവരണം വിദ്യാഭ്യാസരംഗത്തും സർക്കാർ-പൊതുമേഖലാ നിയമങ്ങളിലും-അനുവദിക്കാൻ തയ്യാറായത്. ഇത് ജാതീയമായ ഉച്ചനീചത്വങ്ങൾ അവസാനിപ്പിക്കുന്നതിനുള്ള ഒരു ഒറ്റമൂലിയൊന്നുമല്ലെങ്കിലും ചരിത്രപരമായി അവശജനവിഭാഗങ്ങൾ അനുഭവിച്ചുവരുന്ന സാമൂഹികമായ അടിച്ചമർത്തലിനുള്ള ഒരു നഷ്ടപരിഹാരം നല്കലായി കാണാവുന്നതാണ്.

എന്നാൽ മണ്ഡൽ കമ്മീഷൻ റിപ്പോർട്ട് പുറത്തുവന്നതു മുതൽ അതിനെതിരെ ശക്തമായ സമരമുറകളും സമ്മർദ്ദ നടപടികളുമാണുണ്ടായത്. റിപ്പോർട്ട് നടപ്പിലാക്കാൻ തീരുമാനിച്ചപ്പോഴാവട്ടെ ആത്മാഹൂതിയടക്കമുള്ള സമരമുറകളാണ് വിദ്യാർത്ഥികളെ മുന്നിൽ നിർത്തിക്കൊണ്ട് മുന്നോക്കജാതി വിഭാഗങ്ങളിൽ നിന്നുണ്ടായത്. വൻകിട ബിസിനസുകാരാൽ നിയന്ത്രിക്കപ്പെടുന്ന മാദ്ധ്യമങ്ങളൊക്കെത്തന്നെ ഈ സമരങ്ങളെ ശക്തിയായി പിന്തുണയ്ക്കുകയും ചെയ്തു.

പരിമിതങ്ങളായ ഗവൺമെന്റുദ്യോഗങ്ങളും വിദ്യാഭ്യാസവിഭവങ്ങളും

വിതരണം ചെയ്യുന്നതിൽ ഇന്ത്യൻ സമൂഹത്തിനകത്ത് നിലനില്ക്കുന്ന രൂക്ഷമായ വൈരുദ്ധ്യങ്ങളാണ് പിന്നോക്ക ജാതി സംവരണം ഏർപ്പെടുത്തുന്നതിനെതിരെയും പട്ടികജാതി/പട്ടികവർഗ്ഗ സംവരണം തുടരുന്നതിനെതിരെയും നടന്ന സമരങ്ങളിൽ പ്രതിഫലിച്ചത്. മറ്റു പിന്നോക്കജാതിക്കാർക്ക് സംവരണം ഏർപ്പെടുത്തുന്നതിനെതിരായ സമരത്തോടൊപ്പം പട്ടികജാതി/പട്ടികവർഗ്ഗ സംവരണത്തിനെതിരെയും സമരം വളർന്നു വന്നു എന്നത് സവിശേഷ ശ്രദ്ധയർഹിക്കുന്ന വിഷയമാണ്. നിയമസഭകളിലും ലോകസഭയിലും പട്ടികജാതി/പട്ടികവർഗ്ഗസംവരണം നീട്ടികൊടുക്കുന്നതിനെതിരെയും പ്രക്ഷോഭങ്ങൾ ഉയർന്നുവന്നു.

മേൽജാതി മേധാവിത്വം അഭംഗുരം തുടരണം എന്നാഗ്രഹിക്കുന്ന പിന്തിരിപ്പൻ ശക്തികളാണ് സംവരണവിരുദ്ധ സമരത്തിന് പിന്നിൽ അണിനിരന്നത്. സംവരണത്തിനെതിരെ മുന്നോട്ടുവെക്കുന്നത് ഗുണമേന്മയുടെയും അവസര സമത്വത്തിന്റെയും അടിസ്ഥാനത്തിലുള്ള മുദ്രാവാക്യങ്ങളാണ്. ഇന്ത്യയിൽ പട്ടികജാതിക്കാരും പട്ടിവർഗ്ഗക്കാരും ശൂദ്രരിൽ പെട്ട മറ്റു പിന്നോക്ക ജാതിക്കാരും നൂറ്റാണ്ടുകളായി തൊഴിൽ, സാമൂഹിക ജീവിതം, ഉല്പാദന ഉപാധികളുടെ ഉടമസ്ഥത എന്നീ അടിസ്ഥാന സൗകര്യങ്ങളുടെ കാര്യത്തിൽ വിവേചനം അനുഭവിച്ചുവരുന്നവരാണ്. അങ്ങനെ വിവേചനം അനുഭവിക്കുന്നവർക്ക് സംവരണം ഏർപ്പെടുത്താതിരിക്കലാണ് യഥാർത്ഥത്തിൽ അവസരസമത്വം നിഷേധിക്കലാവുക.

മേൽജാതിക്കാർ നൂറ്റാണ്ടുകളായിത്തന്നെ സർവ്വവിധ സൗകര്യങ്ങളും അനുഭവിച്ചുവരുന്നവരാകയാൽ മികവുണ്ടാകലും മികവുണ്ടാക്കിയെടുക്കലുമൊക്കെ അവരുടെ ജീവിത സാഹചര്യങ്ങൾ സ്വാഭാവികമായി നല്കിവരുന്ന ഒന്നാണ്. 'മികവ്' എന്നത് മണ്ഡൽ കമ്മീഷൻ റിപ്പോർട്ടും സുപ്രീംകോടതി വിധികളുമൊക്കെ ചൂണ്ടിക്കാണിച്ചതുപോലെ, യഥാർത്ഥ തൊഴിൽ അവസരസമത്വം നേടിയെടുക്കുന്നതിന്റെയും സാമൂഹിക സാഹചര്യങ്ങളുടെയും സാമൂഹികനീതി ഉറപ്പാക്കുന്നതിന്റെയും ഒക്കെ അടിസ്ഥാനത്തിൽ ആയിരിക്കണം നിശ്ചയിക്കേണ്ടത്.

ഇന്ത്യൻ ഭരണഘടന നിലവിൽവന്ന് അരനൂറ്റാണ്ടിലേറെകാലം കഴിഞ്ഞിട്ടും തൊട്ടുകൂടായ്മ അനുഭവിച്ചുവരുന്നവർക്ക് അതില്ലാതാക്കുന്നതിനുള്ള സ്ഥിതിയുണ്ടാക്കാനായിട്ടില്ല. പട്ടികജാതി/പട്ടികവർഗ്ഗങ്ങൾക്കെതിരായ അതിക്രമങ്ങൾ വർഷം ചെല്ലുന്തോറും വർദ്ധിച്ചുകൊണ്ടിരിക്കുകയാണ്. ഇതിന് കാരണം അവരിൽ ഭൂരിഭാഗവും വസിക്കുന്ന ഇന്ത്യൻ ഗ്രാമങ്ങളിലെ സമ്പദ്വ്യവസ്ഥയാണ്. ഗ്രാമങ്ങളിലെ ഏറ്റവും പ്രധാനപ്പെട്ട ഉല്പാദനോപാധി ഇന്നും ഭൂമിതന്നെയാണ്. അതിൽ ഇവർക്കൊന്നും ഉടമസ്ഥാവകാശമില്ല. സാമൂഹികമായി അടിത്തട്ടിൽ കിടക്കുന്നവർ സാമ്പത്തികമായും അടിത്തട്ടിൽ തന്നെയാണ് കഴിഞ്ഞുവരുന്നത്. മണ്ഡൽ കമ്മീഷൻ റിപ്പോർട്ടിൽ ഇക്കാര്യം ചൂണ്ടിക്കാട്ടിയിട്ടുണ്ട്. "ഘടനപരമായ മാറ്റങ്ങളിലൂടെ ഈ ഉല്പാദനബന്ധങ്ങളിൽ വിപ്ലവകരമായ മാറ്റം വരുത്തുകയും രാജ്യമെമ്പാടും പുരോഗമനപരമായ ഭൂപരിഷ്കരണം നട

പ്പാക്കുകയും ചെയ്താൽ മാത്രമെ മറ്റു പിന്നോക്ക ജാതികളിൽപെട്ടവർക്ക് യഥാർത്ഥത്തിൽ സ്വതന്ത്രരാവാൻ കഴിയൂ." അപ്പോൾ പിന്നെ പട്ടിക ജാതി/പട്ടികവർഗ്ഗങ്ങളിൽപെട്ടവരുടെ കാര്യം പറയേണ്ടതില്ലല്ലോ?

പട്ടികജാതി/പട്ടികവർഗ്ഗക്കാർക്കുപോലും സംവരണം അനുവദിക്കരുതെന്നും അഥവാ അനുവദിച്ചാൽ തന്നെ പത്തുവർഷമെത്തിയാൽ അത് അവസാനിപ്പിക്കണമെന്നും പറയുന്നവർ ഇന്ത്യൻ യാഥാർത്ഥ്യം മനസ്സിലാക്കാത്തവരാണ്. 2001 ലെ കാനേഷുമാരി കണക്കുകൾ പ്രകാരം ഇന്ത്യൻ ജനസംഖ്യയിൽ 16.2 ശതമാനം പട്ടികജാതിക്കാരും 8.2 ശതമാനം പട്ടികവർഗ്ഗക്കാരുമാണ്. അതായത് ഈ രണ്ടു വിഭാഗവും ചേർന്നാൽ ജനസംഖ്യയുടെ 25 ശതമാനത്തോളം വരും. സർക്കാർ ജോലിയിൽ ഇവരുടെ സംവരണ ശതമാനം കേന്ദ്രസർവീസിൽ പട്ടികജാതിക്കാർക്ക് 15 ശതമാനവും പട്ടികവർഗക്കാർക്ക് 7.5 ശതമാനവുമാണ്. എന്നാൽ ഗ്രൂപ്പ് എ ജോലികളിൽ നിയമിക്കപ്പെട്ട പട്ടികജാതിക്കാർ ആകെ നിയമിക്കാവുന്നതിന്റെ 10.15 ശതമാനം മാത്രമാണ്. ഗ്രൂപ്പ് ബിയിൽ അത് 12.67 ശതമാനവും ഗ്രൂപ്പ് സിയിൽ അത് 16.15 ശതമാനവും ഗ്രൂപ്പ് ഡിയിൽ 21.26 ശതമാനവും മാത്രമാണ്. പട്ടികവർഗക്കാരുടെ സ്ഥിതി ഇതിലും ദയനീയമാണ്. ഗ്രൂപ്പ് എയിൽ അത് 2.89 ശതമാനവും ബിയിൽ 2.68 ശതമാനവും ഗ്രൂപ്പ് സിയിൽ 5.69 ശതമാനവും ഗ്രൂപ്പ് ഡിയിൽ 6.48 ശതമാനവും മാത്രമാണ്.

വിവിധ ഹൈക്കോടതികളിൽ 544 ജഡ്ജിമാരുള്ളതിൽ 13 പേർ മാത്രമാണ് പട്ടികജാതിക്കാരുള്ളതെങ്കിൽ 4 പേരാണ് പട്ടികവർഗ്ഗക്കാരായുള്ളത്. രാജ്യത്ത് പൊതുവിൽ എടുത്താൽ സ്കൂൾ അദ്ധ്യാപകരിൽ പട്ടികജാതി/പട്ടികവർഗ്ഗക്കാർ വെറും 6.7ശതമാനം മാത്രമാണെങ്കിൽ കോളേജ്/സർവ്വകശാലാ അദ്ധ്യാപകരിൽ അത് 2.6 ശതമാനം മാത്രമാണ്.

എന്നാൽ മറ്റു പിന്നോക്ക ജാതിക്കാർ എന്ന വിഭാഗത്തെ സംബന്ധിച്ചിടത്തോളം ഇത്രയും മോശപ്പെട്ട സ്ഥിതി അതിൽ എല്ലാ വിഭാഗങ്ങളെ സംബന്ധിച്ചും ഉണ്ടെന്ന് പറയാനാവില്ല. ഓരോ സംസ്ഥാനത്തെയും പ്രത്യേകമെടുത്ത് പരിശോധിച്ചാൽ മാത്രമെ അതിന്റെ നിജസ്ഥിതി വ്യക്തമാവൂ. മുതലാളിത്ത വളർച്ചയുടെ ഭാഗമായി നേട്ടമുണ്ടാക്കാനായ മറ്റു പിന്നോക്കക്കാരിൽപെട്ട നിരവധിപേരുണ്ട്. അതുകൊണ്ടു തന്നെ സാമൂദായികമായ പൊതുപിന്നോക്കാവസ്ഥയ്ക്കൊപ്പം സാമ്പത്തികമായ പരിഗണനകൂടെ കണക്കിലെടുത്തുകൊണ്ടേ ഇവർക്ക് സംവരണം നല്കാനാവൂ. അതാണ് ക്രീമിലെയർ വ്യവസ്ഥ. അതിൽ നിശ്ചിത ഇടവേളകളിൽ സമഗ്രമായ പഠനം നടത്തി സാമ്പത്തിക മാനദണ്ഡങ്ങളിൽ കാലോചിതമായ മാറ്റം വരുത്തേണ്ടതുമുണ്ട്. ഇതു മാത്രമല്ല ഉയർന്ന ജാതിക്കാരിൽതന്നെ സാമ്പത്തികമായി വളരെ പിന്നോക്കം നില്ക്കുന്ന ഒരു ജനവിഭാഗമുണ്ട്. അവർക്ക് കൂടെ സംവരണം ലഭ്യമാകുന്ന രീതിയിൽ ഭരണഘടന ഭേദഗതി ചെയ്യുകയും പത്ത് ശതമാനം സംവരണം അത്തരത്തിലുള്ളവർക്ക് നല്കുകയും വേണം.

ഇത് കാണിക്കുന്നത് ജാതീയമായ പദവി മറ്റു പിന്നോക്കജാതിക്കാരുടെ പിന്നോക്കാവസ്ഥയിൽ പങ്കുവഹിക്കുന്നുണ്ടെന്നാണ്. ജാതിവിരുദ്ധ പ്രസ്ഥാനങ്ങൾക്കാവട്ടെ ജാതീയമായ വേർതിരിവുകൾ മറികടന്നുകൊണ്ട് വർഗ്ഗാടിസ്ഥാനത്തിലുള്ള ബഹുജന പ്രസ്ഥാനം കെട്ടിപ്പടുക്കുന്നതിൽ ഏറെ മുന്നോട്ടു പോകാനുമായിട്ടില്ല. അതുകൊണ്ടുതന്നെ അത്തരം ജാതികളിൽപെട്ടവർക്ക് സംവരണം നല്കുന്നത് ന്യായമാണ്. ഇതാണ് മണ്ഡൽ കമ്മീഷൻ റിപ്പോർട്ടിലെ നിർദ്ദേശങ്ങളെ ഉപാധികളോടെ പിന്താങ്ങാൻ സി പി ഐ (എം) തയ്യാറായതിന് കാരണം.

മറ്റു പിന്നോക്കജാതികൾക്ക് സംവരണം നല്കുന്നതുമായി ബന്ധപ്പെട്ട് രണ്ട് ഉപാധികളാണ് സി പി ഐ (എം) മുന്നോട്ടുവെച്ചത്. ഒന്നാമതായി മറ്റു പിന്നോക്കജാതിക്കാർക്ക് സംവരണം നല്കുന്നതിന് സാമ്പത്തികമായ മാനദണ്ഡങ്ങൾ ഉണ്ടാകണം. പട്ടികജാതി/പട്ടികവർഗ്ഗക്കാർക്ക് പൊതുവായി സംവരണം നല്കും എന്ന കാഴ്ചപ്പാടിൽ നിന്ന് വ്യത്യസ്തമാണ് ഇത്. കഴിഞ്ഞ കാലത്തെ മുതലാളിത്ത വികസനത്തിന്റെ ഭാഗമായി ജാതിഘടനയ്ക്കകത്തുതന്നെ വർഗ്ഗപരമായ വ്യത്യാസങ്ങൾ രൂപം കൊണ്ടിട്ടുണ്ട്. ഭൂമിയിൽ ഉടമസ്ഥതയും ഉല്പാദനോപാധികളുടെ ഉടമസ്ഥതയും ഒക്കെയുള്ള വിഭാഗങ്ങൾ പിന്നോക്കജാതികളിൽനിന്ന് വളർന്നു വന്നിട്ടുണ്ട്. അവരിൽ ചില വിഭാഗങ്ങൾക്ക് രാഷ്ട്രീയ സംവിധാനത്തിലും അർഹമായ പങ്കാളിത്തം ഉണ്ടാക്കാൻ കഴിഞ്ഞിട്ടുണ്ട്. രണ്ടാമത്തെ ഉപാധി ഈ സംവരണം ഒരിക്കൽ അനുവദിച്ചാൽ അത് അനന്തമായി തുടരരുത് എന്നതായിരുന്നു. നിശ്ചിതമായ കാലയളവിൽ ഇക്കാര്യത്തിൽ പുനഃപരിശോധന നടത്തണം.

സംവരണം കൊണ്ടുമാത്രം മറ്റു പിന്നോക്ക ജാതിക്കാരെയോ പട്ടികജാതി/പട്ടികവർഗ്ഗവിഭാഗങ്ങളെയോ ഇതരജനവിഭാഗങ്ങൾക്കൊപ്പം ഉയർത്തികൊണ്ടുവരാനാവില്ല. അതിന് സമഗ്രമായ കാർഷിക പരിഷ്കരണം നടത്തണം എന്ന നിർദ്ദേശവും സി പി ഐ (എം) മുന്നോട്ടു വച്ചു.

സംവരണം അംഗീകരിക്കപ്പെട്ടു എങ്കിലും സ്വത്വരാഷ്ട്രീയക്കാരും വോട്ടുബാങ്കുരാഷ്ട്രീയക്കാരുമൊക്കെ പൊതുവിൽ വളരുന്ന സ്ഥിതിയാണ് പിന്നീടുണ്ടായത്. സംവരണം ഉപയോഗപ്പെടുത്തികൊണ്ട് നവജാതീയത ദൃഢീകരിക്കുന്ന പ്രവണതയും പിന്നീട് ദൃശ്യമായി.

മുതലാളിത്ത വളർച്ചയും സ്വത്വരാഷ്ട്രീയവും

അടിച്ചമർത്തപ്പെടുന്ന ഒരു സാമൂഹിക വിഭാഗത്തിലെ ഒരംഗമെന്നനിലയിൽ ഒരാൾക്ക് ഉണ്ടാവുന്ന അടിച്ചമർത്തലിന്റെ വ്യക്തിപരമായ അനുഭവവും അത് സ്വാഭാവികമായി ഉല്പാദിപ്പിക്കുന്ന അമർഷവും ആണ് സ്വത്വരാഷ്ട്രീയക്കാർ സ്വത്വബോധം എന്നതുകൊണ്ട് ഉദ്ദേശിക്കുന്നത്. വ്യക്തിപരമായ അനുഭവങ്ങളിലൂടെയുണ്ടാവുന്ന ഈ സ്വത്വബോധം രാഷ്ട്രീയമാവുന്നത്, വ്യക്തിപരമായ അനുഭവത്തിന്റെ പരിധി ലംഘിച്ച് അടിച്ചമർത്തലിനെതിരായ പോരാട്ടത്തിന്റെ പാതയിലേക്ക് അത് കടക്കുമ്പോഴാണ്. ജാതിവ്യവസ്ഥയും അതിന്റെ മേൽ-കീഴ്ബന്ധങ്ങളും ഇന്ത്യയുടെ സാമൂഹികരംഗത്ത് സജീവമാണെന്നതിനാൽ പിന്നോക്കജാതിയിൽ പെടുന്നവർ സാമ്പത്തിക ചൂഷണത്തിന് പുറമെ സാമൂഹികമായി അടിച്ചമർത്തലിനും വിധേയരാവുന്നു. സ്വത്വരാഷ്ട്രീയം എന്ന് പറയാനാവില്ലെങ്കിലും ജാതി അടിസ്ഥാനത്തിൽ ഏറ്റവും പിന്നോക്കം നില്ക്കുന്ന ദളിത് ജനവിഭാഗങ്ങളെ രാഷ്ട്രീയമായി സംഘടിപ്പിക്കുന്നതിന് ഇന്ത്യയിൽ ആദ്യമായി നേതൃത്വം കൊടുത്തവരിൽ പ്രമുഖൻ ഡോ. ബി ആർ അംബേദ്കർ ആയിരുന്നു.

1919 ലാണ് തൊട്ടുകൂടായ്മ അനുഭവിച്ചുവരുന്ന ജനവിഭാഗങ്ങൾക്ക് തിരഞ്ഞെടുക്കപ്പെടുന്ന സഭകളിൽ ജനസംഖ്യാനുപാതികമായി പ്രാതിനിദ്ധ്യം വേണം എന്ന ആവശ്യം അംബേദ്കർ മുന്നോട്ടുവെക്കുന്നത്. മഹാത്മാഗാന്ധിയുടെ എതിർപ്പുണ്ടായിട്ടും തുടർച്ചയായി 17 വർഷക്കാലം അദ്ദേഹം ഈ ആവശ്യം നേടിയെടുക്കുന്നതിനായി പ്രചാരണവും പ്രക്ഷോഭവും നടത്തി. 1931 ൽ ഗാന്ധിജിയും അംബേദ്കറും ഈ വിഷയത്തിൽ ലണ്ടനിൽ വെച്ച് നേരിട്ടേറ്റുമുട്ടി. 1932-ൽ ഇവർക്ക് പ്രത്യേകം വോട്ടുചെയ്യാവുന്ന സംവരണ സീറ്റുകൾ അനുവദിച്ചു കിട്ടി, ഗാന്ധിജി

ഇതിനെതിരായി പൂനയിലെ യർവാദ ജയിലിൽ നിരാഹാരം കിടന്നു. പ്രത്യേകം വോട്ടു ചെയ്യാവുന്ന എന്നതു മാറ്റി എല്ലാവർക്കും വോട്ടു ചെയ്യാവുന്ന സംവരണ മണ്ഡലങ്ങൾ എന്നാക്കി മാറ്റുവാൻ ഗാന്ധിജിയുടെ സമരത്തിന് കഴിഞ്ഞു. 1932 ലെ പൂന കരാർ എന്നറിയപ്പെടുന്നത് ഇതാണ്. ദളിത് നിയമസഭാംഗം തിരഞ്ഞെടുക്കപ്പെടുന്നത് ആ മണ്ഡലത്തിലെ മുഴുവൻ വോട്ടർമാരും വോട്ടു ചെയ്തിട്ടാണ് എന്ന സ്ഥിതി വന്നു.

1937 ൽ ബോംബെ പ്രോവിൻസിലേക്ക് നടന്ന തിരഞ്ഞെടുപ്പിൽ അംബേദ്കർ രൂപീകരിച്ച ഇന്ത്യൻ ലേബർ പാർട്ടിക്ക് 17 ൽ 15 സീറ്റു കിട്ടി. 1937ൽ വ്യാവസായിക-കാർഷിക തൊഴിലാളികളുടെ പ്രശ്നങ്ങൾ കൂടി ദളിത് പ്രശ്നങ്ങളോടൊപ്പം ഉന്നയിക്കാൻ അംബേദ്കർ തയ്യാറായിരുന്നു. എന്നാൽ 1942 ആയപ്പോൾ അദ്ദേഹം ദളിത് വിഷയങ്ങളിലേക്ക് മാത്രമായി ഒതുങ്ങുകയും ആൾ ഇന്ത്യ ഷെഡ്യൂൾഡ് കാസ്റ്റ്സ് ഫെഡറേഷൻ (അഖിലേന്ത്യാ പട്ടികജാതി ഫെഡറേഷൻ) എന്ന പുതിയ പാർട്ടി രൂപീകരിക്കുകയും ചെയ്തു. ഈ പാർട്ടിയുടെ ചിഹ്നമായിരുന്നു ഇപ്പോഴത്തെ ബി എസ് പിയുടെ ചിഹ്നമായ ആന. കമ്യൂണിസ്റ്റുകാരുമായോ പെസന്റ്സ് ആന്റ് വർക്കേഴ്സ് പാർട്ടിയുമായോ സഖ്യത്തിന് തയ്യാറാവാതിരുന്ന അംബേദ്കർ സോഷ്യലിസ്റ്റുകാരുമായി സഖ്യമുണ്ടാക്കിയിരുന്നു. ഹിന്ദുമഹാസഭയ്ക്കും ആർഎസ്എസിനും അദ്ദേഹം എതിരായിരുന്നു. 1946 ലും 1951 ലും തിരഞ്ഞെടുപ്പിനെ നേരിട്ട അംബേദ്കറുടെ പുതിയ പാർട്ടിക്ക് കാര്യമായ നേട്ടങ്ങൾ ഒന്നും ഉണ്ടാക്കാനായില്ല. എന്നാൽ സ്വന്തം പാർട്ടിയെ ഒരു സമ്മർദ്ദശക്തിയാക്കി നിലനിർത്തിക്കൊണ്ട് കോൺഗ്രസുമായി വിലപേശാൻ അദ്ദേഹത്തിന് കഴിഞ്ഞു. 1957 ൽ അദ്ദേഹം റിപ്പബ്ലിക്കൻ പാർട്ടി ഓഫ് ഇന്ത്യ രൂപീകരിച്ചു. മഹാരാഷ്ട്രയിലും യുപിയിലും ആന്ധ്രയിലുമൊക്കെ ആർ പി ഐ സജീവമായിരുന്നു. എന്നാൽ പിന്നീടത് ഛിന്നഭിന്നമായി.

1978 ലാണ് അംബേദ്കറുടെ പാത പിന്തുടർന്നുകൊണ്ട് കാൻഷിറാം ആൾ ഇന്ത്യ ബാക്ക്‌വേഡ് ആന്റ് മൈനോറിറ്റി കമ്യൂണിറ്റീസ് എംപ്ലോയീസ് ഫെഡറേഷൻ എന്ന സംഘടന രൂപീകരിക്കുന്നത്. അദ്ദേഹം ദളിത്-ബഹുജൻ കാഴ്ചപ്പാടോടെ രാഷ്ട്രീയ പ്രവർത്തനം സംഘടിപ്പിക്കുന്നതിന് ഈ സംഘടനയെ ഉപയോഗപ്പെടുത്തി. ദളിതുകൾ, പിന്നോക്ക-ന്യൂനപക്ഷ ജനവിഭാഗങ്ങൾ എന്നിവരൊക്കെ ചേർന്നാൽ ഇന്ത്യൻ ജനസംഖ്യയിൽ 85 ശതമാനം വരും. ഇവരെയാകെ സംഘടിപ്പിക്കുക എന്നലക്ഷ്യത്തോടെയാണ് 1984 ൽ ബി എസ് പി (ബഹുജൻ സമാജ് പാർട്ടി) രൂപീകരിക്കുന്നത്. 1995 ൽ മായാവതിയെ യു പി മുഖ്യമന്ത്രിയാക്കി മാറ്റാൻ കൻഷിറാമിന് കഴിഞ്ഞു. അധികാരം നിലനിർത്തുന്നതിനായി ബി ജെ പിയുമായി കൂട്ടുകൂടാൻ ബി എസ് പി യാതൊരു മടിയും കാണിച്ചില്ല. 2007 ആയപ്പോഴേക്ക് 30.43 ശതമാനം വോട്ട് ഉത്തർപ്രദേശിൽ നേടുന്ന ഒരു പാർട്ടിയായി ബി എസ് പി വളർന്നു. എന്നാൽ കഴിഞ്ഞ നിയമസഭാ തിരഞ്ഞെടുപ്പിൽ അവർക്ക് കിട്ടിയത് 22.20 വോട്ടുകൾ

മാത്രം. ഹിമാചൽ പ്രദേശ്, പഞ്ചാബ്, ഹരിയാന, ബീഹാർ, രാജസ്ഥാൻ, ഡെൽഹി, മദ്ധ്യപ്രദേശ്, ഉത്തരാഖണ്ഡ് എന്നിവിടങ്ങളിലും ബി എസ് പിയുടെ വോട്ടിങ് ശതമാനത്തിൽ കുറവുണ്ടായി.

എന്തുകൊണ്ടാണ് കഴിഞ്ഞ ഒരു ദശകക്കാലത്തിനിടയിൽ ദളിത് സ്വത്വ രാഷ്ട്രീയത്തിന് ഇങ്ങനെയൊരു തിരിച്ചടിയുണ്ടായത്? ബ്രാഹ്മണാധിപത്യ ഹിന്ദുത്വ ഇന്ത്യ കെട്ടിപ്പടുക്കുന്നതിന് പ്രതിജ്ഞാബദ്ധമായിട്ടുള്ള ഒരു സർക്കാർ കേന്ദ്രത്തിൽ അധികാരത്തിലിരിക്കുമ്പോൾ എന്തുകൊണ്ടാണ് ഇങ്ങനെ സംഭവിച്ചത്?

അതു തിരിച്ചറിയണമെങ്കിൽ 1991 ൽ നടപ്പിലാക്കാനാരംഭിച്ച നവലിബറൽ നയങ്ങൾ ദളിത് ജനവിഭാഗത്തിനിടയിൽ എന്തൊക്കെ മാറ്റങ്ങളാണുണ്ടാക്കിയത് എന്ന് മനസ്സിലാക്കണം. ഗെയ്ൽ ഓം വേദിനെപ്പോലുള്ള സാമൂഹിക ശാസ്ത്രജ്ഞർ ദളിത് താത്ത്വികരായി അറിയപ്പെടുന്നവരാണ്. നവലിബറൽ നയങ്ങൾ മൂലമുണ്ടാകുന്ന സാമ്പത്തിക വളർച്ച ദളിതർക്ക് മുതലെടുക്കാനാവുമെന്നും സാമ്പത്തിക വളർച്ച നേടുക വഴി അടിച്ചമർത്തലിനെ ചെറുക്കാനാവുമെന്നും അവർ വ്യക്തമാക്കിയിട്ടുണ്ട്. അതുകൊണ്ടുതന്നെ നവലിബറൽ നയങ്ങളെ എതിർക്കുകയല്ല മറിച്ച് അനുകൂലിക്കുകയാണ് ദളിതർ ചെയ്യേണ്ടത് എന്നാണവരുടെ സമീപനം. മായാവതി അധികാരത്തിൽ വന്നതിനുശേഷം സ്വീകരിച്ച സാമ്പത്തിക നടപടികൾ മൂലം ദളിതരിൽനിന്ന് ചെറിയ ശതമാനമാണെങ്കിലും സംരംഭകർ ഉയർന്നുവന്നിട്ടുണ്ട്. അവരിൽ കോടിപതികൾ വരെയുണ്ട്. പുത്തൻ മദ്ധ്യവർഗ്ഗത്തിന്റെ വളർച്ചയിലും ദളിതർക്ക് ന്യായമായ പങ്കാളിത്തം ലഭിച്ചിട്ടുണ്ട്. ഇവരാണ് സമുദായത്തിനകത്ത് അഭിപ്രായ രൂപീകരണം നടത്തുന്നതിൽ മുഖ്യപങ്കുവഹിക്കുന്നവർ. സാമ്പത്തികമായി ഉന്നമനം നേടിയ ഈ വിഭാഗത്തിന്റെ വർഗ്ഗബോധം പടിപടിയായാണെങ്കിലും അവരെ സ്വത്വബോധത്തിൽനിന്ന് വിമുക്തരാക്കുകയോ പലപ്പോഴും അതിനെതിരാക്കുകയോ ചെയ്യുന്നു. ഇന്ത്യയിലെ ജാതിവ്യവസ്ഥയുടെ ചരിത്രം പരിശോധിച്ചാൽ മദ്ധ്യ ജാതികളിൽ പെട്ടവർക്ക് സാമ്പത്തികോന്നമനം സംഭവിക്കുന്നതിന്റെ ഭാഗമായി അവർ 'സംസ്കൃതവല്ക്കരിക്ക'പ്പെട്ടതായി കാണാനാവും. ഇത് ദളിതരിലെ സമ്പന്നർക്കും ഇടത്തരക്കാരിലെ മേൽത്തട്ടുകാർക്കും ബാധകമാണ്. പിന്നോക്ക-ദളിത് ജാതികളിൽ ഇത് സാർവ്വത്രികമായി നടന്നുകൊണ്ടിരിക്കുകയാണ്. അത് ഉപയോഗപ്പെടുത്താൻ ബി ജെ പിയുടെ ഹിന്ദു എന്ന വിശാല സ്വത്വത്തിന് കഴിഞ്ഞു.

മാത്രവുമല്ല മുതലാളിത്തത്തിന്റെ സഹജസ്വഭാവമായ മത്സരം ഇവർ തമ്മിലും രൂപപ്പെടുകയും ശക്തിയാർജ്ജിക്കുകയും ചെയ്യുന്നുണ്ട്. മത്സരം സൗഹൃദപരമായിരിക്കുന്നിടത്തോളം കാലം സ്വത്വ രാഷ്ട്രീയത്തിന് ഇവരെ ഒന്നിപ്പിക്കാനാവും. എന്നാൽ മത്സരം ശത്രുതാപരമായി വളരുമ്പോൾ ദളിതരിലും പിന്നോക്കജാതിയിലുംപെട്ട വ്യത്യസ്തജാതികൾ, ജാതി നേതൃത്വങ്ങൾ ഒക്കെ അന്യോന്യം മത്സരിക്കുന്നതിന് ഇടവരുന്നു. ഇവിടെയാണ് 'സോഷ്യൽ എഞ്ചിനീയറിങ്' ഫലപ്രദമായി ഉപയോ

ഗപ്പെടുത്താൻ ബി ജെ പിക്ക് കഴിയുന്നത്. സമാജ്വാദി പാർട്ടിക്കുപിന്നിൽ അണിനിരന്നിട്ടുള്ള യാദവർ ഒഴികെയുള്ള പിന്നോക്ക ജാതിക്കാരെയും ബി എസ് പിയിലെ മുഖ്യജാതിയായ ജാതവർ ഒഴികെയുള്ള മറ്റ് ദളിത് ജാതികളെയും അവയുടെ മദ്ധ്യവർഗ്ഗ സമ്പന്നനേതൃത്വങ്ങളിലൂടെ സ്വാധീനിക്കുവാൻ ബി ജെ പിക്ക് സോഷ്യൽ എഞ്ചിനീയറിങ് നടപ്പാക്കിയതിലൂടെ സാധിച്ചു. ഫലത്തിൽ സമ്പന്നരെ യോജിപ്പിക്കുകയോ ഐക്യമുന്നണിയുണ്ടാക്കുകയോ ആണവർ സോഷ്യൽ എഞ്ചിനീയറിങ്ങിലൂടെ ചെയ്തത്.

മുതലാളിത്ത വളർച്ചയ്ക്ക് സ്വത്വരാഷ്ട്രീയത്തെ വളർത്താൻ മാത്രമല്ല ജാതീയമായി അതിനെ ഭിന്നിപ്പിക്കാനും കഴിയുമെന്ന് ഉത്തർപ്രദേശ് തിരഞ്ഞെടുപ്പ് തെളിയിച്ചിരിക്കുന്നു.

അംബേദ്കറുടെ സിദ്ധാന്തം

ജാതിവിരുദ്ധ പോരാട്ടങ്ങളുടെ ചരിത്രം പരിശോധിച്ചാൽ ബുദ്ധമതം, ഭക്തിപ്രസ്ഥാനം, ജ്യോതിബാഫുലെ, ആദിപ്രസ്ഥാനങ്ങൾ, രാമസ്വാമിനായ്കർ, അംബേദ്കർ, ശ്രീനാരായണ ഗുരു, അയ്യൻകാളി എന്നിങ്ങനെ പ്രസ്ഥാനങ്ങളും ചരിത്രപുരുഷന്മാരുമായി നിരവധി വ്യക്തികളും പ്രസ്ഥാനങ്ങളും നമുക്ക് മുമ്പിലുണ്ട്. അതിൽ ദളിത് വിമോചന പോരാട്ടങ്ങളെ പ്രത്യേകമെടുത്താൽ ഉന്നത ശീർഷൻ ഡോ. ബി ആർ അംബേദ്കർ തന്നെയാണ്. കമ്യൂണിസ്റ്റുകാർക്ക് കമ്യൂണിസ്റ്റ് മാനിഫെസ്റ്റോ പോലെയാണ് ദളിത് പ്രസ്ഥാനങ്ങൾക്ക് അംബേദ്കറുടെ 'ജാതി നിർമ്മൂലനം' എന്ന കൃതിയെന്നാണ് വിഖ്യാത ദളിത് ചിന്തകനായ ആനന്ദ് ടെൽടുംബ്ദെ അഭിപ്രായപ്പെടുന്നത്. അതുകൊണ്ടുതന്നെ ജാതി നിർമൂലനം എന്ന കൃതിയുടെ ഒരു വിമർശനാത്മക പഠനം അംബേദ്കർ ചിന്തകളുടെ പൊതു പശ്ചാത്തലത്തിൽ നടത്തുന്നത് ഉചിതമായിരിക്കുമെന്ന് കുരുതുന്നു.

"ഇന്ത്യയിൽ സാമൂഹ്യപരിഷ്കരണം സ്വർഗ്ഗത്തിലേക്കുള്ള പാത പോലെ വളരെ പ്രയാസമേറിയ ഒന്നാണ്" എന്ന് പറഞ്ഞുകൊണ്ടാണ് 'ജാതി നിർമ്മൂലനം' എന്ന ബൃഹത്തായ വിഷയത്തിലേക്ക് ഡോ. ബി ആർ അംബേദ്കർ കടക്കുന്നത്. സാമൂഹിക പരിഷ്കരണത്തെ എതിർക്കുന്നവരുടെ കൂട്ടത്തിലാണ് അദ്ദേഹം സോഷ്യലിസ്റ്റുകാരെയും കമ്യൂണിസ്റ്റുകാരെയും ഉൾപ്പെടുത്തിയിരിക്കുന്നത്. ഇന്ത്യയിലെ സോഷ്യലിസ്റ്റുകാർ അവരുടെ യൂറോപ്യൻ സഖാക്കളെ അനുകരിക്കുന്നവരും ചരിത്രത്തിന്റെ സാമ്പത്തിക വ്യാഖ്യാനം ഇന്ത്യൻ യാഥാർത്ഥ്യങ്ങളിൽ പ്രയോഗിച്ചു നോക്കാൻ ഉദ്ദേശിക്കുന്നവരുമാണ്. "മനുഷ്യൻ ഒരു സാമ്പത്തിക ജീവിയാണെന്നും, അവന്റെ പ്രവർത്തനങ്ങളും അഭിലാഷങ്ങളു

മെല്ലാം സാമ്പത്തിക യാഥാർത്ഥ്യങ്ങളുമായി കെട്ടുപിണഞ്ഞുകിടക്കുകയാണെന്നും സമ്പത്തുമാത്രമാണ് ശക്തിയുടെ ഉറവിടമെന്നും അവർ പ്രതിപാദിക്കുന്നു" എന്നാണ് സോഷ്യലിസ്റ്റുകാരെയും കമ്യൂണിസ്റ്റുകാരെയും കുറിച്ചുള്ള അദ്ദേഹത്തിന്റെ ആക്ഷേപം.

കമ്യൂണിസ്റ്റുകാർ മനുഷ്യനെ സാമ്പത്തികജീവി മാത്രമായി കാണുന്നവരാണോ? വൈരുദ്ധ്യാത്മക ഭൗതികവാദ സിദ്ധാന്തത്തിനെയാണ് സാമ്പത്തിക ജീവിസിദ്ധാന്തമായി ചുരുക്കി കാണാൻ ഡോ. അംബേദ്കർ തയ്യാറാവുന്നത്. എന്താണ് വൈരുദ്ധ്യാത്മക ഭൗതികവാദം മുന്നോട്ടുവെക്കുന്ന കാഴ്ചപ്പാട്? സ. ഇ എം എസ് വളരെ ചുരുക്കി 'മാർക്സിസം ഒരു ബാലപാഠം' എന്ന പുസ്തകത്തിൽ ഇക്കാര്യം വിശദീകരിച്ചിട്ടുണ്ട്. "ശാസ്ത്രീയമായ പരിശോധനയ്ക്ക് വിഷയമാവുന്നത് മൂന്ന് മുഖ്യരംഗങ്ങളാണ്. ഒന്ന്, ബാഹ്യപ്രപഞ്ചത്തിലെ ഭൗതിക പദാർത്ഥങ്ങൾ. രണ്ട്, ചേതനയും ബുദ്ധിശക്തിയുമുള്ള മനുഷ്യന്റെ സൃഷ്ടിയായ സാമൂഹ്യജീവിതം, മൂന്ന്, മനുഷ്യന്റെ ചിന്താശക്തിയും ഭാവനാശക്തിയും പ്രവർത്തിക്കുന്നതിന്റെ ഫലമായുണ്ടാകുന്ന ആശയങ്ങളും വികാരങ്ങളും. ഈ മൂന്നുരംഗത്തും ഒരുപോലെ പ്രവർത്തിക്കുന്ന നിയമങ്ങൾ ഉൾക്കൊള്ളുന്നതാണ് വൈരുദ്ധ്യവാദം." ചേതനയും ബുദ്ധിശക്തിയുമുള്ള മനുഷ്യന്റെ സൃഷ്ടിയായ സാമൂഹിക ജീവിതത്തെ സമഗ്രമായി പഠിക്കുന്ന ഒന്നാണ് മാർക്സിസം എന്ന് ഇതിൽനിന്ന് വ്യക്തമാണല്ലൊ? എന്നിട്ടും മാർക്സിസത്തെ പേരെടുത്തു പറയാതെ അത് മനുഷ്യനെ സാമ്പത്തിക ജീവിയായി ചുരുക്കി കാണുന്ന ഒന്നാണെന്ന് വിമർശിക്കുകയാണ് ഡോക്ടർ അംബേദ്കർ ചെയ്യുന്നത്. അതുകൊണ്ടുതന്നെ മനുഷ്യന്റെ ഭൗതികജീവിതത്തെയും അതിൽതന്നെ പ്രധാനമായ ഉല്പാദന ബന്ധങ്ങളെയും പൂർണ്ണമായും തിരസ്കരിച്ചുകൊണ്ട് ജാതിവ്യവസ്ഥയെയും അതിന്റെ മേൽകീഴ്ബന്ധങ്ങളെയും തീർത്തും ആശയവാദപരമായ പരിസരത്തിൽനിന്നുകൊണ്ട് വിലയിരുത്താനാണ് ജാതി നിർമ്മൂലനം എന്ന ഗ്രന്ഥത്തിൽ ഡോ. അംബേദ്കർ പരിശ്രമിക്കുന്നത്. "ജാതി ഒരു സങ്കല്പമാണ്; ഒരു മാനസികാവസ്ഥയാണ്; അതിനാൽ ജാതി നശീകരണമെന്നതിന് ഭൗതികമായ ഒരു വേലിക്കെട്ടിന്റെ നശീകരണമെന്ന അർത്ഥമില്ല" എന്ന നിഗമനത്തിൽ അദ്ദേഹം എത്തിച്ചേരുന്നത് ആശയവാദപരമായ ഈ സമീപനത്തിന്റെ ഫലമായാണ്.

ഇതേ സമീപനം തന്നെയാണ് മതത്തോടും അദ്ദേഹത്തിനുള്ളത്. "നിയമങ്ങളുടെ ഒരു മതത്തെ ഞാൻ നിരാകരിക്കുമ്പോൾ ഒരു മതമാവശ്യമില്ലെന്ന അഭിപ്രായം ഞാൻ ഉയർത്തിപ്പിടിക്കുന്നതായി നിങ്ങളെന്നെ തെറ്റിദ്ധരിക്കരുത്. നേരെ മറിച്ച് ബർക്ക് 'ശരിയായ മതമാണ് സമൂഹത്തിന്റെ അസ്തിവാരം. ശരിയായ എല്ലാ സിവിൽ ഗവൺമെന്റുകളും നിലനില്ക്കുന്നത് ഈ അസ്തിവാരത്തിലാണ്' എന്ന് പറയുമ്പോൾ ഞാൻ അദ്ദേഹത്തോട് യോജിക്കുകയാണ് ചെയ്യുന്നത്. അതുകൊണ്ട് ജീവിതത്തിന്റെ ഈ പ്രാചീന നിയമങ്ങൾ റദ്ദാക്കണമെന്ന് ഞാൻ ആഹ്വാനം

ചെയ്യുമ്പോൾ ഞാൻ ഉൽക്കണ്ഠപ്പെടുന്നത് അതിന്റെ സ്ഥാനം തത്ത്വാധിഷ്ഠിതമായ ഒരു മതം ഏറ്റെടുക്കണമെന്നാണ്." ബ്രാഹ്മണമേധാവിത്വമുള്ള ഹിന്ദുമതം ഇല്ലാതായാൽ പോരാ അതിന്റെ സ്ഥാനത്ത് തത്ത്വാധിഷ്ഠിതമായ ഒരു മതം നിർബ്ബന്ധമായും ഉണ്ടായിരിക്കണം എന്നാണ് അംബേദ്കറുടെ കാഴ്ചപ്പാട്. അതുകൊണ്ടാണ് ജാതി നിർമ്മൂലനത്തിന്റെ ഭാഗമായി ബുദ്ധമതം സ്വീകരിക്കുവാൻ അദ്ദേഹം തയ്യാറാവുന്നത്. തീർത്തും ഭൗതികവാദികളായിരുന്ന ആജീവകന്റെയോ, ലോകായതന്റെയൊ ചാർവാകന്റെയൊ തത്ത്വസംഹിതകളെ സ്വീകരിക്കാൻ, അവ ജാതിവിരുദ്ധമായിരുന്നിട്ടുപോലും, അംബേദ്കർ തയ്യാറായിരുന്നില്ല എന്നതും അദ്ദേഹത്തിന്റെ ആശയവാദ സമീപനത്തിന്റെ ഭാഗമാണ്. ഇതിന്റെ ഭാഗമായാണ് ജാതി നിർമ്മാർജ്ജനത്തിനായി അദ്ദേഹം അനുയായികളോടൊപ്പം ബുദ്ധമതത്തിൽ ചേർന്നത്. ഫലം 'നവബുദ്ധന്മാർ' എന്നൊരു ജാതി കൂടെ ദളിതരിൽ ഉണ്ടായി എന്നതുമാത്രം.

ജാതിയുടെ ഭൗതികവശം അവഗണിച്ചതുകൊണ്ടാണ് ഒരിടത്തും ഭൂപരിഷ്കരണത്തിന്റെയും കാർഷികപരിഷ്കരണത്തിന്റെയും മുദ്രാവാക്യങ്ങൾ മുന്നോട്ടുവെക്കാൻ അദ്ദേഹം തയ്യാറാവാതിരുന്നത്. ഭൂവുടമസ്ഥതയും അതിന്റെ മേൽജാതിസ്വഭാവവും നിരവധി പഠനങ്ങളിലൂടെ വെളിപ്പെട്ടിട്ടുള്ളതാണ്. കേരളത്തിൽതന്നെ ഭൂവുടമസ്ഥത ഏറെക്കുറെ പൂർണ്ണമായിത്തന്നെ മുമ്പ് ദേവസ്വങ്ങളുടെയും ബ്രഹ്മസ്വങ്ങളുടെയും കൈകളിലായിരുന്നു. എന്നാൽ ജാതിയുടെ ഈ ഭൗതികാടിസ്ഥാനത്തോട് പോരാടാൻ ഒരിക്കലും അംബേദ്കറൊ അദ്ദേഹത്തിന്റെ പ്രസ്ഥാനങ്ങളൊ തയ്യാറായിരുന്നില്ല.

ജാതി നിർമ്മൂലനത്തിന്റെ കാര്യത്തിൽ തീർത്തും ആശയവാദപരമായ സമീപനമെടുക്കുന്ന അംബേദ്കർ, ദളിത് ശാക്തീകരണത്തിന്റെ കാര്യത്തിൽ ഭൗതികവാദപരമായ സമീപനം തന്നെയാണ് സ്വീകരിക്കുന്നത്. എന്തായിരുന്നു ദളിത് ശാക്തീകരണത്തിന് അംബേദ്കർ കണ്ടെത്തിയ ഒറ്റമൂലി? ത്വരിതഗതിയിലുള്ള വ്യവസായവല്ക്കരണം. ഡോ. അംബേദ്കർ എഴുതിയ ഭരണഘടനയ്ക്കു കീഴിൽ ഇന്ത്യ അറുപത് വർഷം പിന്നിട്ടിരിക്കുന്നു. ഇന്ത്യയിൽ വ്യവസായവല്ക്കരണം ഏറെ മുന്നേറിയില്ലെങ്കിലും കുറെയേറെ നടന്നു. ദളിതന് എന്ത് നേട്ടമാണുണ്ടായത്? പത്ത് ശതമാനത്തോളം ദളിതർ മദ്ധ്യവർഗ്ഗമായി മാറി (അവർ ഇന്നും സാമൂഹികമായ അടിച്ചമർത്തലും ഒറ്റപ്പെടുത്തലുമൊക്കെ നേരിടുന്നുണ്ട്). ചിലർ സംവരണാനുകൂല്യമുപയോഗിച്ച് അധികാരത്തിൽ പങ്കുപറ്റുന്നവരായി മാറി. പക്ഷേ, ഇത് കൊണ്ട് ദളിത് ഭൂരിപക്ഷത്തിന് എന്തെങ്കിലും നേട്ടമുണ്ടായോ? അവരിന്നും കൂലിയടിമത്തവും ജാത്യധിഷ്ഠിത അടിച്ചമർത്തലും ഒറ്റപ്പെടുത്തലും അവഹേളനവും അനുഭവിച്ചുകൊണ്ടുതന്നെയാണ് ജീവിക്കുന്നത്. അതായത് വ്യവസായവല്ക്കരണമോ സംവരണം കൊണ്ടുള്ള അധികാരപങ്കാളിത്തമോ ദളിത് ശാക്തീകരണത്തിന് ഈ കഴിഞ്ഞ ആറു പതിറ്റാണ്ടിനുള്ളിൽ കാര്യ

മായി സഹായിച്ചില്ല.

എന്തുകൊണ്ട് എന്ന് പരിശോധിച്ചാൽ ഭരണകൂടപങ്കാളിത്തത്തെയും വ്യവസായവല്ക്കരണത്തേയും വർഗ്ഗേതരമായി കണ്ട അംബേദ്കറുടെ കാഴ്ചപ്പാടാണ് ഈ പരാജയത്തിന് കാരണം എന്ന് വ്യക്തമാവും. ജനാധിപത്യം എന്നത് വർഗ്ഗരഹിതമോ വർഗ്ഗേതരമോ ആയ ഒരു ഭരണകൂടസംവിധാനമല്ല. എന്നാൽ പാശ്ചാത്യ ബൂർഷ്വാ ജനാധിപത്യത്തിൽ അടിയുറച്ച വിശ്വാസമാണ് അംബേദ്കർക്കുണ്ടായിരുന്നത്. ജനാധിപത്യം ബൂർഷ്വാസി ഉപയോഗപ്പെടുത്തുമ്പോൾ അത് ബൂർഷ്വാ ജനാധിപത്യവും തൊഴിലാളിവർഗ്ഗം ഉപയോഗപ്പെടുത്തുമ്പോൾ അത് തൊഴിലാളിവർഗ്ഗജനാധിപത്യവുമാണ്. അതുകൊണ്ടാണ് ബൂർഷ്വാജനാധിപത്യസംവിധാനം ഇന്ത്യയിൽ ആറുപതിറ്റാണ്ടിലധികം കൈകാര്യം ചെയ്തിട്ടും ദളിത് ജനവിഭാഗത്തിന്റെ ശാക്തീകരണം നടക്കാതെ പോയത്. ഇത് തന്നെയാണ് വ്യവസായവല്ക്കരണത്തിന്റെ കാര്യത്തിലും സംഭവിച്ചത്. ഇന്ത്യയിൽ വ്യവസായവല്ക്കരണത്തിന്റെ ഭാഗമായി നേട്ടമുണ്ടാക്കിയത് ഇന്ത്യയിലെ ഭരണാധികാരി വർഗ്ഗത്തിന് നേതൃത്വം കൊടുക്കുന്ന വൻകിട ബൂർഷ്വാസിയാണ്. അവരുടെ ആസ്തി ആയിരവും രണ്ടായിരവും മടങ്ങായി വർദ്ധിച്ചു എന്നല്ലാതെ സാധാരണക്കാരന് യാതൊരു നേട്ടവുമുണ്ടാക്കാനായില്ല. മുതലാളിത്തവ്യവസ്ഥയിലെ വ്യവസായവല്ക്കരണം മുതലാളിക്കാണ് നേട്ടമുണ്ടാക്കുക; തൊഴിലാളിക്കല്ല. എന്നാൽ വർഗ്ഗസമര സിദ്ധാന്തം സാമ്പത്തിക ജീവിയായി മാത്രം മനുഷ്യനെ കാണുന്നു എന്ന ദോഷം കണ്ടെത്തി തള്ളിക്കളയുന്നതിനാൽ ഇക്കാര്യം കാണാൻ അദ്ദേഹത്തിന് കഴിഞ്ഞില്ല.

ഇതിനർത്ഥം അംബേദ്കറുടെ സിദ്ധാന്തങ്ങളിൽ കമ്യൂണിസ്റ്റുകാർക്ക് യോജിക്കാവുന്ന യാതൊന്നുംതന്നെയില്ല എന്നല്ല. ആശയവാദത്തിന്റെ പക്ഷത്തുനിന്നുകൊണ്ടാണെങ്കിലും അദ്ദേഹവും ലക്ഷ്യം വെച്ചത് അദ്ധ്വാനിക്കുന്ന ജനവിഭാഗങ്ങളുടെയും അടിച്ചമർത്തപ്പെട്ടവരുടെയും ഉന്നമനം തന്നെയായിരുന്നു. മാത്രവുമല്ല ഹിന്ദുത്വശക്തികൾ അമിതാധികാരവാഴ്ചയിലേക്ക് നീങ്ങിക്കൊണ്ടിരിക്കുന്ന ഇന്നത്തെ ഇന്ത്യൻ സാഹചര്യത്തിൽ ഹിന്ദുത്വത്തിനും അതിലെ മേൽജാതിമേധാവിത്വത്തിനുമെതിരായ അംബേദ്കർ ചിന്തകൾ ഏറെ പ്രയോജനകരമായി ഉപയോഗപ്പെടുത്താവുന്നതാണ്. സ്വത്വരാഷ്ട്രീയപാതയിൽ സഞ്ചരിച്ചുകൊണ്ടിരിക്കുന്ന ദളിത് ജനവിഭാഗത്തിലെ ഒരു വിഭാഗത്തിനെ വർഗ്ഗസമരപാതയുമായി സമരസപ്പെടുത്തുകയും സമന്വയിപ്പിക്കുകയുമാണ് ഈ കാലഘട്ടത്തിന്റെ ആവശ്യം.

കമ്യൂണിസ്റ്റ് പ്രസ്ഥാനവും ജാതിവ്യവസ്ഥയും

ഇന്ത്യയിലെ കമ്യൂണിസ്റ്റ് പ്രസ്ഥാനം സാമ്പത്തിക ചൂഷണത്തിന്റെ അടിസ്ഥാനത്തിലുള്ള വർഗ്ഗപരമായ പ്രശ്നങ്ങൾ മാത്രം പരിഗണിക്കുകയും ഇന്ത്യയുടെ സാമൂഹിക-സാമ്പത്തിക-സാംസ്കാരിക രംഗത്തെ സവിശേഷതയായ ജാതിവ്യവസ്ഥയെയും അതിന്റെ അടിസ്ഥാനത്തിലുള്ള സാമൂഹിക അടിച്ചമർത്തലുകളെയും അവഗണിക്കുകയുമായിരുന്നു എന്നൊരാക്ഷേപം പൊതുവായി ദളിത് ബുദ്ധിജീവികൾ വെച്ചുപുലർത്തുന്നുണ്ട്. അതാണ് ഇന്ത്യയിൽ കമ്യൂണിസ്റ്റ് പ്രസ്ഥാനം വേരുപിടിക്കാതെ പോയത് എന്നാണവരുടെ ആക്ഷേപം.

ഈ ആരോപണം വസ്തുതകൾക്ക് നിരക്കുന്നതാണൊ? കേരളത്തിൽ ഗുരുവായൂർ സത്യഗ്രഹവും പാലിയം സമരവും അടക്കം ഒട്ടേറെ ചരിത്രവസ്തുതകൾ വെച്ചുകൊണ്ട് ഈ വാദത്തെ ഖണ്ഡിക്കാനാവും. എന്നാൽ കേരളത്തിൽ കമ്യൂണിസ്റ്റ് പ്രസ്ഥാനത്തിന്റെ വരവിന് മുമ്പുനടന്ന സാമൂഹിക പരിഷ്കരണപ്രസ്ഥാനങ്ങളുടെ തുടർച്ചയായിരുന്നു ഈ സമരങ്ങൾ എന്ന വാദമുന്നയിച്ച് ഇതൊന്നും കമ്യൂണിസ്റ്റുകാരുടെ തനതു സംഭാവനകളായിരുന്നില്ല എന്ന് വരുത്തി തീർക്കാൻ ശ്രമിക്കുകയാണവർ ചെയ്യുക. എന്തായാലും ജാതി അടിസ്ഥാനത്തിലുള്ള സാമൂഹിക അടിച്ചമർത്തലിനെതിരായി കമ്യൂണിസ്റ്റ് പ്രസ്ഥാനത്തിന്റെ നേതൃത്വത്തിൽ ചെറുതും വലുതുമായ ഒട്ടനവധി സമരങ്ങൾ നടന്നിട്ടുണ്ട് എന്നത് നിഷേധിക്കാനാവില്ല. അതുകൊണ്ടുതന്നെ ഇക്കാര്യത്തിൽ കമ്യൂണിസ്റ്റു പ്രസ്ഥാനം രേഖാപരമായി അംഗീകരിച്ച നിലപാടെന്ത് എന്ന് പരിശോധിക്കുവാനാണ് ഇവിടെ ശ്രമിക്കുന്നത്.

1920 ൽ കമ്യൂണിസ്റ്റ് പാർട്ടി ഓഫ് ഇന്ത്യ താഷ്കണ്ടിൽ വെച്ച് രൂപീ

കരിക്കപ്പെട്ടെങ്കിലും അതിന് പാർട്ടി കോൺഗ്രസ് അംഗീകരിച്ച ഒരു പാർട്ടി പരിപാടിയുണ്ടാവുന്നത് 1951 ലാണ്. അതുവരെ അംഗീകരിക്കപ്പെട്ട ലക്ഷണമൊത്ത ഒരു പാർട്ടി പരിപാടി ഇല്ലായിരുന്നുവെങ്കിലും പാർട്ടി പരിപാടിക്കു സമാനമായ രേഖകൾ തയ്യാറാക്കപ്പെട്ടിട്ടുണ്ട്. 1930 ലാണ് അത്തരമൊരു രേഖ ആദ്യമായി ഉണ്ടാവുന്നത്. കമ്യൂണിസ്റ്റ് പാർട്ടി ഓഫ് ഇന്ത്യയുടെ പ്രവർത്തനത്തിനുള്ള സംയുക്തവേദി എന്നാണ് ആ രേഖയുടെ പേര്. അതിൽ അടിമകളെയും അയിത്തജാതിക്കാരെയും വിമോചിപ്പിക്കൽ എന്ന തലവാചകത്തിന് കീഴിൽ ജാതി പ്രശ്നം കമ്യൂണിസ്റ്റ് പാർട്ടി കൈകാര്യം ചെയ്യുന്നുണ്ട്. അത് താഴെ കൊടുക്കുന്നു.

> നമ്മുടെ രാജ്യത്തെ ബ്രിട്ടീഷ് സാമ്രാജ്യത്വാധിപത്യത്തിന്റെ ഫലമായി എല്ലാ അവകാശങ്ങളും നിഷേധിക്കപ്പെട്ട ദശലക്ഷക്കണക്കിന് അടിമകളും അയിത്തജാതിക്കാരും ഇന്നും നിലനില്ക്കുന്നുണ്ട്. ബ്രിട്ടീഷ് ആധിപത്യം, ഭൂപ്രഭുത്വവ്യവസ്ഥ, പിന്തിരിപ്പൻ ജാതിവ്യവസ്ഥ, മതപരമായ ദ്രോഹചിന്ത, കഴിഞ്ഞകാലത്തെ ഇന്ത്യൻ ജനതയുടെ എല്ലാതരത്തിലുള്ള അടിയായ്മയും അടിമത്തവും എല്ലാംചേർത്ത് അവരുടെ വിമോചനത്തിന് തടസം നില്ക്കുന്നു. അവയെല്ലാം ചേർന്ന് ഈ ഇരുപതാം നൂറ്റാണ്ടിലും സ്വന്തം സഹജീവികളുമൊത്ത് സഹവസിക്കുന്നതിനൊ, പൊതു കിണറിൽനിന്ന് വെള്ളമെടുക്കുന്നതിനൊ, പൊതുവിദ്യാലയത്തിൽ പഠിക്കുന്നതിനൊ ഒന്നും അവകാശമില്ലാത്ത തൊട്ടുകൂടാത്തവരാക്കി ഇന്നും നിലനിർത്തിയിരിക്കുന്നു.
>
> ഇന്ത്യൻ ജനതയ്ക്കുമേലുള്ള ഈ തീരാകളങ്കം എന്നെന്നെക്കുമായി അവസാനിപ്പിക്കുന്നതിനു പകരം ഗാന്ധിജിയും മറ്റു കോൺഗ്രസ് നേതാക്കളും സാമൂഹികമായി പിന്തള്ളപ്പെടുന്ന ഈ തൊട്ടുകൂടായ്മയ്ക്ക് നീതീകരണവും അടിത്തറയുമൊരുക്കുന്ന ജാതിവ്യവസ്ഥ നിലനിർത്തണമെന്നാണാവശ്യപ്പെടുന്നത്.
>
> ഗാന്ധിയൻ രീതിയിൽ പരിഷ്കരിക്കപ്പെട്ട ജാതിവ്യവസ്ഥയെ പൂർണ്ണമായി നിർമാർജ്ജനം ചെയ്തുകൊണ്ടും കാർഷിക വിപ്ലവം നടപ്പാക്കുന്നതിലൂടെയും ബ്രിട്ടീഷ് ഭരണത്തെ അക്രമാസക്തമാം വിധം അട്ടിമറിക്കുന്നതിലൂടെയും മാത്രമെ തൊഴിലെടുക്കുന്ന ഈ അയിത്ത ജാതിക്കാരെയും അടിമകളെയും സാമൂഹികവും സാമ്പത്തികവും സാംസ്കാരികവും നിയമപരവുമായി വിമോചിപ്പിക്കുന്നതിന് കഴിയൂ.
>
> ബ്രിട്ടീഷ് ആധിപത്യത്തിനും ഭൂപ്രഭുത്വത്തിനും എതിരായി രാജ്യത്തെ തൊഴിലാളികൾ നടത്തിവരുന്ന സംയുക്ത വിപ്ലവമു

ന്നണിയിൽ അണിനിരക്കാൻ കമ്യൂണിസ്റ്റ് പാർട്ടി ഓഫ് ഇന്ത്യ എല്ലാ അയിത്തജാതിക്കാരോടും ആഹ്വാനം ചെയ്യുന്നു.

രാജ്യത്തെ അദ്ധ്വാനിക്കുന്ന ജനവിഭാഗത്തെ ഭിന്നിപ്പിക്കുന്നതിനും ഒരു കൂട്ടർക്കെതിരെ മറ്റൊരു കൂട്ടരെ തിരിച്ചുവിടുന്നതിനുമായി ബ്രിട്ടീഷ് പിന്തിരിപ്പൻ ഏജന്റുമാർ നടത്തുന്ന സൂത്രപ്പണിയിൽ വീണുപോകരുതെന്ന് കമ്യൂണിസ്റ്റ് പാർട്ടി ഓഫ് ഇന്ത്യ എല്ലാം അയിത്തജാതിക്കാരോടും അഭ്യർത്ഥിക്കുന്നു.

അടിമത്തം, ജാതിവ്യവസ്ഥ, ജാതീയമായ എല്ലാതരത്തിലുമുള്ള അസമത്വങ്ങൾ (സാമൂഹികം,സാംസ്കാരികം, മുതലായവ) എന്നിവ പൂർണ്ണമായും നിർമാർജ്ജനം ചെയ്യുന്നതിനായി കമ്യൂണിസ്റ്റ് പാർട്ടി ഓഫ് ഇന്ത്യ പോരാടുന്നതാണ്. രാജ്യത്തെ അദ്ധ്വാനിക്കുന്ന അയിത്തജാതിക്കാരും അല്ലാത്തവരുമായ കഷ്ടതയനുഭവിക്കുന്ന മുഴുവൻ ജനവിഭാഗങ്ങളുടെയും സമ്പൂർണ്ണവും ഉപാധിരഹിതവും ആയ തുല്യതയ്ക്കു വേണ്ടി കമ്യൂണിസ്റ്റ് പാർട്ടി ഓഫ് ഇന്ത്യ പോരാടുന്നതാണ്.

ജാതിവ്യവസ്ഥയുടെ കാര്യത്തിൽ ഗാന്ധിജിയും കോൺഗ്രസും എടുക്കുന്ന സമീപനം തള്ളിക്കളഞ്ഞുകൊണ്ട് ജാതിവ്യവസ്ഥ സമൂഹത്തിൽ ഉണ്ടാക്കുന്ന ഉച്ചനീചത്വങ്ങൾ വ്യക്തമാക്കികൊണ്ട് അതിനെ ഇല്ലായ്മ ചെയ്യും എന്ന് അസന്നിഗ്ദ്ധമായി പ്രഖ്യാപിക്കുകയാണ് 1930 ലെ അനൗപചാരിക പാർട്ടി പരിപാടി എന്ന് വിശേഷിപ്പിക്കാവുന്ന 'സംയുക്തവേദി' ചെയ്യുന്നത്. എന്നിട്ടും കമ്യൂണിസ്റ്റ് പാർട്ടിക്ക് ജാതിവ്യവസ്ഥയെ കുറിച്ച് അറിയില്ലായിരുന്നുവെന്നാണ് ചില പണ്ഡിതമാന്യന്മാർ വാദിക്കുന്നത്.

1948 ലെ കൽക്കട്ടാ തീസിസ് എന്നറിയപ്പെടുന്ന കമ്യൂണിസ്റ്റ് പാർട്ടിയുടെ രണ്ടാംപാർട്ടി കോൺഗ്രസ് പ്രമേയത്തിലും ജാതിപ്രശ്നം കമ്യൂണിസ്റ്റ് പാർട്ടി ഗൗരവതരമായിത്തന്നെ കൈകാര്യം ചെയ്യുന്നുണ്ട്.

"നമ്മുടെ ജനതയിൽ ഏറ്റവുമധികം ചൂഷണം ചെയ്യപ്പെടുന്നവരും അടിച്ചമർത്തപ്പെടുന്നവരും എന്ന നിലയിൽ ആറുകോടിയോളം വരുന്ന (അന്നത്തെ കണക്ക്) അയിത്തജാതിക്കാർ ജനാധിപത്യ വിപ്ലവത്തിന് വേണ്ടിയുള്ള പോരാട്ടത്തിലെ ശക്തമായ ഒരു കരുതൽ സേനയാണ്." എന്ന് പറഞ്ഞുതുടങ്ങുന്ന രേഖ കോൺഗ്രസും അംബേദ്കറുമൊക്കെ ഈ വിഭാഗത്തിനോടു കാണിച്ച വഞ്ചന തുറന്നുകാണിക്കുന്നതിന് തയ്യാറാവുന്നുണ്ട്. സാമ്രാജ്യത്വത്തെയൊ ബൂർഷ്വാസിയേയോ ആശ്രയിച്ചുകൊണ്ട് ഈ വിഭാഗം ജനങ്ങളുടെ വിമോചനം നേടിയെടുക്കാനാവില്ലെന്നും ചൂഷണത്തിനെതിരായി കഷ്ടതയനുഭവിക്കുന്ന ഇതരവിഭാഗം ജനങ്ങളുടെ പോരാട്ടത്തോടൊപ്പം അണിനിരക്കുകയാണ് അതിനുള്ള മാർഗ്ഗമെന്നും രേഖ വ്യക്തമാക്കുന്നു.

അങ്ങനെ യോജിച്ച പോരാട്ടം എന്ന പ്രക്രിയ ത്വരിതപ്പെടുത്തുന്നതിനായി, "ജനാധിപത്യ മുന്നണിയിലേക്ക് അയിത്തജാതിക്കാരായ ബഹുജനങ്ങളെ വലിച്ചടുപ്പിക്കുന്നതിനായി മേൽജാതിക്കാരായ തൊഴിലാളികളുടെയും കർഷകരുടെയും ജാതീയമായ വിവേചനങ്ങൾ തകർക്കുകയും പൊതുശത്രുവിനെതിരായ പോരാട്ടത്തിൽ ഒന്നിപ്പിക്കലുമാണ് പാർട്ടി അഭിമുഖീകരിക്കുന്ന കടമ," എന്ന് രേഖ വ്യക്തമാക്കുകയും ചെയ്തു. ജനകീയ അവകാശങ്ങൾ നേടിയെടുക്കുന്നതിനുള്ള പൊതുപോരാട്ടത്തിൽ ഈ വിഭാഗം ജനങ്ങളുടെ നീതി പൂർവ്വകമായ അവകാശം ഉൾപ്പെടുത്തേണ്ടതിന്റെ പ്രാധാന്യവും കൽക്കട്ട തീസിസ് എടുത്തു പറയുന്നുണ്ട്.

1951 ലെ പാർട്ടി പരിപാടി അല്പായുസ്സായിരുന്നെങ്കിലും അതിലും ഒരു ജാതി മറ്റൊരു ജാതിക്കെതിരായി സാമൂഹികവും സാമ്പത്തികവും ആയ അടിച്ചമർത്തലും നിരോധനവും ഭ്രഷ്ടും ഏർപ്പെടുത്തുന്നത് അനുവദിക്കാനാവില്ലെന്ന് വ്യക്തമാക്കിയിട്ടുണ്ട്.

സി പി ഐ (എം) 1964 ൽ അംഗീകരിച്ച പാർട്ടി പരിപാടിയിൽ അന്നത്തെ ഇന്ത്യൻ സമൂഹത്തിന്റെ സ്ഥിതി എന്തായിരുന്നു എന്ന് വ്യക്തമാക്കിയിട്ടുണ്ട്. അത് മുൻപ് വിവരിച്ചിട്ടുണ്ട്.

ആ വിശകലനത്തിന്റെ അടിസ്ഥാനത്തിൽ ഇന്ത്യയിൽ നടത്താനിരിക്കുന്ന ജനകീയ ജനാധിപത്യ വിപ്ലവത്തിന്റെ പരിപാടിയിൽ ഭൂപ്രഭുത്വമവസാനിപ്പിക്കലും കാർഷിക പരിഷ്കരണവും മാത്രമല്ല ജാതിമേധാവിത്വം അവസാനിപ്പിക്കലും സംവരണം അടക്കമുള്ള പ്രത്യേകാനുകൂല്യങ്ങൾ നല്കലും ഉൾപ്പെടുത്താൻ സി പി ഐ (എം) തയ്യാറായിരുന്നു. 1964 ലെ പാർടി പരിപാടിയുടെ എൺപത്തെട്ടാം ഖണ്ഡികയിൽ പതിനഞ്ചാം ഉപഖണ്ഡിക താഴെ പറയും പ്രകാരമാണ് ഈ വിഷയം കൈകാര്യം ചെയ്തിരിക്കുന്നത്.

> 88. (15) ഒരു ജാതി മറ്റൊരുജാതിയെ സാമൂഹികമായി മർദ്ദിക്കുന്നതും അയിത്താചരണവും ശിക്ഷാർഹമാക്കുന്ന നിയമമുണ്ടാക്കും. ഉദ്യോഗത്തിലും വിദ്യാഭ്യാസ സൗകര്യം തുടങ്ങിയ പ്രത്യേക സൗകര്യങ്ങളിലും പട്ടിക ജാതിക്കാർ, പട്ടിക വർഗ്ഗക്കാർ, മറ്റുപിന്നോക്ക സമുദായക്കാർ എന്നിവർക്ക് പ്രത്യേകാനുകൂല്യങ്ങൾ നല്കപ്പെടുന്നതായിരിക്കും.

എന്നുമാത്രമല്ല

> ജാതി-സമുദായ വൈരാഗ്യങ്ങൾ, തെറ്റായ മുൻധാരണകൾ, അടിമത്തബോധം, അന്ധവിശ്വാസം മുതലായവയിൽനിന്ന് വിമോചിതരാകാൻ ജനങ്ങളെ സഹായിക്കുന്ന എല്ലാത്തരം കലയുടെയും സാഹിത്യത്തിന്റെയും വളർച്ച ത്വരിതപ്പെടുത്താൻവേണ്ട നടപടി

കൾ ജനകീയ ജനാധിപത്യ ഗവൺമെന്റ് എടുക്കുന്നതാണ്

എന്നും വ്യക്തമാക്കിയിരുന്നു.

2000 ത്തിൽ കാലോചിതമാക്കിയ പരിപാടിയിൽ ഈ നിലപാട് സി പി ഐ (എം) കൂടുതൽ വികസിപ്പിക്കുന്നുണ്ട്. കാലോചിതമാക്കിയ പരിപാടിയുടെ 5.10, 5.11 ഖണ്ഡികകളിൽ ദളിത് മുന്നേറ്റത്തെയും അതിന്റെ രാഷ്ട്രീയത്തെയും വൈരുദ്ധ്യാത്മകമായി വിലയിരുത്താൻ പരിപാടി തയ്യാറാവുന്നുണ്ട്.

> ജാതീയ മർദ്ദനം അവസാനിപ്പിക്കുന്നതിലും ബൂർഷ്വ -ഭൂപ്രഭു വ്യവസ്ഥ പരാജയപ്പെട്ടിരിക്കുകയാണ്. പട്ടിക ജാതിക്കാരാണ് ഏറ്റവുമധികം കെടുതികൾ അനുഭവിക്കുന്നത്. അയിത്താചരണവും വിവേചനത്തിന്റെ മറ്റുരൂപങ്ങളും നിയമവിരുദ്ധമായി പ്രഖ്യാപിക്കപ്പെട്ടിട്ടും ദളിതർ അവയ്ക്ക് വിധേയരാകുകയാണ്. വിമോചനത്തിനായുള്ള ദളിതരുടെ വളർന്നുവരുന്ന ബോധത്തെ മൃഗീയ മർദ്ദനങ്ങളും അതിക്രമങ്ങളുംകൊണ്ട് നേരിടാനാണ് തുനിയുന്നത്. സമൂഹത്തിലെ ഏറ്റവും അടിച്ചമർത്തപ്പെട്ട വിഭാഗങ്ങളുടെ അഭിലാഷങ്ങൾ പ്രതിഫലിപ്പിക്കുന്നു എന്നനിലയിൽ ദളിതരുടെ മുന്നേറ്റത്തിന് ജനാധിപത്യപരമായ ഉള്ളടക്കമുണ്ട്. ജാതിയടിസ്ഥാനത്തിൽ വിഭജിതമായ സമൂഹത്തിൽ പിന്നോക്കജാതിക്കാരും അവരുടെ അവകാശങ്ങൾ ഉയർത്തിപ്പിടിക്കുന്നു.
>
> 5.11 വോട്ടുബാങ്കുകൾ ശക്തിപ്പെടുത്തുകയെന്ന സങ്കുചിത ലക്ഷ്യത്തോടെ ജാതീയ വിഭജനങ്ങൾ സ്ഥായിയായി നിലനിർത്തുന്നതിനും ഈ അധ:സ്ഥിത വിഭാഗങ്ങളെ പൊതു ജനാധിപത്യ പ്രസ്ഥാനത്തിൽനിന്ന് അകറ്റിനിർത്തുന്നതിനും ജാതിവികാരം മാത്രം ഇളക്കിവിടുന്ന ഒരുനീക്കവും ഇതോടൊപ്പമുണ്ട്. സങ്കുചിതമായ തിരഞ്ഞെടുപ്പ് നേട്ടങ്ങൾക്കുവേണ്ടി ജാതി അടിസ്ഥാനത്തിലുള്ള ധ്രുവീകരണം ഉപയോഗപ്പെടുത്താൻ നിരവധി ജാതി നേതാക്കളും ബൂർഷ്വാരാഷ്ട്രീയ കക്ഷികളുടെ ചിലനേതാക്കളും തുനിയുകയും എല്ലാജാതികളിലുംപെട്ട മർദ്ദിത വിഭാഗങ്ങളുടെ പൊതുവായ പ്രസ്ഥാനം കെട്ടിപ്പടുക്കുന്നതിനോട് അവർ ശത്രുതാമനോഭാവം പ്രകടമാക്കുകയും ചെയ്യുന്നു. ഭൂമി, കൂലി എന്നീ അടിസ്ഥാനപരമായ വർഗ്ഗപ്രശ്നങ്ങളെയും പഴയ സാമൂഹ്യക്രമം തൂത്തെറിയുന്നതിനുള്ള അടിത്തറയായ ഭൂപ്രഭുത്വത്തിനെതിരായ പോരാട്ടത്തെയും അവർ അവഗണിക്കുന്നു.

തുടർന്ന് ഖണ്ഡിക 5.12 ൽ ദളിത് പീഢനത്തിനും ജാതിവ്യവസ്ഥയ്ക്കും എതിരായ പോരാട്ടം തൊഴിലാളി വർഗ്ഗ ഐക്യത്തിന്റെ മുന്നു

പാധിയാണെന്ന് വ്യക്തമാക്കുകയും ജാതിവ്യവസ്ഥ അറുതി വരുത്തുന്നതിനുള്ള പോരാട്ടം ജനാധിപത്യ വിപ്ലവത്തിന്റെ സുപ്രധാന ഭാഗമാണെന്ന് വ്യക്തമാക്കുകയും ചെയ്തിരിക്കുന്നു.

ഇങ്ങനെ പാർട്ടി രേഖകൾ വെച്ചുകൊണ്ടുതന്നെ ഈ വാദം തെറ്റാണെന്ന് തെളിയിക്കാൻ കഴിയും.

തൊഴിലാളിവർഗ്ഗം

ഫ്യൂഡൽ ജാതീയത മുതലാളിത്ത ജാതീയതയായി മാറുമ്പോൾ അതിനെ പ്രതിരോധിക്കുന്നതിന് തൊഴിലാളി വർഗ്ഗത്തിന് കഴിയാതെ വരുന്നതെന്തുകൊണ്ട്? നവലിബറൽ നയങ്ങൾ നടപ്പിലാക്കിയതിനെ തുടർന്ന് ഇന്ത്യയിലെ തൊഴിലാളി-കർഷക വർഗ്ഗങ്ങൾക്കിടയിലും മദ്ധ്യ വർഗ്ഗത്തിനിടയിലും സംഭവിച്ചിട്ടുള്ള ഘടനാപരമായ മാറ്റങ്ങൾ ആണ് ഈ ദൗർബ്ബല്യത്തിന് പ്രധാനകാരണം. നവലിബറൽ മുതലാളിത്ത ത്തിന്റെ ഭാഗമായി തൊഴിൽ രഹിത വളർച്ചയാണുണ്ടായതെന്ന കാര്യം നേരത്തെ പരാമർശിക്കപ്പെട്ടിട്ടുണ്ട്.

സി പി ഐ (എം) കേന്ദ്രകമ്മറ്റി നിയോഗിച്ച മൂന്ന് പഠനഗ്രൂപ്പുകൾ തൊഴിലാളി-കർഷക ഇടത്തരം ജനവിഭാഗങ്ങൾക്കിടയിൽവന്ന മാറ്റ ങ്ങളെ സംബന്ധിച്ച് നടത്തിയ പഠനത്തിന്റെ അടിസ്ഥാനത്തിൽ തയ്യാ റാക്കിയ റിപ്പോർട്ടുകൾ ഇക്കാര്യത്തിൽ ആശ്രയിക്കാവുന്ന രേഖകളാണ്. തൊഴിലാളി രംഗത്തുവന്ന ഘടനാപരം എന്ന് വിശേഷിപ്പിക്കാവുന്ന മാറ്റ ങ്ങൾ എന്തൊക്കെ? വർഗ്ഗപരമായി തൊഴിലാളി വർഗ്ഗത്തെ സംഘടിപ്പി ക്കുന്നതിൽ നവലിബറൽ മുതലാളിത്തം സൃഷ്ടിക്കുന്ന തടസ്സങ്ങൾ എന്തൊക്കെ? തൊഴിലാളിവർഗ്ഗത്തിനിടയിൽപോലും ജാതീയതയും വർഗ്ഗീയതയും സ്വത്വവാദവും ഇടം നേടുന്നത് എന്തുകൊണ്ട്? ഇതാണ് ഈ അദ്ധ്യായത്തിൽ പരിശോധിക്കുന്നത്.

തൊഴിലാളിവർഗ്ഗം ആർജിത സംസ്കാരത്തിൽനിന്നും ബോധനി ലവാരത്തിൽനിന്നും വർഗ്ഗബോധത്തിലേക്കും തുടർന്ന് രാഷ്ട്രീയബോധ ത്തിലേക്കും വളരുന്നതിൽ വൻകിടവ്യവസായശാലകൾ വഹിക്കുന്ന പങ്കിനെ കുറിച്ച് കാൾമാർക്സ് *തത്ത്വശാസ്ത്രത്തിന്റെ ദാരിദ്ര്യം* എന്ന കൃതിയിൽ പ്രതിപാദിച്ചിട്ടുണ്ട്. അത് ഇപ്രകാരമാണ്.

വൻകിട വ്യവസായം പരസ്പരം പരിചയമില്ലാത്ത വലിയൊരു ജനക്കൂട്ടത്തെ ഒരിടത്ത് ഒന്നിച്ചു കൂട്ടുന്നു. മത്സരം അവരുടെ താല്പര്യങ്ങളെ വിഭക്തമാക്കുന്നു. പക്ഷേ, കൂലി നിലനിർത്തുകയെന്ന ആവശ്യം- തങ്ങളുടെ മേലാളനെതിരായ അവരുടെ ഈ പൊതുതാല്പര്യം- അവരെ ചെറുത്തു നില്ക്കുകയെന്ന ഒരു പൊതുചിന്തയിൽ-സംഘം ചേരലിൽ-ഒരുമിപ്പിച്ചു നിർത്തുന്നു. അങ്ങനെ സംഘം ചേരലിൽ എപ്പോഴും മുതലാളിയുമായുള്ള പൊതുമത്സരം നടത്തികൊണ്ടു പോകുന്നതിനായി തൊഴിലാളികൾ തമ്മിൽ തമ്മിലുള്ള മത്സരം അവസാനിപ്പിക്കുകയെന്ന ഒരു ഇരട്ടലക്ഷ്യമാണുള്ളത്. ചെറുത്തുനില്പിന്റെ ആദ്യത്തെ ലക്ഷ്യം കൂലി നിലനിർത്തുകയെന്നതുമാത്രമായിരുന്നു. എന്നാൽ തൊഴിലാളികളെ അടിച്ചമർത്താൻവേണ്ടി മുതലാളിമാർ ഒന്നിക്കുന്നതോടെ ആദ്യമാദ്യം ഒറ്റപ്പെട്ടുനിന്നിരുന്ന സംഘങ്ങൾ ഗ്രൂപ്പുകളായി ചേരുന്നുണ്ട്. സദാ യോജിച്ചു നില്ക്കുന്ന മൂലധനത്തിന്റെ മുന്നിൽ തങ്ങളുടെ കൂട്ടുകെട്ട് നിലനിർത്തുകയെന്നത് പ്രധാനപ്പെട്ട സംഗതി ആയിത്തീരുകയും ചെയ്യുന്നു. തൊഴിലാളികൾ തങ്ങളുടെ സംഘടനയ്ക്കുവേണ്ടി കൂലിയുടെ നല്ല ഒരു ഭാഗം ചെലവഴിക്കുന്നതുകാണുമ്പോൾ ഇംഗ്ലീഷ് സാമ്പത്തിക ശാസ്ത്രജ്ഞർ വിസ്മയചകിതരാകുന്നുവെന്നതിൽനിന്ന് ഇതെത്ര സത്യമാണെന്ന് ഊഹിക്കാൻ കഴിയും. ഈ സംഘടനകൾ ഈ സാമ്പത്തിക ശാസ്ത്രജ്ഞരുടെ ദൃഷ്ടിയിൽ വെറും കൂലിക്കുവേണ്ടി മാത്രമുള്ളതാണ്. ശരിക്കൊരു ആഭ്യന്തരയുദ്ധമെന്ന് പറയാവുന്ന ഈ സമരത്തിൽ വരാനിരിക്കുന്ന ഒരു പോരാട്ടത്തിന്റെ എല്ലാം അംശങ്ങളും ഒത്തുചേരുകയും വളർന്നുവികസിക്കുകയും ചെയ്യുന്നുണ്ട്. ഈ ഘട്ടത്തിലെത്തി കഴിയുമ്പോൾ സംഘടനയ്ക്ക് ഒരു രാഷ്ട്രീയ സ്വഭാവം കൈവരുന്നു (തത്ത്വശാസ്ത്രത്തിന്റെ ദാരിദ്ര്യം -കാൾമാർക്സ്)

വൻകിട വ്യവസായങ്ങളും അതിന്റെ സ്വകാര്യ ഉടമസ്ഥതയും അപരിചിതരായ മനുഷ്യരെ തമ്മിൽ തമ്മിലുള്ള വൈരുദ്ധ്യങ്ങൾ അവസാനിപ്പിച്ച് സംഘടിക്കാനും പോരാടാനും സഹായിക്കുന്നതെങ്ങനെ എന്ന് വ്യക്തമാക്കുന്നതാണ് മാർക്സിന്റെ വരികൾ. ജാതീയതയും വർഗ്ഗീയതയും വിട്ട് വർഗ്ഗബോധത്തിലേക്ക് തൊഴിലാളികളെ ഉയരാൻ നിർബന്ധിതമാക്കുന്നത് മുതലാളിത്തമാണ്; അതിനെതിരായ പോരാട്ടമാണ്. നവലിബറൽ നയങ്ങൾ നടപ്പിലാക്കാൻ ആരംഭിച്ച ഇന്ത്യയിൽ തൊഴിലാളി വർഗ്ഗത്തിന്റെ സ്ഥിതിയിൽ വന്നിരിക്കുന്ന മാറ്റങ്ങൾ എന്ത് എന്ന് പഠനറിപ്പോർട്ട് വ്യക്തമാക്കുന്നുണ്ട്.

ഇന്ത്യയിലെ മുതലാളിത്ത വികസനത്തിന്റെ ഇന്നത്തെ ദശയിൽ തൊഴിലാളിവർഗ്ഗത്തിന്റെ എണ്ണം കുറയുകയല്ല കൂടുകതന്നെയാണ്

ചെയ്യുന്നത്. ഈ വർദ്ധനവുണ്ടാവുന്നത് സംഘടിത വ്യവസായങ്ങളിലല്ല മറിച്ച് അസംഘടിത മേഖലകളിലാണ്.

> 110 ലക്ഷത്തോളം ആളുകളാണ് സംഘടിത മേഖലയിലെ ഫാക്ടറികളിൽ പണിയെടുക്കുന്നത്. മുന്നുകോടിയിൽ താഴെ ആളുകളാണ് സ്ഥിരം സംഘടിതമേഖലയിൽ തൊഴിൽ ചെയ്യുന്നത്. അവരിൽ 120 ലക്ഷം പേർ മാത്രമാണ് അതിവേഗം വളരുന്ന സ്വകാര്യ മേഖലയിൽ പണിയെടുക്കുന്നത്. 1991 ൽ നവലിബറൽ നയവാഴ്ചയ്ക്ക് തുടക്കം കുറിച്ചതോടെ പൊതുമേഖലയിൽ തൊഴിലുകൾ 20ലക്ഷത്തിലധികം കുറഞ്ഞിട്ടുണ്ട്. ഇതിൽ ഏറ്റവും ശ്രദ്ധേയമായത് ഈ കുറവിൽ ഏറെയും വ്യാവസായിക മേഖലയിലാണെന്നതാണ്. അതേസമയം, സ്വകാര്യമേഖലയിലെ സ്ഥിരം തൊഴിലുകളിലെ വർദ്ധന ഏകദേശം 40 ലക്ഷം മാത്രവുമാണ്.

ഇങ്ങനെ തൊഴിൽ മേഖലയിൽ സംഘടിത തൊഴിലാളികളുടെ എണ്ണത്തിൽ കുറവുണ്ടാവുകയും മറുഭാഗത്ത് അസംഘടിത തൊഴിലാളികളുടെ എണ്ണത്തിൽ വർദ്ധനവുണ്ടാവുകയും ചെയ്യുന്നതിന് പുറമെ തൊഴിലാളികളുടെ വർഗ്ഗബോധം രൂപപ്പെടുത്തുന്നതിൽ വിഘാതം നല്കുന്ന മറ്റൊരു ഘടകം കൂടെ നവലിബറൽ നയങ്ങളുടെ ഭാഗമായി വളർന്നുവന്നിട്ടുണ്ട്.

> നവലിബറൽ നയങ്ങൾക്കുകീഴിൽ തൊഴിൽ ബന്ധങ്ങളുടെ രൂപം വലിയ തോതിൽ മാറിയിരിക്കുകയാണ്. വലിയൊരു വിഭാഗം തൊഴിലാളികളെ സംബന്ധിച്ചിടത്തോളം വ്യക്തവും തിരിച്ചറിയാവുന്നതുമായ തൊഴിലുടമ-തൊഴിലാളി ബന്ധം നിലവിലില്ല. സ്വകാര്യമേഖലയിൽ മാത്രമല്ല പൊതുമേഖലയിലും ഗവൺമെന്റ് മേഖലയിലും ഇതാണവസ്ഥ. സംഘടിത മേഖലയിലെ അസംഘടിത വിഭാഗം തൊഴിലാളികളുടെ, അതായത് ആപൽക്കരമായ തൊഴിൽ സാഹചര്യങ്ങളുള്ളവരും തൊഴിൽ സുരക്ഷയില്ലാത്തവരും വരുമാനസുരക്ഷ ഇല്ലാത്തവരും നിയമപരമായ സംരക്ഷണം ഇല്ലാത്തവരും ആയ തൊഴിലാളികളുടെ അനുപാതം നവലിബറൽ വാഴ്ചയിൽ വർദ്ധിച്ചിരിക്കുകയാണ്.

ഇതിനുപുറമെയാണ് കരാർ സമ്പ്രദായം സമസ്തമേഖലകളിലേക്കും കടന്നുവന്നത്. ഉദാരവല്ക്കരണകാലഘട്ടത്തിന് മുമ്പ് കരാർ സമ്പ്രദായം വൈദഗ്ദ്ധ്യം കുറച്ചുമാത്രം ആവശ്യമായ തൊഴിലുകളിൽ മാത്രമായി ഒതുങ്ങി നിന്നിരുന്നുവെങ്കിൽ ഇന്നത് ഉന്നത സ്ഥാനങ്ങളിലൊഴികെ മിക്കവാറും എല്ലാ മേഖലകളിലേക്കും വ്യാപിച്ചിരിക്കുന്നു. പൊതുമേഖലായൂണിറ്റുകളിൽ 50 ശതമാനത്തോളവും സ്വകാര്യമേഖലയിൽ 70 ശതമാനത്തിലധികവും കരാർ തൊഴിലാളികളാണ്. ഓഫ്ലോ

ഡിങ്/ഔട്ട്സോഴ്സിങ്/ഉല്പാദന പ്രക്രിയയുടെ തന്നെ വികേന്ദ്രീകരണവും ശകലീകരണവും തുടങ്ങിയ നൂതന സംവിധാനങ്ങൾ മൂലം തൊഴിലാളികളുടെ സംഘാടനവും ഏകീകരണവും ദുർഘടമാക്കുന്ന സ്ഥിതിയും സംജാതമായിരിക്കുന്നു.

ഇതിന്റെയൊക്കെ ഫലമായി കർഷകതൊഴിലാളികൾ ഒഴികെ മറ്റെല്ലാം വിഭാഗം അസംഘടിത തൊഴിലാളികളുടെയും എണ്ണം നവലിബറൽ വാഴ്ചയിൽ വർദ്ധിച്ചിരിക്കുന്നു. അസംഘടിത തൊഴിലാളികൾ മൊത്തം തൊഴിലാളികളുടെ 94 ശതമാനം വരുമെന്നാണ് റിപ്പോർട്ട് വ്യക്തമാക്കുന്നത്.

പാരമ്പര്യാർജ്ജിത ജാതി-മതബോധങ്ങളിൽനിന്നും സംസ്കാരത്തിൽനിന്നും വിട്ട് പുതിയൊരു തൊഴിലാളിവർഗ്ഗമായി ഇവർ മാറണമെങ്കിൽ ഒന്നിച്ചുള്ള ജീവിതവും സംഘടിത സ്വഭാവവും പോരാട്ടവുമൊക്കെ ആവശ്യമാണ്. അതില്ലാത്തിടത്തോളംകാലം ആർജ്ജിതബോധവുമായി മുന്നോട്ടുപോകുന്ന, വർഗ്ഗബോധവും രാഷ്ട്രീയബോധവും ആർജ്ജിക്കാനാവാത്ത ഒരു വിഭാഗമായി ഇവർ തുടരും. ഇവരിൽ ചെറിയൊരു വിഭാഗത്തിനെ സംഘടിപ്പിക്കാൻ മാത്രമെ തൊഴിലാളിവർഗ്ഗ പ്രസ്ഥാനത്തിന് കഴിഞ്ഞിട്ടുള്ളു എന്ന കുറവാണ് ഇപ്പോൾ നിലനില്ക്കുന്നത്. മുതലാളിത്ത ജാതീയത വർഗ്ഗബോധം അങ്കുരിക്കുന്നതിൽനിന്ന് അസംഘടിത തൊഴിലാളിവർഗ്ഗത്തിനെ മാറ്റി നിർത്തുന്നു.

അതിവേഗം വളർന്നുകൊണ്ടിരിക്കുന്ന ഐടി മേഖലയിൽ സ്ഥിതി വ്യത്യസ്തമാണ്. ഇവർ മെച്ചപ്പെട്ട വേതനം ലഭിക്കുന്നവരാണ്. എന്നാൽ ചൂഷണവിധേയരുമാണ്. കമ്പനി ഈടാക്കുന്ന തുകയുടെ പത്തുശതമാനം മാത്രമാണ് ജീവനക്കാർക്ക് വിഹിതമായി കിട്ടുന്നത്. എന്നിരിക്കിലും റിപ്പോർട്ടിൽ പറയുന്നത് "ഈ ഐടി ജീവനക്കാർ പൊതുവെയുള്ള ജീവനക്കാരുമായി തങ്ങളെ താരതമ്യപ്പെടുത്താൻ തയ്യാറാല്ല. താരതമ്യേനെ മെച്ചപ്പെട്ട വേതനവും തൊഴിലിടത്തിന്റെ പരിസരവും മറ്റും ചൂഷണത്തിന് മറയിടാൻ പറ്റിയ വിധമാക്കുകയും നവലിബറൽ നയങ്ങളുടെ നേട്ടങ്ങളെ കുറിച്ച് അവരിൽ വ്യാമോഹം സൃഷ്ടിക്കുകയും ചെയ്യുന്നു. പൊതുവിൽ ട്രേഡ് യൂണിയനുകളിൽ ചേരാൻ അവർ വിമുഖരാണ്. തൊഴിൽ മാറ്റവും വ്യക്തിഗതമായ വിലപേശലുമാണ് ട്രേഡ് യൂണിയനുകളിൽ സംഘടിക്കുന്നതിനേക്കാൾ മികച്ച പോംവഴി എന്നാണ് പൊതുവിൽ കരുതപ്പെടുന്നത്." വർഗ്ഗബോധം പ്രാഥമികമായി അങ്കുരിപ്പിക്കാനുതകുന്ന ട്രേഡ് യൂണിയനുകളിൽ അണിനിരക്കാൻപോലും ആധുനികരായ ഈ തൊഴിലാളിവർഗ്ഗം തയ്യാറാവുന്നില്ല എന്നത് അവരിലെ ആർജ്ജിതസംസ്കാരത്തെയും അവബോധത്തെയും മാറ്റുന്നതിന് തടയിടുന്നു.

ഈ കാര്യം റിപ്പോർട്ട് താഴെ പറയും പ്രകാരം വിശദീകരിച്ചിരിക്കുന്നു

> തൊഴിലാളിവർഗ്ഗത്തിന്റെ ഈ അവസ്ഥകൾ ഈ വർഗ്ഗത്തിനുള്ളിൽ നിരവധി പിന്തിരിപ്പൻ പ്രത്യയശാസ്ത്ര-സാംസ്കാരിക പ്രവണ

തകൾ വളർന്നുവരാനുള്ള വളക്കൂറുള്ള മണ്ണൊരുക്കുന്നു; അവരുടെ ബോധ മണ്ഡലത്തിന്റെ ഭാഗമായി ഇപ്പോൾതന്നെ നിലനിൽക്കുന്ന അത്തരം ആശയങ്ങൾ ശക്തിപ്പെടുന്നതിനും ഈ അവസ്ഥ ഇടയാക്കുന്നു. കോർപ്പറേറ്റ് നിയന്ത്രിത ദൃശ്യമാദ്ധ്യമങ്ങൾ ഇത്തരം പിന്തിരിപ്പൻ പ്രത്യയശാസ്ത്രങ്ങളെയും സാംസ്കാരിക വ്യവഹാരങ്ങളെയും പ്രോത്സാഹിപ്പിച്ചുകൊണ്ടിരിക്കുകയാണ്; തൊഴിലാളിവർഗത്തിലെ വലിയൊരു വിഭാഗത്തെ സ്വാധീനിക്കാനും അവയ്ക്ക് കഴിയുന്നുണ്ട്. വ്യക്തിഗതമായ വിജയങ്ങളുമായി ബന്ധപ്പെട്ട ഒറ്റപ്പെട്ട കേസുകളെ മഹത്ത്വവല്ക്കരിക്കാൻ മാദ്ധ്യമങ്ങൾ ബോധപൂർവ്വം പരിശ്രമിക്കുന്നുണ്ട്. കൂട്ടായ പരിശ്രമങ്ങളെ, വിശിഷ്യാ ട്രേഡ്‌യൂണിയനുകളിലൂടെയുള്ളവയെ അപഹസിക്കാനും ഇവ ശ്രമിക്കുന്നു. തൊഴിലാളിവർഗ്ഗത്തിലെ ചില വിഭാഗങ്ങൾക്കിടയിൽ വിശേഷിച്ച്, വ്യക്തിഗതമായ പരിശ്രമങ്ങളിൽ വിശ്വസിക്കാൻ തല്പരരും ട്രേഡ്‌യൂണിയൻ പ്രവർത്തനങ്ങളിൽ സജീവമായി പങ്കെടുക്കാനുള്ള താല്പര്യം പ്രകടിപ്പിക്കാത്തവരുമായ, അഭ്യസ്തവിദ്യരും ചെറുപ്പക്കാരുമായ ഇടത്തരം വർഗ്ഗങ്ങളിൽപെട്ടവർക്കിടയിൽ വ്യാമോഹം സൃഷ്ടിക്കുന്നതിന് ഈ മാദ്ധ്യമ പ്രചരണത്തിന് കഴിയുന്നുണ്ട്. മെച്ചപ്പെട്ട ശമ്പളം ലഭിക്കുന്ന സംഘടിത മേഖലയിലെ ജീവനക്കാരിലെ വിഭാഗങ്ങൾക്കിടയിൽ ഒഴിവുസമയം ചെലവഴിക്കുന്ന കാര്യത്തിലും ഉപഭോഗത്തിലും മറ്റുമെല്ലാം മാറ്റവുമുണ്ട്. ജാതിയുടെയും മതത്തിന്റെയും ഇത്തരം സ്വത്വാധിഷ്ഠിത സംഘടനകളുടെയും സ്വാധീനം തൊഴിലാളിവർഗ്ഗത്തിനിടയിൽ വർദ്ധിച്ചിരിക്കുകയാണ്; ഇത് വർഗ്ഗാധിഷ്ഠിത ഐക്യത്തെ പ്രതികൂലമായി ബാധിക്കുന്നുമുണ്ട്.'

എന്നാൽ ഈ സ്ഥിതി നിരന്തരമായി തുടരുകയില്ല.

പുരോഗമനപരമായ ഒരു തൊഴിലാളിവർഗ്ഗ പ്രസ്ഥാനത്തിന്റെ വികാസം നിശ്ചയമായും ഇത്തരം പ്രവണതകൾ വ്യാപകമായി വരുന്നത് സൃഷ്ടിക്കുന്ന വെല്ലുവിളികളെ നേരിടേണ്ടതായി വരുന്നു. എന്നാൽ, ശക്തമായ തൊഴിലാളിവർഗ്ഗ പ്രസ്ഥാനത്തിന്റെ വികാസംതന്നെയാണ് ഇത്തരം പ്രവണതകളെ ഫലപ്രദമായി ചെറുക്കാനുള്ള ഏക മാർഗ്ഗം എന്ന കാര്യവും സദാ ഓർമ്മിച്ചിരിക്കണം. ഇത്തരമൊരു പ്രസ്ഥാനത്തിന്റെ അടിത്തറ സ്ഥിതിചെയ്യുന്നതും അതേ സാഹചര്യങ്ങളിൽതന്നെയാണ്. തൊഴിലാളിവർഗ്ഗത്തിന്റെ ബോധമണ്ഡലത്തിൽ അത് എങ്ങനെ പ്രകടമാക്കപ്പെട്ടാലും അതിനാധാരമായ വസ്തുനിഷ്ഠ യാഥാർത്ഥ്യം തൊഴിലാളിവർഗ്ഗത്തെ അടിച്ചമർത്തുന്നതും ചൂഷണംചെയ്യുന്നതും നിലനില്പിനുവേണ്ടിയുള്ള തൊഴിലാളിവർഗത്തിന്റെ അവിരാമമായ പോ

രാട്ടവുമാണ്. ഈ സാഹചര്യങ്ങൾ തൊഴിലാളിവർഗ്ഗത്തിനുള്ളിൽ ഉത്ക്കർഷേച്ഛ വളർന്നുവരുന്നതിനെ പ്രോത്സാഹിപ്പിക്കുന്നതാണെങ്കിൽപോലും ആ ആഗ്രഹാഭിലാഷങ്ങളെ അഭിമുഖീകരിക്കാനുള്ള അവരുടെ കഴിവിനെ തടയുന്നതും കൂടിയാണ്. ഈ വൈരുദ്ധ്യങ്ങളുടെ അർത്ഥം തൊഴിലാളിവർഗ്ഗത്തിലെ അംഗങ്ങൾക്കിടയിൽ മൂലധനത്തിന്റെ നൃശംസതയുടെ സൃഷ്ടിയായ ആ സാഹചര്യങ്ങളോട് കടുത്ത ശത്രുത വളർന്നുവരുന്നുവെന്നതാണ്. കുറേക്കാലത്തേക്ക് ഈ ശത്രുത പരസ്യമായി പ്രകടിപ്പിക്കുന്നതിൽനിന്ന് അവരെ തടയാൻ മുതലാളിത്ത നൃശംസതയ്ക്ക് കഴിഞ്ഞേക്കാം. അഥവാ അത്തരം പ്രകടനങ്ങളെ വഴിതിരിച്ചുവിടാൻ കഴിയുമായിരിക്കാം. എന്നാൽ, ഈ പ്രക്രിയയിൽ വർഗ്ഗപരമായ അടിച്ചമർത്തലും വർഗ്ഗഐക്യവും ചെറുത്തുനില്പും സൃഷ്ടിക്കുന്നതിനുള്ള അടിത്തറയും വികസിച്ചുവരുമെന്നുറപ്പാണ്.

ഇടത്തരം വർഗ്ഗം

> നഗരത്തിലെ ഇടത്തരക്കാരുടെ ജീവിതം ഇതിനേക്കാൾ ഒട്ടും മെച്ചമല്ല. ഉയർന്ന ജീവിതച്ചെലവ്, താഴ്ന്ന ശമ്പളം, മോശമായിക്കൊണ്ടിരിക്കുന്ന ജീവിതനിലവാരം-ഇതാണവരുടെ സ്ഥിതി. ഈ അടുത്ത കാലത്ത് ഇടത്തരക്കാരുടെ തൊഴിലില്ലായ്മ രൂക്ഷമായി വർദ്ധിച്ചിട്ടുണ്ട്. തൊഴിലാളിവർഗ്ഗത്തെ നേരിടുന്ന അതേ ജീവിത പ്രശ്നങ്ങൾ തന്നെയാണ് ഗവൺമെന്റ് ആപ്പീസുകളിലും സ്വകാര്യ ആപ്പീസുകളിലും ബാങ്കുകളിലും വ്യാപാരസ്ഥാപനങ്ങളിലും പള്ളിക്കൂടങ്ങളിലും കലാശാലകളിലും അതുപോലുള്ള മറ്റ് സ്ഥാപനങ്ങളിലും പ്രവൃത്തിയെടുക്കുന്ന ഇടത്തരക്കാരായ ശമ്പളക്കാരെയും നേരിടുന്നത്. കലാ-സാഹിത്യ-ശാസ്ത്രീയ-സാംസ്കാരിക രംഗങ്ങളിൽ നമ്മുടെ ഇടത്തരക്കാർ പ്രധാനപ്പെട്ട ഒരു പങ്കുവഹിക്കുന്നുണ്ട്.(1964 സി പി ഐ (എം) പാർട്ടി പരിപാടി ഖണ്ഡിക 80)

1964 ൽ സി പി ഐ (എം) പാർട്ടി പരിപാടി തയ്യാറാക്കുമ്പോൾ ഇതായിരുന്നു ഇന്ത്യയിലെ ഇടത്തരക്കാരുടെ സ്ഥിതിയെങ്കിൽ 2000 ൽ പരിപാടി കാലോചിതമാക്കിയപ്പോൾ സ്ഥിതിഗതികളിൽ ചില മാറ്റങ്ങൾ വന്നിരുന്നു. അപ്പോഴേക്കും നവലിബറൽ നയങ്ങൾ നടപ്പിലാക്കാനാരംഭിച്ചിട്ട് ഒരു ദശകത്തോളമായിരുന്നു. അതുകൊണ്ടുതന്നെ ഇടത്തരക്കാരിൽവന്ന ചില മാറ്റങ്ങൾ കാലോചിതമാക്കിയ പരിപാടിയിൽ പ്രതിഫലിച്ചിട്ടുണ്ട്. “മുതലാളിത്തം കൂടുതൽ വികസിക്കുകയും ഉദാരവല്ക്കരണ നയങ്ങൾ കൂടുതൽ വിപുലമാവുകയും ചെയ്തതോടെ, ഇടത്തരക്കാർക്കിടയിൽതന്നെയുള്ള വേർതിരിവ് കൂടുതൽ അഗാധമായിട്ടുണ്ട്. ഇടത്തരക്കാരിൽ മുകൾത്തട്ടിലുള്ള ഒരു വിഭാഗം നേട്ടമുണ്ടാക്കിയിട്ടുണ്ട്.

ഇടത്തരക്കാരിൽ ബാക്കിയുള്ളവരുടെ കാഴ്ചപ്പാടിനോട് അവർ യോജിക്കുന്നില്ല" എന്ന് പരിപാടി വ്യക്തമാക്കി.

ഇടത്തരം വർഗ്ഗം ഇന്ത്യയിൽ രൂപം കൊണ്ടതെങ്ങനെ എന്ന് റിപ്പോർട്ട് വ്യക്തമാക്കുന്നുണ്ട്. "മുതലാളിത്തത്തിന്റെ ഉല്പന്നമാണ് ഇടത്തരം വർഗ്ഗം. സ്വാതന്ത്ര്യത്തിന് മുമ്പുള്ള ഘട്ടത്തിൽ ഇടത്തരം വർഗ്ഗം രൂപം കൊണ്ടത് കാർഷികേതര സവർണ്ണജാതി വിഭാഗങ്ങളിൽ നിന്നാണ്. സ്വാതന്ത്ര്യാനന്തരകാലഘട്ടത്തിൽ, കാർഷിക പരിഷ്കരണം മൂലം ഇടത്തരം വർഗ്ഗങ്ങൾ വികസിച്ചു; കാർഷിക വർഗ്ഗങ്ങളിലെ ഭൂപരിഷ്കരണത്തിന്റെ ഗുണഭോക്താക്കളായ വിഭാഗങ്ങൾ കൂടി ഇടത്തരക്കാരുടെ അണികളിൽ എത്തിച്ചേരുന്നു. 1980കളോടെ പിന്നോക്ക ജാതിക്കാരിലും ദളിതർക്കിടയിലും സമ്പന്നരും ഇടത്തരം വർഗ്ഗങ്ങളും വികസിക്കുകയും വിപുലമാവുകയും ചെയ്തു. (സംവരണം മൂലം)1990 കളിൽ നവലിബറൽ നയങ്ങളുടെ വരവോടുകൂടി സേവനമേഖല ദ്രുതഗതിയിൽ വളർന്നത്, പുത്തൻ ഇടത്തരം വർഗ്ഗങ്ങളുടെ രൂപം കൊള്ളലിലേക്ക് നയിച്ചു." (റിപ്പോർട്ട്)

ചുരുക്കിപ്പറഞ്ഞാൽ ഇന്ത്യയിൽ മുതലാളിത്ത വളർച്ചയുടെ ഭാഗമായി ഇടത്തരക്കാർ എണ്ണത്തിൽ വർദ്ധിച്ചുകൊണ്ടിരിക്കുകയാണ്. ബ്രിട്ടീഷ് ഭരണകാലത്ത് കാർഷികേതര സവർണ്ണ വിഭാഗങ്ങളിൽനിന്ന് രൂപം കൊള്ളുകയും സ്വാതന്ത്ര്യസമരത്തിലടക്കം വലിയ പങ്കുവഹിക്കുകയും ചെയ്തവരാണ് ഇവരിൽ വലിയൊരു പങ്കും. സ്വാതന്ത്ര്യാനന്തരം നടന്ന കാർഷിക പരിഷ്കരണ നടപടികളിലൂടെ ഭൂസ്വത്തിന്റെ അവകാശികളായി മാറിയ മറ്റൊരു വിഭാഗംകൂടെ ഇവരുടെകൂടെ അണിനിരന്നു, ഇവരും പൊതുവിൽ പുരോഗമന ചിന്താഗതിക്കാരായിരുന്നു. ഇതോടൊപ്പംതന്നെ വിദ്യാഭ്യാസരംഗത്തും സർക്കാർ നിയമനങ്ങളിലും ഏർപ്പെടുത്തിയ സംവരണത്തിന്റെ ഭാഗമായി ദളിത് ജനവിഭാഗത്തിലും പിന്നോക്കജാതികളിലുംപെട്ട ഒരു ചെറിയ വിഭാഗവും ഇടത്തരക്കാരായി മാറി. എന്നാൽ നവലിബറൽ നയങ്ങൾ നടപ്പിലാക്കാനാരംഭിച്ചതോടെ ഒരു പുത്തൻ മദ്ധ്യവർഗ്ഗംതന്നെ ഇന്ത്യയിൽ വളർന്നു വന്നു. മാത്രമല്ല നിലനിന്നിരുന്ന മദ്ധ്യവർഗ്ഗത്തിന്റെ സ്വഭാവത്തിലും നവലിബറൽ നയങ്ങൾക്ക് സ്വാധീനം ചെലുത്താനായി.

'പരമ്പരാഗത ഇടത്തരം വർഗ്ഗം' എന്ന തല വാചകത്തിന് കീഴിൽ ഈ വർഗ്ഗത്തിന്റെ മുൻകാല സ്വഭാവത്തെകുറിച്ച് റിപ്പോർട്ട് താഴെ പറയും പ്രകാരം സൂചിപ്പിച്ചിരിക്കുന്നു. "കേന്ദ്ര സംസ്ഥാന സർക്കാർ ജീവനക്കാർ, അദ്ധ്യാപകർ, ബാങ്കിങ്-ഇൻഷൂറൻസ് മേഖലകളിലെ ജീവനക്കാർ, ഡോക്ടർമാർ, അഭിഭാഷകർ, എഞ്ചിനീയർമാർ, മറ്റു ബുദ്ധിജീവി വിഭാഗങ്ങൾ എന്നിവരെല്ലാം ഉൾപ്പെടുന്നതാണ് പരമ്പരാഗത ഇടത്തരം വർഗ്ഗം. ഈ വർഗ്ഗത്തിലെ അംഗങ്ങളിൽ നിരവധി പേർ തങ്ങളുടെ ഒഴിവു സമയം യൂണിയൻ പ്രവർത്തനങ്ങൾക്കും രാഷ്ട്രീയ സാമൂഹിക പ്രവർത്തനങ്ങൾക്കുമായി ചെലവഴിക്കാറുണ്ട്." ഇതൊരു ഭൂതകാല വസ്തുതയാ

ണ്. എന്നാൽ ഈ സ്ഥിതിയിൽ മാറ്റം വന്നിരിക്കുന്നു. റിപ്പോർട്ട് ഇക്കാര്യം വ്യക്തമാക്കുന്നുണ്ട്. "നവലിബറൽ പരിഷ്കാരങ്ങളുടെ വരവോടെ ഡോക്ടർമാരെയും അദ്ധ്യാപകരെയും പോലുള്ള പ്രൊഫഷണലുകൾ അവരുടെ തൊഴിലുമായി ബന്ധപ്പെട്ടതും ബന്ധപ്പെടാത്തതുമായ ബിസിനസ് പ്രവർത്തനങ്ങളിൽ തങ്ങളുടെ സമയം ഏറെയും ചെലവഴിക്കുന്നു. കുട്ടികളുടെ ഭാവിയും ജീവിതക്രമവും കരുപ്പിടിപ്പിക്കുന്നതിൽ രക്ഷിതാക്കൾ നിർണ്ണായക പങ്കുവഹിക്കുന്നു, ഇതിനായി അവർ വലിയ നിക്ഷേപവും നടത്തുന്നു. അവരുടെ കുട്ടികളാകട്ടെ, തങ്ങളുടെ ഒഴിവു സമയങ്ങളിൽ ഏറിയഭാഗവും പഠനത്തിലും ട്യൂഷനിലും തങ്ങളുടെ ഭാവി ശോഭനമാക്കുന്നതിന് പര്യാപ്തമെന്ന് അവർ കരുതുന്ന പാഠ്യപദ്ധതിക്കു പുറത്തുള്ള പ്രവർത്തനങ്ങളിലും ഏർപ്പെടുന്നു." ചുരുക്കിപ്പറഞ്ഞാൽ ഈ വിഭാഗം പൊതുജീവിതത്തിൽനിന്നും പ്രസ്ഥാനങ്ങളിൽനിന്നും പിൻവലിയുകയും തൻകാര്യം നോക്കികളായി ഒതുങ്ങുകയും ചെയ്യുന്നു എന്ന സ്ഥിതിയാണുണ്ടായത്.

പൊതുമേഖല സംരംഭങ്ങളിൽ പണിയെടുക്കുന്ന തൊഴിലാളികൾ ഉയർന്ന ശമ്പളം പറ്റുന്നവരാണ്. അവരിൽ പലരും തൊഴിലാളികളായല്ല മറിച്ച് ഇടത്തരക്കാരായാണ് സ്വയം വിലയിരുത്തുന്നത്. ഇവരിൽ വലിയൊരു പങ്കും തൊഴിലാളി വർഗ്ഗപ്രസ്ഥാനത്തിൽ നിന്നും അകലുകയും നവലിബറൽ നയങ്ങളെ അംഗീകരിക്കുന്നവരായി മാറുകയും ചെയ്തിരിക്കുന്നു. ട്രേഡ് യൂണിയനിൽ നിന്നകലുക എന്നാൽ പ്രാഥമികമായ വർഗ്ഗബോധത്തിൽ നിന്ന് അകലുകയും ആർജ്ജിത സംസ്കാരത്തിന് അടിപ്പെട്ടു പോവുകയും ചെയ്യുക എന്നുതന്നെയാണർത്ഥം.

തുടർന്ന് റിപ്പോർട്ട് നവലിബറൽ നയങ്ങൾ നടപ്പിലാക്കപ്പെട്ടതിന്റെ ഫലമായി വളർന്നുവന്ന പുത്തൻ ഇടത്തരക്കാരെയും അവരുടെ സവിശേഷതകളെയും കുറിച്ച് വിവരിക്കുന്നു. "ആഗോളവല്ക്കരണത്തിന്റെ സ്വാധീനത്തിന്റെ അനന്തര ഫലമെന്ന നിലയിൽ ഉയർന്നു വന്ന ഈ വർഗ്ഗം പ്രാഥമികമായും സേവന മേഖലയിലാണ് ഇടപെടുന്നത്; അവരെ പുത്തൻ ഇടത്തരം വർഗ്ഗം എന്നാണ് വിശേഷിപ്പിക്കുന്നത്. ഈ വർഗ്ഗവുമായി ബന്ധപ്പെട്ട മൂല്യങ്ങളും അവരുടെ ആഗ്രഹാഭിലാഷങ്ങളുമാണ് സമൂഹത്തിലുടനീളം വ്യാപകമായി പ്രചരിപ്പിക്കപ്പെടുന്നത്. ഇതൊരു പുതിയ സംഭവവികാസമാണ്." നവജാതീയതയുമായി ബന്ധപ്പെട്ട് ഇവരുടെ സംഘടനാ പ്രവർത്തനവും സാംസ്കാരിക അവബോധവും വിലയിരുത്തേണ്ടതുണ്ട്. സംഘടനവല്ക്കരണം തൊഴിലാളിവർഗ്ഗത്തെ സംബന്ധിച്ചേടത്തോളം പ്രാഥമികമായി നടക്കേണ്ടത് ട്രേഡ് യൂണിയനുകളിലൂടെയാണ്. ജാതി-മതബോധം വിട്ട് വർഗ്ഗബോധത്തിലേക്ക് തൊഴിലാളിയും അതിലെ സമ്പന്നവിഭാഗം എന്ന് വിശേഷിപ്പിക്കാവുന്ന ഇടത്തരക്കാരുമൊക്കെ ഉയരുന്നത് ട്രേഡ് യൂണിയൻ, സാംസ്കാരിക സംഘടനാ പ്രവർത്തനത്തിലൂടെയാണ് അക്കാര്യം റിപ്പോർട്ടിൽ പരാമർശിക്കപ്പെടുന്നുണ്ട്. "ജോലിയുടെ പാരമ്പര്യബദ്ധമല്ലാത്ത പ്രകൃതവും തൊഴി

ലിന്റെയും തൊഴിൽ ക്ഷമതയുടെയും വൈവിദ്ധ്യവും സേവനമേഖല യിലെ ജോലിയുടെ സ്വഭാവവും അതിഭീമമാണ്; അതുകൊണ്ട് കൂലി വർദ്ധിപ്പിക്കാനും കരിയർ മെച്ചപ്പെടുത്താനും ജീവനക്കാർക്ക് നിരന്തരം തൊഴിലുടമയെയും പ്രൊഫഷനെയും മാറ്റേണ്ടതായിവരുന്നു. സ്ഥിരം തൊഴിലിന്റെ സ്ഥാനത്ത് സ്ഥിരമല്ലാത്ത തൊഴിൽ ശൈലി പ്രതിഷ്ഠിക്ക പ്പെടുന്നു. കൂലി വർദ്ധിപ്പിക്കുന്നതിനുള്ള സമരത്തിന് പകരം ജോലിയിൽ മാറ്റം എന്ന രീതി നിലവിൽ വരുന്നു. ആയതിനാൽ 'സംഘടിതരാവുക' എന്നത് ഒരു പഴഞ്ചൻ ഏർപ്പാടായി കരുതപ്പെടുന്നു. കൂട്ടായ വിലപേ ശൽ, യൂണിയൻവല്ക്കരണം എന്നിത്യാദി സങ്കല്പനങ്ങൾ സ്വീകരിക്ക പ്പെടേണ്ടതില്ലാത്ത ആശയങ്ങളായിരിക്കുന്നു. “പൊതുവിൽ അരാ ഷ്ട്രീയതയിലേക്ക് നീങ്ങിക്കൊണ്ടിരിക്കുന്ന ഒരു വിഭാഗമായി ഇവർ മാറി യിരിക്കുന്നു. നഗരവല്കൃത മേഖലയിൽ ജാതിയുടെയും മതത്തിന്റെയും സ്വാധീനം ശക്തമായിരിക്കുന്നതിന്റെ പ്രധാനകാരണം ഇതാണ്.

സാർവ്വ ദേശീയതലത്തിൽ മാർക്സിസ്റ്റ് വിരുദ്ധ ഇടതുപക്ഷേതര പ്രത്യയശാസ്ത്രങ്ങളാണ് ഇന്ന് ബൗദ്ധിക മണ്ഡലത്തിൽ ആധിപത്യം ചെലുത്തുന്നത്. നമ്മുടെ രാജ്യത്തും പ്രതിലോമപരമായ പ്രത്യയശാ സ്ത്രങ്ങൾ പരിപോഷിപ്പിക്കപ്പെടുകയും പ്രോത്സാഹിപ്പിക്കപ്പെടുകയും ചെയ്യുന്നു. നവജാതീയത വളരുന്നത് ഈയൊരു പ്രത്യയശാസ്ത്ര പരി സരത്തിലാണ്. എന്നാൽ ഇതിനർത്ഥം യാതൊരു പ്രതീക്ഷയുംവെച്ചു പുലർത്തേണ്ടതില്ല എന്നല്ല. നവലിബറൽ നയങ്ങൾ മുതലാളിത്ത നയ ങ്ങളാണെന്നതിനാൽ സ്വാഭാവികമായും പ്രതിസന്ധിയെ അഭിമുഖീക രിച്ചുകൊണ്ടിരിക്കുകയാണ്. 2008 ൽ ഉണ്ടായ സാമ്പത്തിക പ്രതിസന്ധി കുറെ വ്യാമോഹങ്ങൾ ഇല്ലാതാക്കുന്നതിന് സഹായകമായി. വർദ്ധിത മായി വരുന്ന തൊഴിലില്ലായ്മയും മത്സരവും ഒക്കെ തൊഴിലാളി വർഗ്ഗ ത്തിനെ സംഘടിക്കുന്നതിന് നിർബ്ബന്ധിതരാക്കും. സ്വാഭാവികമായും അത് നവജാതീയതയ്ക്കും സ്വത്വവാദത്തിനും തടയിടും.

കാർഷിക രംഗം

ദേശീയ സ്വാതന്ത്ര്യം നേടിയതിന് ശേഷം ഇന്ത്യയിലെ കാർഷിക രംഗത്തുണ്ടായ മാറ്റത്തെ ഏറ്റവും ശാസ്ത്രീയമായി വിശകലനം ചെയ്തിട്ടുള്ളത് സി പി ഐ (എം)ന്റെ കാലോചിതമാക്കപ്പെട്ട പരിപാടിയാണ്. "ഇന്ത്യയിലെ കാർഷിക രംഗത്തെ മുതലാളിത്ത വളർച്ച പഴയരൂപങ്ങളെ നിഷ്കരണം നശിപ്പിക്കുന്നതിനെ അടിസ്ഥാനപ്പെടുത്തിയതല്ല. മറിച്ച് പ്രാങ് മുതലാളിത്ത ഉല്പാദന ബന്ധങ്ങളുടേതും സാമൂഹിക സംഘടനാരൂപങ്ങളുടേതുമായ ജീർണ്ണാവശിഷ്ടങ്ങൾക്കുമേൽ പ്രതിഷ്ഠിക്കപ്പെട്ടിട്ടുള്ളതാണ്. "ആധുനികത" വികസിക്കുന്നുവെന്നതിനർത്ഥം പ്രാചീനമായുള്ളവയുടെ തുടർന്നുള്ള അസ്തിത്വം ഒഴിവാക്കപ്പെടുന്നുവെന്നല്ല. മുതലാളിത്തം കൃഷിയിലും ഗ്രാമീണ സമൂഹത്തിലും അസംഖ്യം രൂപങ്ങളിൽ നുഴഞ്ഞു കയറുന്നുവെന്നതിന്റെ വിപുലവും സജീവവുമായ ഉദാഹരണമാണ് ഇന്ത്യ." എന്നാണ് ഇന്ത്യയിലെ കാർഷികരംഗത്തെ മുതലാളിത്ത വളർച്ചയെ കുറിച്ച് പാർട്ടിപരിപാടി പറഞ്ഞിരിക്കുന്നത്.

'ആധുനികത' വികസിക്കുന്നുവെന്നതിനർത്ഥം പ്രാചീനമായുള്ളവയുടെ തുടർന്നുള്ള അസ്തിത്വം ഒഴിവാക്കപ്പെടുന്നുവെന്നല്ല എന്ന ഒറ്റവാചകംകൊണ്ട് നവജാതീയതയുടെ വളർച്ചയടക്കം ഇന്ത്യയുടെ സാമൂഹിക-സാമ്പത്തിക-രാഷ്ട്രീയ വ്യവസ്ഥയിൽ വന്നിട്ടുള്ള മാറ്റങ്ങളെയാകെ വിശദീകരിക്കാനാവും. ഇന്ത്യയിലെ ഫ്യൂഡലിസത്തെ ഇന്ത്യൻ സാഹചര്യങ്ങൾക്കൊത്ത് മൂർത്തവിശകലനം നടത്താനാണ് കമ്യൂണിസ്റ്റുകാർ തയ്യാറായിട്ടുള്ളത്. അതിന്റെ അടിസ്ഥാനത്തിലാണ് ഇ എം എസ് ഇന്ത്യയിലെ ഫ്യൂഡൽ വ്യവസ്ഥയെ 'ജാതി-ജന്മി-നാടുവാഴി മേധാവിത്വം' എന്ന് കൃത്യമായി നിർവ്വചിച്ചത്. സാമൂഹിക രംഗത്ത് മേൽജാ

തിക്കാരും സാമ്പത്തിക രംഗത്ത് ജന്മിമാരും, രാഷ്ട്രീയ രംഗത്ത് നാടുവാഴികളും മേധാവിത്വം വഹിക്കുന്ന ഒന്നാണ് ഇന്ത്യയിലെ പ്രാങ് മുതലാളിത്ത വ്യവസ്ഥ. ഇതിലെ മേൽത്തട്ടുകാരുമായി സഖ്യം ചെയ്തുകൊണ്ട് സ്വന്തം രാഷ്ട്രീയാധികാരം നിലനിർത്താനാണ് ഇന്ത്യൻ മുതലാളിത്തം ശ്രമിച്ചത്. അതുകൊണ്ടുതന്നെ ഭരണവർഗ്ഗം നടപ്പിലാക്കിയ കാർഷിക നയങ്ങളുടെ ഫലമായി ഇന്ത്യയിലെ അർദ്ധ ഫ്യൂഡൽ ഭൂപ്രഭുക്കൾ മുതലാളിത്ത ഭൂപ്രഭുക്കളായി മാറി. നാട്ടിൻ പുറത്താകെ കാർഷിക ബന്ധങ്ങളിൽ മുതലാളിത്ത ബന്ധങ്ങൾ വളർന്നു. ജാതി-ജന്മി-നാടുവാഴിത്ത വ്യവസ്ഥയിൽ നാടുവാഴിത്തം ഇല്ലാതാവുകയും അവിടെ ജനാധിപത്യം സ്ഥാപിതമാവുകയും നാടുവാഴികളിൽ പലരും ഭരണകക്ഷി നേതാക്കന്മാരായി മാറുകയും ചെയ്തു. നവോത്ഥാനകാലത്തോ, സ്വാതന്ത്ര്യസമരകാലത്തോ നടന്നതുപോലെ ജാതി വ്യവസ്ഥയ്ക്കും അതിന്റെ ഭാഗമായി നടന്നുവരുന്ന സാമൂഹിക അടിച്ചമർത്തലുകൾക്കുമെതിരായി ഭരണവർഗ്ഗത്തിന്റെ നേതൃത്വത്തിൽ പോരാട്ടങ്ങളൊന്നും തന്നെ നടന്നില്ല. ഫ്യൂഡൽ ജാതീയത മുതലാളിത്ത ജാതീയതയായി പരിവർത്തിപ്പിക്കുന്നതിന് നഹായകമായ സ്ഥിതിഗതികളാണ് കാർഷികരംഗത്ത് നടപ്പിലാക്കപ്പെട്ട മുതലാളിത്ത നയങ്ങൾ സൃഷ്ടിച്ചത്.

കാർഷികരംഗം പരിശോധിച്ച റിപ്പോർട്ടിൽ ഇതിന്റെ വിശദാംശങ്ങൾ ലഭ്യമണ്. ഫ്യൂഡൽ ഭൂപ്രഭു കുടുംബങ്ങൾ ഏറിയ കൂറും പൂർണ്ണമായും മുതലാളിത്ത ഭൂപ്രഭുക്കൾ ആയി മാറിയിരിക്കുന്നു. ഇവരുടെ കൈയിലാണ് ഭൂവുടമസ്ഥത കേന്ദ്രീകരിച്ചിരിക്കുന്നത്. ഈ ഭൂപ്രഭുക്കളോടൊപ്പം തന്നെ, എന്നാൽ രണ്ടാമതായി പുതിയൊരു വിഭാഗം കൂടെ വളർന്നുവന്നിട്ടുണ്ട്. വൻകിടക്കാരായ കർഷകമുതലാളിമാരാണിവർ. സ്വാതന്ത്ര്യാനന്തരം ഇന്ത്യയിൽ നടപ്പിലാക്കിയ കാർഷിക നയത്തിന്റെ മുഖ്യഗുണഭോക്താക്കൾ ആണ് ഈ വിഭാഗം. ജാതി അടിസ്ഥാനത്തിൽ നോക്കിയാൽ മദ്ധ്യവർഗ്ഗത്തിൽപെട്ടവരൊ, കൃഷിയുമായി ബന്ധപ്പെട്ട ജാതികളിൽ നിന്ന് വരുന്നവരൊ ആണിവർ. പരമ്പരാഗതമായി അധീശത്വ ജാതികളിൽപെട്ടവരും ഇങ്ങനെ കർഷക മുതലാളിമാരായി മാറിയിട്ടുണ്ട്. ചുരുക്കിപ്പറഞ്ഞാൽ വൻകിട കർഷക മുതലാളിമാരായി ഉയർന്നുവന്നതിൽ ഏറിയപങ്കും മേൽജാതിവിഭാഗത്തിൽ തന്നെപെട്ടവരാണ്.

എന്നാൽ ഈ നയങ്ങളുമായി ബന്ധപ്പെട്ട് ക്രിയാത്മകമായ ഒരു മാറ്റം സംഭവിച്ചിട്ടുണ്ട്. "കർഷകരും തൊഴിലാളികളും ഗ്രാമങ്ങളിൽ ഭൂപ്രഭുക്കളെയും വൻകിട കാർഷിക മുതലാളിമാരെയും ദൈനംദിനം ആശ്രയിക്കുന്നതിന്റെ തോത് കുറഞ്ഞുവരികയാണ്." കാർഷിക തൊഴിലുകളിൽ മാത്രമായി ഒതുങ്ങിനിന്നിരുന്ന കായിക തൊഴിലാളികൾ മറ്റുവിഭാഗം തൊഴിലുകളിലും ഏർപ്പെടാൻ തുടങ്ങിയിരിക്കുന്നു എന്നതാണ് ക്രിയാത്മകവശം. അതായത് ജാതീയമായ നാലതിരുകളിൽനിന്ന് തൊഴിലിന്റെ സ്വഭാവത്തിൽ മാറ്റം വരുന്നു. കാർഷിക തൊഴിലാളികൾ മാത്ര

മായിരുന്നവർ കാർഷികേതര തൊഴിലുകൾകൂടെ ചെയ്യാനാരംഭിച്ചിരിക്കുന്നു. എന്നാൽ ദളിത്-ആദിവാസി ജനവിഭാഗങ്ങളെ സംബന്ധിച്ചേടത്തോളം ഈ മാറ്റം നാമമാത്രമാണ്. “ഗ്രാമപ്രദേശങ്ങളിലെ കർഷക തൊഴിലാളി കുടുംബങ്ങളുടെ, വിശിഷ്യ ദളിതരുടെയും ആദിവാസികളുടെയും ഉയർച്ചയ്ക്കുള്ള സാദ്ധ്യതകൾ ഗ്രാമീണതൊഴിലവസരങ്ങളിലെ മന്ദഗതിയിലുള്ള വളർച്ചയുടെ പശ്ചാത്തലത്തിൽനിന്നും പരിമിതമാണ്”എന്ന് റിപ്പോർട്ടിൽ വ്യക്തമാക്കിയിട്ടുണ്ട്.

ജാതി വ്യവസ്ഥയിൽ വലിയ മാറ്റങ്ങളുണ്ടാക്കാൻ സഹായിക്കുന്ന ഒന്നാണ് കുടിയേറ്റവും തൊഴിലാളി വർഗ്ഗവല്ക്കരണവും. കർഷകരിലെ ദരിദ്രരും ഇടത്തരക്കാരുമായ വിഭാഗം അതിവേഗം തൊഴിലാളിവർഗ്ഗവല്ക്കരണത്തിന് വിധേയമായിക്കൊണ്ടിരിക്കുകയാണ്. നഗരങ്ങളിലേക്കുള്ള കുടിയേറ്റം ഇതിന്റെ അനന്തരഫലമാണ്. ഗ്രാമങ്ങളിലെ സങ്കുചിതമായ ജാതി വ്യവസ്ഥയും അതിന്റെ ഭാഗമായി വരുന്ന സാമൂഹിക അടിച്ചമർത്തലും വിവേചനവും നഗരങ്ങളിൽ അതേപടി പിന്നോക്കവിഭാഗങ്ങൾക്ക് അനുഭവിക്കേണ്ടതായി വരുന്നില്ല. ഗ്രാമീണരംഗത്തെ കാർഷികേതര മേഖലയിലെ വർഗ്ഗങ്ങൾക്കും തൊഴിൽ തേടി നഗരങ്ങളിലേക്ക് ചേക്കേറേണ്ടതായി വരുന്നുണ്ട്. ഈ മാറ്റം സംഭവിക്കുന്നുണ്ടെങ്കിലും അത് ജാതിവിരുദ്ധയിലേക്കോ ജാതിരാഹിത്യത്തിലേക്കോ നയിക്കുന്നില്ല. റിപ്പോർട്ട് വ്യക്തമാക്കുന്നതുപോലെ

> സാമൂഹ്യ ഗ്രൂപ്പുകളുടെ ഒഴിവാക്കലും വിവേചനവും വ്യത്യസ്തരൂപങ്ങൾ കൈവരിക്കുന്നുണ്ട്. ഇത്തരം വിവേചനങ്ങൾ പ്രത്യക്ഷത്തിലുള്ള അക്രമം, കൊലപാതകം, ശാരീരികമായ ക്ഷതമേല്പിക്കൽ. എന്നീ രൂപങ്ങൾ കൈവരിക്കുന്നു. ദൈനംദിന ജീവിതത്തിൽ സാമൂഹിക വിവേചനത്തിന്റെ ഇരകളുടെ സ്വാതന്ത്ര്യത്തിൽ നേരിട്ടുള്ള ആക്രമണമുണ്ടാകുമ്പോൾ ഒഴിവാക്കലും വിവേചനവും പ്രത്യക്ഷത്തിലുള്ള വിവേചനത്തിന്റെ രൂപം കൈവരിക്കുന്നതാണ്.

അതായത് ജാതീയമായ വിവേചനവും ഒഴിവാക്കലും ആധുനിക രീതികളിൽ ഗ്രാമങ്ങളിൽ തുടർന്നുകൊണ്ടെയിരിക്കുന്നു എന്നാണിത് കാണിക്കുന്നത്.

ഭൂസ്വത്തുടമസ്ഥതയിൽ വിപ്ലവകരമായി മാറ്റം വരുത്താൻ തയ്യാറാവാതെ, അല്ലെങ്കിൽ ഭൂവുടമസ്ഥതയിൽ അഴിച്ചു പണി വരുത്താതെ ഉല്പാദനബന്ധങ്ങളിൽ ഫ്യൂഡൽ ബന്ധങ്ങൾക്ക് പകരം മുതലാളിത്ത ബന്ധങ്ങൾ സ്ഥാപിക്കലാണ് ഇന്ത്യയിൽ നടന്നത്. ഇത് സാമൂഹിക രംഗത്തെ ജാതി അധിഷ്ഠിത ബന്ധങ്ങളിൽ യാതൊരു അഴിച്ചുപണിയും നടത്തുന്നതിന് പ്രാപ്തമായില്ല. അതിനാൽ ഫ്യൂഡൽ ജാതി ബന്ധങ്ങൾ മുതലാളിത്ത വ്യവസ്ഥയിലും കാര്യമായ മാറ്റങ്ങളില്ലാതെ തുടർന്നു. പ്രവാ

സവും കുടിയേറ്റവും ദളിത്- ആദിവാസി പിന്നോക്ക ജാതി വിഭാഗങ്ങളെ ഒരു പരിധിവരെയെങ്കിലും അടിച്ചമർത്തലിൽനിന്ന് രക്ഷപ്പെടുത്തി. എന്നാൽ ഈ ആശ്വാസത്തെ വിശാലമായ ഹിന്ദുത്വബോധത്തിന് കീഴ്പ്പെടുത്തിക്കൊണ്ട് മുസ്ലിം-ക്രിസ്ത്യൻ വിരുദ്ധത വളർത്തുന്നതിന് ഉപയോഗപ്പെടുത്താൻ സംഘപരിവാർ ശക്തികൾ കഴിയുന്ന സ്ഥിതിയാണ് ഉണ്ടായത്.

പിന്തിരിപ്പൻ പ്രവണത

ഷഷ്ടിപൂർത്തി ആഘോഷിക്കുന്ന കേരളത്തിന്റെ സാമൂഹിക രംഗത്ത് പ്രകടമായിക്കൊണ്ടിരിക്കുന്ന ഒരു പിന്തിരിപ്പൻ പ്രവണതയെക്കുറിച്ച് മുഖ്യമന്ത്രി തന്നെ ആശങ്ക പ്രകടിപ്പിച്ചിരിക്കുന്നു. നവോത്ഥാന കാലത്തെ ജാതി വിരുദ്ധ സമരങ്ങളുടെ ഭാഗമായി ഉപേക്ഷിക്കപ്പെട്ട ജാതിപ്പേരുകൾ പുതിയ തലമുറയിലൊരു വിഭാഗം തിരിച്ചു കൊണ്ടുവരുന്ന അപകടകരമായ പ്രവണതയെ കുറിച്ചാണ് മുഖ്യമന്ത്രി മുന്നറിയിപ്പു നല്കിയത്. കേരളം പോലെ പുരോഗമന പ്രസ്ഥാനങ്ങൾക്ക് ശക്തിയുള്ള ഒരു സംസ്ഥാനത്ത് എന്തുകൊണ്ടാണ് ഇങ്ങനെയൊരു പശ്ചാത്ഗമന പ്രവണത പ്രകടമാവുന്നത്? ചോദ്യം ലളിതമാണെങ്കിലും ഉത്തരം കണ്ടെത്തുക ഏറെ സങ്കീർണ്ണമായ ഒരു പ്രക്രിയയാണ്.

കേരളത്തിലെ നവോത്ഥാന പ്രസ്ഥാനത്തിന്റെ സവിശേഷതകളും ദൗർബല്യങ്ങളും, മുതലാളിത്ത വളർച്ചയുടെ പരിമിതികൾ, നവലിബറൽ നയങ്ങളുടെ പ്രത്യാഘാതങ്ങൾ, ജാത്യാഭിമാന ബോധത്തിന്റെ സമകാലിക പ്രസക്തി വരെയുള്ള ഒട്ടനവധി വിഷയങ്ങൾ ഇതുമായി ബന്ധപ്പെട്ട് പരിശോധിക്കേണ്ടതുണ്ട്.

കേരളത്തിലെ മുതലാളിത്ത പൂർവ്വവ്യവസ്ഥയെ ജാതി-ജന്മി-നാടുവാഴി മേധാവിത്വം എന്ന് ശാസ്ത്രീയമായി വിലയിരുത്തിയത് ഇ എം എസ് ആണ്. ഈ വ്യവസ്ഥ നിലനില്ക്കുമ്പോഴാണ് കോളനി ഭരണത്തിൻ കീഴിൽ ഇന്ത്യയിലും കേരളത്തിലും മുതലാളിത്ത വളർച്ചയുണ്ടാവുന്നത്. സ്വാഭാവികമായും മുതലാളി-തൊഴിലാളി വർഗ്ഗങ്ങൾ ഇവിടെയും രൂപപ്പെടാൻ തുടങ്ങി. ഈ മുതലാളിത്ത വളർച്ചയ്ക്ക് മുൻപും പിൻപുമായാണ് കേരളത്തിൽ നവോത്ഥാന പ്രസ്ഥാനം രൂപം കൊള്ളുന്നത്. യൂറോപ്യൻ രാജ്യങ്ങളിൽ സംഭവിച്ചതുപോലെ സർവ്വതല സ്പർ

ശിയായ ഒരു പുത്തൻ ഉണർവ്വായിട്ടല്ല കേരളത്തിലും ഇന്ത്യയിലും നവോത്ഥാന പ്രസ്ഥാനം പ്രത്യക്ഷപ്പെടുന്നത്. നവോത്ഥാനത്തിന്റെയും പുനരുജ്ജീവനത്തിന്റെയും ധാരകൾ അതിലുണ്ടായിരുന്നു. കേരളത്തിലാവട്ടെ നവോത്ഥാനമെന്നു വിളിക്കപ്പെട്ട പലതും സാമൂഹിക പരിഷ്കരണ പ്രസ്ഥാനങ്ങൾ മാത്രമായിരുന്നു. പൊതുവിൽ ഇവയൊന്നും തന്നെ നിലനില്ക്കുന്ന ജന്മി-നാടുവാഴി വ്യവസ്ഥയ്ക്ക് എതിരായിരുന്നില്ല. തുടർന്നുവന്ന സ്വാതന്ത്ര്യ സമര പ്രസ്ഥാനവും അതിനു നേതൃത്വം കൊടുത്ത ബൂർഷ്വാസിയും വികസിത മുതലാളിത്ത രാജ്യങ്ങളിലേതുപോലെ ഭൂപ്രഭുത്വത്തെ എതിർക്കാൻ തയ്യാറായില്ല. കമ്യൂണിസ്റ്റ്-കർഷക പ്രസ്ഥാനങ്ങൾ മാത്രമാണ് ഈ കടമ ഏറ്റെടുത്തത്.

1957 ൽ അധികാരത്തിൽ വന്ന കേരളത്തിലെ ആദ്യത്തെ കമ്യൂണിസ്റ്റ് മന്ത്രിസഭ ഭൂപ്രഭുത്വം അവസാനിപ്പിക്കുവാനുള്ള നടപടികളുമായി മുന്നോട്ടു പോയെങ്കിലും ജാതി-മതശക്തികളും കോൺഗ്രസും ചേർന്ന് നടത്തിയ വിമോചന സമരത്തെ തുടർന്ന് അവർക്ക് ആ കടമ പൂർത്തീകരിക്കാനായില്ല. പിന്നീട് ഒരു ദശകത്തിനുശേഷം നിലവിൽ വന്ന കമ്യൂണിസ്റ്റ് പാർട്ടിയുടെ നേതൃത്വത്തിലുള്ള ഐക്യമുന്നണി മന്ത്രിസഭയാണ് ആ കടമ പൂർത്തീകരിച്ചത്. കർഷകത്തൊഴിലാളികൾക്ക് വീതിച്ചു കൊടുക്കേണ്ടിയിരുന്ന മിച്ചഭൂമിയിൽ വലിയൊരു പങ്കും അപ്പോഴേക്കും കൈമാറ്റം ചെയ്യപ്പെട്ടു കഴിഞ്ഞിരുന്നു.

1970 കളോടെ കേരളത്തിൽനിന്ന് വ്യാപകമായ തോതിൽ ഗൾഫ് കുടിയേറ്റം ആരംഭിച്ചു. ഭൂപരിഷ്കരണത്തെ തുടർന്ന് സ്വന്തം ഭൂമിക്ക് ഉടമകളായവരും കുടികിടപ്പു കിട്ടിയവരുമൊക്കെ ഭൂമിവിറ്റും പണയം വെച്ചും ഗൾഫിലേക്ക് കുടിയേറി. വൻതോതിൽ വിദേശപ്പണം കേരളത്തിലേക്ക് ഒഴുകിയെത്താൻ തുടങ്ങി. സ്വാഭാവികമായും മേൽജാതി-കീഴ്ജാതി വ്യത്യാസമൊ, മതവ്യത്യാസമൊ കൂടാതെ കേരളത്തിൽ പുതിയൊരു മദ്ധ്യവർഗ്ഗം വളർന്നുവരുന്നതിന് ഇതിടയാക്കി.

പുത്തൻ മദ്ധ്യവർഗ്ഗത്തിന്റെ ആവിർഭാവത്തോടൊപ്പം സാമൂഹിക രംഗത്തും ഒട്ടനവധി മാറ്റങ്ങൾ വന്നിട്ടുണ്ട്. അതിൽ ഏറ്റവും ശ്രദ്ധേയമായത് എല്ലാ മതത്തിൽപെട്ടവരുടേയും ആരാധനാലയങ്ങൾ പുനരുദ്ധരിക്കപ്പെടുകയും അവയുമായി ബന്ധപ്പെട്ട ഉത്സവാഘോഷ പരിപാടികൾ പരസ്പരമുള്ള മോടികാണിക്കലിനും മത്സരത്തിനുമുള്ള വേദിയായി മാറി എന്നതാണ്. ഇതിന്റെയൊക്കെ പ്രായോജകരോ സംഘാടകരോ ആയി വരുന്നത് ഈ പുത്തൻ മദ്ധ്യവർഗ്ഗമാണ്. ആരാധനാലയങ്ങളുടെ പുനരുദ്ധാരണം സ്വാഭാവികമായി ജാതി-മതസംഘടനകളുടെ പുനരുജ്ജീവനത്തിനും ഇടയാക്കിയിട്ടുണ്ട്. സാമ്പത്തികമായുണ്ടായ വളർച്ച, സാമൂഹികാന്തസ്സ് നേടുന്നതിനുള്ള മാർഗ്ഗങ്ങൾ അന്വേഷിക്കാൻ മനുഷ്യനെ സ്വാഭാവികമായും പ്രോത്സാഹിപ്പിക്കുന്നു. സാമൂഹികാന്തസ്സ് നേടിയെടുക്കുന്നതിനുള്ള വഴിതേടലിന്റെ ഭാഗമായി എത്തിച്ചേരുന്ന വിവിധങ്ങളായ മാർഗ്ഗങ്ങളിൽ ഒന്നാണ് ജാതിപ്പേര് ഉപയോഗിക്കൽ.

നവലിബറൽ നയങ്ങളുടെ പ്രകടമായ കടന്നുകയറ്റം കേരളത്തിലുണ്ടായത് വിദ്യാഭ്യാസ രംഗത്താണെന്നതുകൊണ്ടുതന്നെ ഇത് വിദ്യാഭ്യാസ-തൊഴിൽ രംഗങ്ങളിൽ കടുത്ത നവലിബറൽ മത്സരം വളർന്നുവരുന്നതിന് ഇടയാക്കി. സ്വാഭാവികമായും ഒരേ തട്ടിൽനിന്നുള്ള പുത്തൻ മദ്ധ്യവർഗ്ഗത്തിന്റെ മത്സരത്തിന് വിഘാതമുണ്ടാക്കുന്ന ഒന്നായി സംവരണതത്ത്വങ്ങൾ മാറി. മറ്റു പിന്നോക്ക ജാതിക്കാർക്കും പട്ടികജാതി - പട്ടികവർഗ്ഗക്കാർക്കും നല്കിവരുന്ന സംവരണം നൂറ്റാണ്ടുകളായി ആ വിഭാഗം അനുഭവിച്ചുവരുന്ന സാമൂഹികമായ അടിച്ചമർത്തലിനുള്ള ചെറിയൊരു നഷ്ടപരിഹാരം മാത്രമാണെന്ന ധാരണയൊന്നും മേൽജാതിക്കാരായ പുത്തൻ തലമുറയെ സംബന്ധിച്ചിടത്തോളം ഇല്ല. അവരെ സംബന്ധിച്ചിടത്തോളം മത്സരത്തിൽ ശത്രുവിനെ സഹായിക്കുന്ന ഒരു നിയമവ്യവസ്ഥമാത്രമാണത്. ജാതീയമായി കിട്ടുന്ന ഈ ആനുകൂല്യം അനുഭവിച്ച് ഒപ്പമെത്താൻ ശ്രമിക്കുന്നവരെ കൊച്ചാക്കി കാണിക്കുന്നതിനുവേണ്ടി സ്വന്തം ജാതിയുടെ 'മഹത്ത്വം' എടുത്തണിയുന്നവരാണ് പുത്തൻ മദ്ധ്യവർഗ്ഗക്കാരായ മേൽജാതിയുവാക്കളിൽ ഒരു വിഭാഗം. പിന്നോക്ക പട്ടികജാതി പട്ടികവർഗവിഭാഗങ്ങൾക്ക് കിട്ടുന്ന സംവരണത്തെ കുടിപ്പകയോടെ കാണുന്ന ഒരു പുത്തൻ മദ്ധ്യവർഗ്ഗമേൽജാതി യുവത്വം ഇന്ന് കേരളത്തിൽ വളർന്നുവന്നിരിക്കുന്നു. വിദ്യാഭ്യാസ രംഗത്തെ അരാഷ്ട്രീയവത്കരണം ഇതിനു സഹായകമായി പ്രവർത്തിക്കുന്നുണ്ട്. ഒപ്പം പ്രൊഫഷണൽ വിദ്യാഭ്യാസ രംഗത്ത് ചരിത്രപഠനം സിലബസ്സിലില്ലാത്തതും ഒരു കാരണമാണ്.

നവലിബറൽ നയങ്ങളുടെ സംഭാവനയായ സ്വത്വവാദത്തിലും ജാതി രാഷ്ട്രീയത്തിലും പിന്നോക്ക പട്ടികജാതി - പട്ടികവർഗ്ഗയുവാക്കൾ പെട്ടുപോകുന്നതിന്റെ ഭാഗമായി വളർന്നുവരുന്ന ആശയ പരിസരവും ഈ ജാതിപ്പേരുപയോഗത്തിന് നീതീകരണമാവുന്നുണ്ട്. അവർക്കങ്ങനെയാവാമെങ്കിൽ തങ്ങൾക്കെന്തുകൊണ്ടായിക്കൂടാ എന്ന ലളിതയുക്തിയാണിവിടെ പ്രയോഗിക്കപ്പെടുന്നത്.

വർഗ്ഗസമരവും ജാതിസംവരണവും

സംവരണ കാര്യത്തിൽ സി പി ഐ (എം) എടുക്കുന്ന നിലപാട് ജാതി സംവരണത്തിന്റെ യുക്തിയെത്തന്നെ നിഷേധിക്കുന്നതാണ് എന്ന ഒരാരോപണം സ്വത്വവാദി ബുദ്ധിജീവികൾ ഉയർത്തിക്കൊണ്ടുവരാൻ ശ്രമിക്കുന്നുണ്ട്. ആർ എസ് എസ് എടുക്കുന്ന ജാതിസംവരണവിരുദ്ധ സമീപനത്തിനൊപ്പമാണ് സി പി ഐ (എം) എന്ന് വരുത്തിതീർക്കുന്നതിന് വേണ്ടിയാണ് ഈ പരിശ്രമം.

1950 ൽ അംബേദ്കറുടെ മേൽനോട്ടത്തിൽ തയ്യാറാക്കപ്പെട്ട ഇന്ത്യൻ ഭരണഘടന നടപ്പിലാക്കപ്പെടുമ്പോൾ പട്ടികജാതി-പട്ടികവർഗ്ഗക്കാർക്ക് മാത്രമാണ് പൊതുമേഖലയിൽ ജോലിയിലും വിദ്യാഭ്യാസത്തിലും സംവരണം ഏർപ്പെടുത്തിയിരുന്നത്. ബ്രിട്ടീഷ് ഭരണകാലത്തുതന്നെ വിവിധ നാട്ടുരാജ്യങ്ങളിൽ നടന്ന പ്രക്ഷോഭങ്ങളുടെ ഫലമായി പട്ടികജാതിക്കാർക്കും പട്ടിക വർഗ്ഗക്കാർക്കും മാത്രമല്ല മറ്റു പിന്നോക്ക ജാതിക്കാർക്കും സംവരണം അനുവദിക്കപ്പെട്ടിരുന്നു. അഖിലേന്ത്യാടിസ്ഥനത്തിൽ മറ്റു പിന്നോക്ക ജാതിക്കാർക്ക് സംവരണം അനുവദിക്കപ്പെടുന്നത് വി പി സിങ്ങിന്റെ നേതൃത്വത്തിലുള്ള ദേശീയമുന്നണി സർക്കാർ മണ്ഡൽ കമ്മീഷൻ റിപ്പോർട്ട് നടപ്പിലാക്കാൻ തീരുമാനിച്ചതോടെയാണ്.

നൂറ്റാണ്ടുകളൊ സഹസ്രാബ്ദങ്ങളൊ ആയി ചരിത്രപരവും സാമൂഹികവുമായ കാരണങ്ങളാൽ അടിച്ചമർത്തൽ അനുഭവിച്ചുവരുന്നവരാണ് ദളിതരും ആദിവാസികളുമായ പട്ടികജാതി പട്ടികവർഗ്ഗക്കാർ അവർ അനുഭവിച്ചുവരുന്ന സാമൂഹികമായ അടിച്ചമർത്തലിനും സാമ്പത്തികമായ ചൂഷണത്തിനും ഉള്ള മറുമരുന്നല്ല സംവരണം. ഏഴുപതിറ്റാണ്ടുകാലത്തെ സംവരണം കൊണ്ട് പത്തുശതമാനത്തിൽ താഴെ ദളിതർക്കും ആദിവാസികൾക്കും മാത്രമെ നേട്ടമുണ്ടാക്കാനായിട്ടുള്ളു എന്നതിൽനിന്ന്

ഇക്കാര്യം വ്യക്തമാണ്. മണ്ഡൽ കമ്മീഷൻ റിപ്പോർട്ടിൽ ചൂണ്ടിക്കാണിച്ചിട്ടുള്ളതുപോലെ "ഘടനാപരമായ മാറ്റങ്ങളിലൂടെ ഉല്പാദനബന്ധങ്ങളിൽ വിപ്ലവകരമായ മാറ്റം വരുത്തുകയും പുരോഗമനപരമായ ഭൂപരിഷ്കരണം രാജ്യവ്യാപകമായി നടപ്പിലാക്കുകയും ചെയ്തല്ലാതെ മറ്റു പിന്നോക്ക ജാതിക്കാർക്ക് യഥാർത്ഥത്തിൽ സ്വതന്ത്രരാവാനാവില്ല." പട്ടികജാതി പട്ടികവർഗ്ഗക്കാരുടെ കാര്യത്തിലും ഇത് നൂറ് ശതമാനം ശരിയാണ്.

ഘടനാപരമായ മാറ്റങ്ങളിലൂടെ ഉല്പാദനബന്ധങ്ങളിൽ വിപ്ലവകരമായ മാറ്റം വരുത്താനും പുരോഗമനപരമായ ഭൂപരിഷ്കരണം രാജ്യവ്യാപകമായി നടപ്പിലാക്കാനും ജാതീയമോ സ്വത്വപരമോ ആയി സംഘടിച്ചതുകൊണ്ടു കഴിയില്ല. അതിനാവശ്യം വർഗ്ഗപരമായി സംഘടിക്കലും നിലവിലുള്ള ഭരണാധികാരി വർഗ്ഗത്തെ മാറ്റി അവിടെ തൊഴിലാളിവർഗ്ഗത്തിന്റെ നേതൃത്വത്തിലുള്ള തൊഴിലാളി-കർഷകസഖ്യത്തിന്റെ അടിസ്ഥാനത്തിൽ മുഴുവൻ ദേശീയവാദികളും ജനാധിപത്യ വിശ്വാസികളുമായ ജനങ്ങളെ പ്രതിനിധീകരിക്കുന്ന ഒരു ഭരണകൂടത്തെ സ്ഥാപിക്കലാണ്. അതായത് ദളിത്-ആദിവാസി ജനത ഇന്നനുഭവിച്ചുവരുന്ന സാമൂഹികമായ അടിച്ചമർത്തൽ അവസാനിപ്പിക്കണമെങ്കിൽ സാമ്പത്തികമായ ചൂഷണംകൂടെ അവസാനിപ്പിക്കേണ്ടതുണ്ട്. അതിന് സാമൂഹിക നീതി നടപ്പിലാക്കുന്നതിനൊപ്പം വർഗ്ഗപരമായ ഐക്യം നിലനിർത്തേണ്ടതും ആവശ്യമാണ്.

വർഗ്ഗപരമായ ഐക്യം രൂപപ്പെടുത്തുന്നതിന് ജാതീയമായ ഭിന്നിപ്പ് അദ്ധ്വാനിക്കുന്ന ജനവിഭാഗങ്ങൾക്കിടയിൽ ഉണ്ടാവരുത്. എന്നാൽ മണ്ഡൽ കമ്മീഷൻ റിപ്പോർട്ട് നടപ്പാക്കിയതിന്റെ പശ്ചാത്തലത്തിൽ അദ്ധ്വാനിക്കുന്ന ജനവിഭാഗങ്ങളെയാകെ മേൽജാതിക്കാരും കീഴ്ജാതിക്കാരുമായി ഭിന്നിപ്പിച്ച് തമ്മിലടിപ്പിക്കുന്നതിനുള്ള ശ്രമമാണ് നടന്നത്. സാമൂഹികമായി പിന്നോക്കാവസ്ഥയനുഭവിക്കുന്നവരാണെങ്കിൽപോലും സാമ്പത്തികമായി മുന്നോട്ടു പോകാനായതിനാൽ സാമൂഹികമായ പിന്നോക്കാവസ്ഥയെ മറികടക്കാൻ കഴിഞ്ഞ സമ്പന്നവിഭാഗമുണ്ട്. മറുഭാഗത്താവട്ടെ സാമൂഹികമായി മുന്നോക്കം നില്ക്കുമ്പോൾതന്നെ സാമ്പത്തികമായി പിന്നോക്കമാണെന്നതിനാൽ ദുരിതജീവിതം നയിക്കുന്ന അദ്ധ്വാനിക്കുന്ന ജനവിഭാഗങ്ങളുമുണ്ട്. ഇതിൽ കീഴ്ജാതിക്കാരിലെ സമ്പന്നരൊഴികെയുള്ള അദ്ധ്വാനിക്കുന്ന ജനങ്ങളും മേൽജാതിക്കാരിലെ ദുരിതജീവിതം നയിക്കുന്ന അദ്ധ്വാനിക്കുന്ന ജനങ്ങളും വർഗ്ഗപരമായി ഒന്നിച്ചു നില്ക്കേണ്ടവരാണ്. മുതലാളിത്ത ചൂഷണം വർഗ്ഗപരമായ യോജിപ്പിലേക്ക് അവരെ നയിച്ചിരുന്നതുമാണ്. ആ യോജിപ്പിനെയാണ് സംവരണം നടപ്പാക്കിയതിന്റെ പേരിൽ മേൽജാതി-കീഴ്ജാതി ഭിന്നിപ്പിലൂടെ ഇല്ലാതാക്കാൻ ഭരണവർഗ്ഗം ശ്രമിച്ചത്.

ഈ ശ്രമത്തെ നേരിടുന്നതിനായാണ് സംവരണാനുകൂല്യം ലഭിക്കുന്ന മറ്റു പിന്നോക്ക ജാതിക്കാരിൽ സാമ്പത്തികമായി മുന്നോക്കം

നില്ക്കുന്നവരെ സംവരണാനുകൂല്യത്തിൽനിന്ന് ഒഴിവാക്കണം എന്ന നിലപാട് സി പി ഐ (എം) എടുത്തത്. അതോടൊപ്പം മേൽജാതിക്കാരിലെ ദരിദ്രർക്ക് ഒരു നിശ്ചിതശതമാനം സംവരണം ഏർപ്പെടുത്തുന്നതിന് ദേശീയതലത്തിൽ തന്നെ സമാവായം ഉണ്ടാക്കുന്നതിന് ശ്രമിക്കണം എന്ന നിർദ്ദേശം സി പി ഐ (എം) മുന്നോട്ടുവെക്കുകയും ചെയ്തു.

ഇതിൽ എവിടെയാണ് ജാതിസംവരണ വിരുദ്ധതയുള്ളത്? പിന്നോക്കവിരുദ്ധതയുള്ളത്? സാമൂഹ്യനീതി നടപ്പിലാക്കുന്നത് ആവശ്യമാണ്. അത് പക്ഷേ, അദ്ധ്വാനിക്കുന്ന ജനവിഭാഗങ്ങളെ ഭിന്നിപ്പിച്ചുകൊണ്ടാവരുത്. വർഗ്ഗപരമായ ഐക്യത്തിലൂടെ മാത്രമെ സാമൂഹ്യനീതി പൂർണ്ണമായി നടപ്പിലാക്കാനാവൂ. കാർഷിക വിപ്ലവവും ഉല്പാദനബന്ധങ്ങളിലെ ഘടനപരമായ മാറ്റങ്ങളും നടപ്പിൽ വരുത്താനാവുക വർഗ്ഗസമരത്തിലൂടെ മാത്രമാണ്. വർഗ്ഗസമരത്തിന് കീഴ്പ്പെടുത്തി ജാതിസംവരണത്തിൽ നിലപാടെടുക്കുകയാണ് സി പി ഐ (എം) ചെയ്തത്.

ആത്മനിഷ്ഠഘടകം

മുതലാളിത്ത വ്യവസ്ഥ പ്രതിസന്ധികൾ നിറഞ്ഞതാണ്. പ്രതിസന്ധിയുണ്ട് എന്നതുകൊണ്ട് അത് മൂർഛിച്ച് സ്വയം തകർന്നടിഞ്ഞു കൊള്ളും എന്ന് കരുതിയിരുന്നിട്ട് കാര്യമില്ല. അത്യപൂർവ്വമായ അതിജീവനശേഷിയുള്ള ഒന്നാണത്. അതിനെ തകർക്കുന്നതിനുള്ള ആത്മനിഷ്ഠഘടകം ശക്തിപ്പെടുത്തികൊണ്ടുമാത്രമെ, കമ്യൂണിസ്റ്റ് പാർട്ടിയെ ശക്തിപ്പെടുത്തിക്കൊണ്ടുമാത്രമെ മുതലാളിത്തത്തെ തകർക്കാനാവൂ. ഇത് ഏറെക്കൂറെ ജാതിവ്യവസ്ഥയ്ക്കും ബാധകമാണ്. ജാതിവ്യവസ്ഥയുടെ മേൽകീഴ് ബന്ധങ്ങളും ശ്രേണീവ്യവസ്ഥയുമൊക്കെ നൂറ്റാണ്ടുകൾക്കുമുമ്പ് ചിട്ടപ്പെടുത്തപ്പെട്ടതാണെന്നതിനാൽ അതിൽ ആന്തരികമായും ബാഹ്യമായും നിരവധി വൈരുദ്ധ്യങ്ങളും അതിന്റെ ഭാഗമായുള്ള ഏറ്റുമുട്ടലുകളുമുണ്ട്. എന്നിട്ടും അടിമയുടമ കാലഘട്ടത്തിൽ രൂപംകൊണ്ട അത് ഫ്യൂഡലിസവും കടന്ന് ഇന്നും ഏറെ പരിക്കുകളൊന്നുമില്ലാതെ നിലനില്ക്കുന്നു. മുതലാളിത്തത്തിന്റെ ആവിർഭാവകാലത്ത് ജാതി നശീകരണത്തിന്റെ ചില പ്രവണതകൾ പ്രകടിപ്പിച്ചെങ്കിലും നവലിബറൽ മുതലാളിത്തത്തിന്റേതായ സമകാലികാവസ്ഥയിൽ ജാതി, സമൂഹത്തിൽ, കൂടുതൽ കൂടുതലായി പിടിമുറുക്കുന്നതായാണ് കണ്ടുവരുന്നത്.

എങ്ങനെയാണ് ജാതിരഹിതമായ ഒരു വ്യവസ്ഥ കെട്ടിപ്പടുക്കാനാവുക? ഇന്ത്യയുടെ മുതലാളിത്ത പൂർവ്വ വ്യവസ്ഥയെ 'ജാതി-ജന്മി-നാടുവാഴിവ്യവസ്ഥ' എന്ന് മൂർത്തമായി വിലയിരുത്തിയത് ഇ എം എസ് ആയിരുന്നു. സാമൂഹിക രംഗത്ത് മേൽജാതിയും സാമ്പത്തിക രംഗത്ത് ജന്മിത്ത്വവും രാഷ്ട്രീയാധികാരത്തിന്റെ രംഗത്ത് നാടുവാഴിത്തവും ആണ് മേധാവിത്വം വഹിക്കുന്നത്. അതിൽ നാടുവാഴിത്തം അവസാനിക്കുകയും

ബൂർഷ്വാപാർലമെന്ററി വ്യവസ്ഥ നിലവിൽ വരികയും ചെയ്തു. ജന്മിത്തം പടിപടിയായി മുതലാളിത്ത ഭൂപ്രഭുത്വത്തിന് വഴിമാറി. എന്നിട്ടും ജാതിയുടെ മേൽകീഴ് ബന്ധങ്ങളിലൊ ജാതിബോധത്തിലൊ കാര്യമായ മാറ്റമൊന്നും വന്നില്ല എന്നു മാത്രമല്ല ഇടക്കാലത്തുണ്ടായ പുരോഗമന പരമായ മാറ്റങ്ങൾപോലും ഇല്ലാതാക്കുന്നതിനുള്ള സംഘടിത ശ്രമങ്ങ ളാണിന്ന് നടന്നുകൊണ്ടിരിക്കുന്നത്. എന്താണിതിന് കാരണം? പ്രധാന കാരണം ജാതിവ്യവസ്ഥയുടെ ഉള്ളടക്കം തന്നെയാണ്. അത് ശ്രേണീബ ന്ധമായ ഒരു മേൽകീഴ് വ്യവസ്ഥയാണ്. തൊഴിൽ വിഭജനമാണ് അതിന്റെ മൂലകാരണമെങ്കിലും അത് രാഷ്ട്രീയവും സാമൂഹികവുമായ അധികാരവ്യവസ്ഥയുമായും സാമ്പത്തിക ചൂഷണവുമായും മതവിശ്വാ സവുമായും സംയോജിക്കപ്പെട്ട നിലയിലാണ് നിലനിന്നുവരുന്നത്.

കേരളംപോലെ പുരോഗമനപരമായി ഭൂപരിഷ്കരണം നടന്ന ചില സംസ്ഥാനങ്ങളിലൊഴികെ മറ്റെല്ലായിടത്തും ഫ്യൂഡൽ ഭൂപ്രഭുത്വം പടി പടിയായി മുതലാളിത്ത ഭൂപ്രഭുത്വമായി മാറുകയാണുണ്ടായത്. മിച്ചഭൂമി പിടിച്ചെടുക്കുകയോ ഭൂരഹിതർക്ക് അത് വിതരണം ചെയ്യപ്പെടുകയോ ഉണ്ടായില്ല. ഫലത്തിൽ ജന്മിത്തം അവസാനിച്ച് മുതലാളിത്തം വരു ന്നതിന്റെ ഭാഗമായി സാമൂഹിക-രാഷ്ട്രീയ അധികാരവ്യവസ്ഥയിലൊ സാമ്പത്തിക ബന്ധങ്ങളിലൊ മേൽകീഴ് ബന്ധങ്ങളിലൊ കാര്യമായ മാറ്റ ങ്ങളുണ്ടായില്ല. താഴെ തട്ടിലുള്ളവർ താഴെ തട്ടിലും മേൽത്തട്ടിലുള്ള വർ മേൽത്തട്ടിലും തന്നെ നിലനില്ക്കുന്ന പരിവർത്തനങ്ങളാണ് സംഭ വിച്ചത്. വ്യാവസായിക മുതലാളിത്തത്തിന്റെ രംഗത്ത് മാത്രമാണ് പുരോ ഗമനപരമായ മാറ്റങ്ങൾ ഇതിന് വിപരീതമായി കുറെയെങ്കിലും സംഭവി ച്ചത്. പഴയ സാമൂഹിക ബന്ധങ്ങളുടെ ആവാസവ്യവസ്ഥകളിൽ ജനം തുടർന്നു. ഫ്യൂഡൽ ബന്ധങ്ങൾ മാറി മുതലാളിത്ത ഉല്പാദനബന്ധ ങ്ങൾ വളർന്നുവരുന്നതുകൊണ്ടുമാത്രം സാമൂഹിക ബന്ധങ്ങളിൽ അതി നനുസൃതമായ മാറ്റങ്ങൾവന്നുകൊള്ളണമെന്നില്ല എന്നാണിത് വ്യക്ത മാക്കുന്നത്. സി പി ഐ (എം) 1964ലെ പാർട്ടി പരിപാടിയിൽ പറഞ്ഞിരു ന്നതുപോലെ "ഇന്ത്യൻ സമൂഹം മുതലാളിത്ത പാതയിലൂടെയാണ് വള രുന്നതെങ്കിലും അതിൽ പ്രാങ് മുതലാളിത്തവ്യവസ്ഥയുടെ പ്രബലമായ അംശങ്ങൾ അടങ്ങിയിട്ടുണ്ട്."

"ഇന്ത്യയിലെ മുതലാളിത്ത വികസനം പടിഞ്ഞാറൻ യൂറോപ്പിലും മറ്റു വികസിത മുതലാളിത്ത രാജ്യങ്ങളിലും ഉണ്ടായ തരത്തിലുള്ള ഒന്നല്ല." എന്ന് 1964 ലെ പാർട്ടി പരിപാടി വിലയിരുത്തിയിട്ടുണ്ട്. എങ്ങ നെയാണ് പടിഞ്ഞാറൻ യൂറോപ്പിലും മറ്റു വികസിത മുതലാളിത്ത രാജ്യ ങ്ങളിലും മുതലാളിത്ത വികസനം നടന്നത്? ഫ്രാൻസ് രക്തരൂക്ഷിത മായ ഒരു വിപ്ലവത്തിലൂടെയാണ് ഫ്യൂഡലിസവും രാജവാഴ്ചയും അവ സാനിപ്പിച്ചതെങ്കിൽ ഇംഗ്ലണ്ടിൽ രാജാവിന്റെ അധികാരം നാമമാത്രമാ യെങ്കിലും നിലനിന്നു. ജർമ്മനിയിലാവട്ടെ ജനാധിപത്യ വിപ്ലവത്തിന്റെ നേതൃത്വം ബൂർഷ്വാസിക്കായിരുന്നില്ല മറിച്ച്, ജങ്കർമാർക്കായിരുന്നു.

ജങ്കർമാർ കുലീന ഭൂപ്രഭുവർഗ്ഗമായിരുന്നു. അതുകൊണ്ടുതന്നെ വിപ്ല വകരമായ അട്ടിമറിയിലൂടെയല്ല മുതലാളിത്ത വിപ്ലവം നടന്നത്. ഫ്യൂഡൽ ചൂഷണവ്യവസ്ഥയുടെ മേൽ മുതലാളിത്ത ചൂഷണവ്യവസ്ഥ കെട്ടി യേല്പിക്കപ്പെടുകയായിരുന്നു. ഇതിൽനിന്നും വ്യക്തമാവുന്ന കാര്യം പടി ഞ്ഞാറൻ യൂറോപ്പിലും മറ്റു വികസിത മുതലാളിത്ത രാജ്യങ്ങളിലും മുത ലാളിത്ത വികസനപാത രൂപപ്പെട്ടത് സമാനരീതിയിലായിരുന്നില്ല എന്നാ ണ്. എന്നിട്ടും പ്രാങ് മുതലാളിത്ത സാമൂഹിക വ്യവസ്ഥ തകർക്കപ്പെ ട്ടു. അങ്ങനെ തർക്കപ്പെടുന്നതിനുള്ള മൂർത്തമായ ഒരു സാമൂഹിക പരിത:സ്ഥിതി അവിടെ നിലവിലുണ്ടായിരുന്നു. അത് അനന്തമായ കുടി യേറ്റത്തിനുള്ള സാദ്ധ്യതകളായിരുന്നു. അമേരിക്കപോലുള്ള രാജ്യങ്ങ ളിലെ തദ്ദേശീയരായ ജനവിഭാഗങ്ങളെ കൊള്ളയടിക്കാനും അവരുടെ കൃഷിഭൂമി കൈയേറി കൃഷി ചെയ്യാനുമൊക്കെയുള്ള സാദ്ധ്യതകൾ അന്നത്തെ മുതലാളിത്തത്തിന് ഉണ്ടായിരുന്നു. സ്വാഭാവികമായും പുതിയ സമൂഹങ്ങളും അതിന്റെ അടിസ്ഥാനത്തിലുള്ള പുതിയ സാമൂ ഹിക ബന്ധങ്ങളും ഉയർന്നുവരുന്നതിന് ഇതിടയാക്കി. വിദേശരാജ്യങ്ങ ളിലേക്കുള്ള കുടിയേറ്റം ആഭ്യന്തര രംഗത്തും വലിയ തോതിലുള്ള കുടി യേറ്റസാദ്ധ്യതകൾ തുറന്നുകൊടുത്തു. ഫ്യൂഡൽ സാമൂഹിക ബന്ധങ്ങൾ തകർക്കുന്നതിന് ഇത് വലിയ സാദ്ധ്യതയും സാഹചര്യവുമാണൊരുക്കി കൊടുത്തത്. പഴയ ആവാസവ്യവസ്ഥകൾ തകരുകയും പുതിയവ രൂപം കൊള്ളുകയും ചെയ്തു.

ഈയൊരു സാദ്ധ്യത മുതലാളിത്തം വൈകിവന്ന ഇന്ത്യ പോലുള്ള രാജ്യങ്ങളിൽ ലഭ്യമായില്ല. മാത്രവുമല്ല ഇന്ത്യയിൽ മുതലാളിത്തം വള രുന്നത് കൊളോണിയലിസത്തിന് കീഴിലാണ്. അതുകൊണ്ടുതന്നെ അത് ദുർബ്ബലമായിരുന്നു. ഒരു ഭാഗത്ത് കൊളോണിയൽ ശക്തികളോടും മറു ഭാഗത്ത് ഫ്യൂഡൽ ഭൂപ്രഭുത്വത്തിനോടും ഏറ്റുമുട്ടി വളരുന്നതിന് ഉള്ള കെല്പ് ഇന്ത്യൻ മുതലാളിത്തത്തിന് ആർജ്ജിക്കാനായില്ല. കൊളോണി യൽ ശക്തികൾ ഫ്യൂഡൽ ഭൂപ്രഭുത്വവുമായി സന്ധിയിലായിരുന്നു. സ്വാഭാവികമായി ഇന്ത്യൻ മുതലാളിത്തവും സന്ധിയുടെ പാതയിൽ തന്നെയാണ് സഞ്ചരിച്ചത്. കമ്യൂണിസ്റ്റ് കർഷക പ്രസ്ഥാനങ്ങൾ മാത്ര മാണ് ഫ്യൂഡൽ ഭൂപ്രഭുത്വത്തിനെതിരായ പ്രത്യക്ഷ സമരത്തിന്റെ പാത യിലൂടെ സഞ്ചരിച്ചത്. പക്ഷേ, അവർക്ക് അഖിലേന്ത്യാവ്യാപകമായി സ്വാധീനമാർജ്ജിക്കാനായതുമില്ല.

സ്വാതന്ത്ര്യാനന്തര ഇന്ത്യൻ ഭരണകൂടത്തെ സി പി ഐ (എം) പരിപാടി വിലയിരുത്തിയത് മുമ്പെ ഉദ്ധരിച്ചിട്ടുണ്ട്. വിദേശ ഫൈനാൻസ് മൂലധനവുമായി നിരന്തരം സഹകരിക്കുന്നതും ഭൂപ്രഭുത്വവുമായി സന്ധി ചെയ്യുന്നതുമാണ് ഇന്ത്യയിലെ ഭരണാധികാരി വർഗ്ഗത്തിന് നേതൃത്വം നല്കുന്ന വൻകിട ബൂർഷ്വാസിയെന്ന് അർത്ഥ ശങ്കക്കിടയില്ലാതെ അത് വ്യക്തമാക്കിയിട്ടുണ്ട്. അതുകൊണ്ടുതന്നെ ഇന്ത്യയിലെ മുതലാളിത്ത വികസനം കാർഷിക പരിഷ്കരണംപോലെ ഭൂപ്രഭുത്വമവസാനിപ്പി

ക്കാനും ആഭ്യന്തര ചോദനം വർദ്ധിപ്പിക്കാനും പറ്റുന്ന നടപടികൾ സ്വീകരിക്കാൻ തയ്യാറായില്ല; മറിച്ച് വിദേശ ഫൈനാൻസ് മൂലധന ശക്തികളെ സഹകരിപ്പിച്ചുകൊണ്ട് വികസനം നടത്താനാണ് ശ്രമിച്ചത്. ഇത് ഫലത്തിൽ വികസനം മുകൾത്തട്ടിലൊതുക്കി. ഗ്രാമങ്ങളിലെ ആവാസവ്യവസ്ഥകളിൽ യാതൊരു മാറ്റവുമുണ്ടായില്ല. സമൂഹത്തിൽ ചലനാത്മകമായ മാറ്റങ്ങൾ സംഭവിച്ചില്ല. സാമൂഹിക വ്യവസ്ഥ കട്ടപിടിച്ചുനിന്നു. അത് തകർക്കണമെങ്കിൽ സമഗ്രമായ കാർഷിക പരിഷ്കരണം നടത്തണം.

ഈ നയങ്ങളുണ്ടാക്കിയ പ്രതിസന്ധിയിൽനിന്ന് മുക്തമാവുന്നതിന് വേണ്ടി അവതരിപ്പിക്കപ്പെട്ട നവലിബറൽ സാമ്പത്തിക നയങ്ങളാവട്ടെ കാഴ്ചവെച്ചത് 'തൊഴിൽ രഹിത വളർച്ച'യാണ്. പരിമിതമായാണെങ്കിലും തൊഴിൽ സൃഷ്ടിക്കപ്പെട്ടത് ഐടി, മാനേജ്മെന്റ് രംഗങ്ങളിലാണ്. താരതമ്യേന ഉയർന്ന വേതനം ലഭിക്കുന്ന ഈ രംഗത്ത് തൊഴിൽ ലഭ്യമാവണമെങ്കിൽ ഉയർന്ന വിദ്യാഭ്യാസ യോഗ്യതയും ഇംഗ്ലീഷ് പരിജ്ഞാനവും ധനകാര്യ-മാനേജ്മെന്റ് രംഗങ്ങളിൽ പ്രാവീണ്യവും ഒക്കെ ആവശ്യമാണ്. ചരിത്രപരമായ കാരണങ്ങളാൽ മേൽത്തട്ടിൽ നില്ക്കുന്ന ഉയർന്നജാതിക്കാർക്ക് ഈ രംഗത്തെ അഭിഗമ്യത വർദ്ധിക്കുകയും താഴ്ന്ന തട്ടിലുള്ളവർക്ക് ഈ സാദ്ധ്യത നിഷേധിക്കപ്പെടുകയും ചെയ്തു. പൊതുവിദ്യാഭ്യാസ-തൊഴിൽ മേഖലകളിൽ, ഉള്ള സംവരണം മാത്രമാണ് പിന്നോക്ക-ദളിത് വിഭാഗങ്ങൾക്ക് സാദ്ധ്യത തുറന്നുകൊടുത്തത്. സ്വാഭാവികമായും മേൽജാതിക്കാർ സംവരണ വിരുദ്ധ സമരങ്ങൾക്ക് മുന്നിട്ടിറങ്ങുകയും അത് ജാതി ബോധത്തെ തീവ്രതരമാക്കുകയും ചെയ്തു. പൊതുമേഖല സ്വകാര്യവല്ക്കരിക്കാനാരംഭിച്ചതോടെ സംവരണാനുകൂല്യ സാദ്ധ്യത കുറഞ്ഞുവരാനാരംഭിച്ചു. ഫലത്തിൽ നവലിബറൽ നയങ്ങൾ പിന്നോക്ക-ദളിത്-ആദിവാസി വിഭാഗങ്ങൾക്ക് ലഭ്യമായിരുന്ന സാദ്ധ്യതകൾപോലും ഇല്ലാതാക്കുകയാണ് ചെയ്തത്. പിന്നോക്ക ദളിത് ആദിവാസി വിഭാഗങ്ങളിൽ സമ്പന്നരായ ചെറു ന്യൂനപക്ഷത്തിന് നവലിബറൽ നയങ്ങൾ ഗുണകരമായെങ്കിലും ബഹുഭൂരിപക്ഷത്തിന് യാതൊരു നേട്ടവുമുണ്ടാക്കാനായില്ല.

ചുരുക്കിപ്പറഞ്ഞാൽ ഇന്ത്യൻ മുതലാളിത്തത്തിന് ജാതിവ്യവസ്ഥയെ നിർമ്മാർജ്ജനം ചെയ്യുന്നതിൽ താല്പര്യമില്ലെന്നുമാത്രമല്ല ജാതീയമായ വേർതിരിവ് സ്വന്തം വർഗ്ഗ താല്പര്യങ്ങൾക്ക് അനുഗുണമാണെന്നതിനാൽ അതിനെ നിലനിർത്തികൊണ്ടു പോകാനും ശക്തിപ്പെടുത്താനുമാണ് അവർക്ക് താല്പര്യം.

അതിനാൽ മുതലാളിത്തമവസാനിപ്പിക്കുന്ന ഒരു വ്യവസ്ഥയ്ക്കുമാത്രമെ ജാതിവ്യവസ്ഥയെ പൂർണ്ണമായി ഇല്ലാതാക്കാനാവൂ. അതിന്റെ ആദ്യപടിയെന്ന നിലയിൽ ജാതിവ്യവസ്ഥയുടെ സാമൂഹ്യ ബോധത്തെ മറികടക്കാവുന്ന സാമൂഹ്യബന്ധങ്ങൾ സൃഷ്ടിക്കുന്നതിന് ഇടതുപക്ഷ പ്രസ്ഥാനങ്ങൾക്ക് കഴിയണം.

രാഷ്ട്രീയവല്ക്കരിക്കപ്പെട്ട ട്രേഡ് യൂണിയനുകൾ നല്ല മാതൃകയാണ്. പക്ഷെ സംഘടിത തൊഴിലാളി വർഗ്ഗം എണ്ണത്തിൽ കുറഞ്ഞുവരുന്നു എന്നത് ഒരു വലിയ വെല്ലുവിളിയാണ്. അസംഘടിത തൊഴിലാളികളുടെ ആവാസ കേന്ദ്രങ്ങളിൽ സമത്വാധിഷ്ഠിത ബന്ധത്തിന്റെയും മതനിരപേക്ഷതയുടെയും അടിസ്ഥാനത്തിൽ പുതിയ കൂട്ടായ്മകൾ വളർത്തിയെടുക്കണം. അദ്ധ്വാനിക്കുന്ന ജനവിഭാഗങ്ങളെ മാർക്സിസം-ലെനിനിസത്തിന്റെ ഉറച്ച അടിത്തറയിൽനിന്ന് കൊണ്ടു പ്രത്യയശാസ്ത്രവല്ക്കരിക്കാനും രാഷ്ട്രീയവത്കരിക്കാനും കഴിയണം.

www.ingramcontent.com/pod-product-compliance
Lightning Source LLC
LaVergne TN
LVHW041111150826
845673LV00007B/2013

* 9 7 8 9 3 8 6 6 3 7 7 7 2 *